முந்தி இருப்பச் செயல்
இளையோருக்கான வாழ்வியல் திறன்கள்

முந்தி இருப்பச் செயல்
இளையோருக்கான வாழ்வியல் திறன்கள்

சுப. உதயகுமாரன்

அணுசக்திக்கு, அணு ஆயுதங்களுக்கு எதிரான களப் போராளி; சுற்றுச்சூழல் ஆர்வலர்; மனித உரிமைச் செயல்பாட்டாளர்; உலக சமாதானம், அகிம்சை, வருங்காலவியல், நீடித்த நிலைத்த வளர்ச்சி போன்ற பாடங்களில் வருகைதரு ஆசிரியராக உலகின் பல பல்கலைக்கழகங்களில் பயிற்றுவிப்பவர்.

இவரின் தமிழ் நூல்களுள் சில: 'அணு ஆட்டம்', 'அசுரச் சிந்தனைகள்' (தொகுப்பு), 'தகராறு', 'புயலுக்குப் பின்னே பூந்தென்றல்' (2012), 'பச்சைத் தமிழ்த் தேசியம்' (2014), 'சுப. உதயகுமாரன் நேர்காணல்கள்' (2016).

மின்னஞ்சல்: spudayakumar@gmail.com

சுப. உதயகுமாரன்

முந்தி இருப்பச் செயல்
இளையோருக்கான வாழ்வியல் திறன்கள்

காலச்சுவடு பதிப்பகம்

அன்பார்ந்த வாசகருக்கு,

வணக்கம்.

காலச்சுவடு நூலை வாங்கியமைக்கு நன்றி.

நூலின் உள்ளடக்கம், உருவாக்கம், அட்டைப்படம் இன்ன பிற அம்சங்கள் பற்றிய உங்கள் கருத்துகளையும் ஆலோசனைகளையும் காலச்சுவடு வரவேற்கிறது. தகவல், எழுத்து, வாக்கியப் பிழைகள் தென்பட்டால் கட்டாயம் தெரிவித்து உதவுங்கள். நூல் தயாரிப்பில் கடும் குறைபாடு இருப்பின் மாற்றுப் பிரதி உங்களுக்குக் கிடைக்கக் காலச்சுவடு ஏற்பாடு செய்யும்.

மின்னஞ்சல்: **publisher@kalachuvadu.com**

காலச்சுவடு நாகர்கோவில் அலுவலகத்துக்குக் கடிதம் அனுப்பலாம்.

தங்கள்
எஸ்.ஆர். சுந்தரம் (கண்ணன்)
பதிப்பாளர் – நிர்வாக இயக்குநர்

முந்தி இருப்பச் செயல்: இளையோருக்கான வாழ்வியல் திறன்கள் ❖ கட்டுரை ❖ ஆசிரியர்: சுப. உதயகுமாரன் ❖ © சுப. உதயகுமாரன் ❖ முதல் பதிப்பு: அக்டோபர் 2023 ❖ வெளியீடு: காலச்சுவடு, 669, கே.பி. சாலை, நாகர்கோவில் 629001

காலச்சுவடு பதிப்பக வெளியீடு: 1085

munti iruppac ceyal: Articles on life skills for youngsters ❖ Essays ❖ Author: S.P. Udayakumar ❖ © S.P. Udayakumar ❖ Language: Tamil ❖ First Edition: October 2023 ❖ Size: Demy 1 x 8 ❖ Paper: 18.6 kg maplitho ❖ Pages:200

Published by Kalachuvadu, 669, K.P. Road, Nagercoil 629001, India ❖ Phone: 91-4652-278525 ❖ e-mail: publications@kalachuvadu.com ❖ Printed at Clicto Print, Jaleel Towers, 42 KB Dasan Road, Teynampet Chennai 600018

ISBN: 978-93-5523-082-9

அன்பு நண்பர்கள்
எழுத்தாளர் அ. முத்துகிருஷ்ணன்
பேராசிரியர் சோபியா லாரன்ஸ்
இருவருக்கும்

பொருளடக்கம்

நன்றி	11
முன்னுரை: பயிற்றிப் பல கல்வி தந்து	13
1. வாழ்க்கைத் திறன்கள்	17
2. அதிவிரைவு அறிமுகத் திறன்	21
3. பேச்சுத் திறன் - 1	25
4. பேச்சுத் திறன் - 2	29
5. பேச்சுத் திறன் – 3	33
6. எழுத்துத் திறன்	37
7. கேட்கும் திறன் - 1	42
8. கேட்கும் திறன் – 2	46
9. கருத்துப்பரிமாற்றத் திறன்	50
10. பார்வைத் திறன்	54
11. எண் திறன்	59
12. வாசிப்புத் திறன்	63
13. பரிவுணர்வுத் திறன்	67
14. படைப்புத் திறன்	71
15. சிந்தனைத் திறன்	76
16. மென்முறைத் திறன்	80
17. சிக்கல் தீர்க்கும் திறன்	84
18. தகராறு கடக்கும் திறன் - 1	89

19. தகராறு கடக்கும் திறன் - 2	94
20. தகராறு கடக்கும் திறன் - 3	99
21. தகராறு கடக்கும் திறன் – 4	103
22. தகராறு கடக்கும் திறன் – 5	108
23. பேரப் பேச்சுத் திறன் - 1	113
24. பேரப் பேச்சுத் திறன் – 2	118
25. பேரப் பேச்சுத் திறன் – 3	122
26. பேரப் பேச்சுத் திறன் – 4	127
27. சமரசப் பேச்சுத் திறன் - 1	132
28. சமரசப் பேச்சுத் திறன் - 2	137
29. சமரசப் பேச்சுத் திறன் - 3	142
30. மீளிணக்கத் திறன் - 1	147
31. மீளிணக்கத் திறன் - 2	152
32. மீளிணக்கத் திறன் - 3	156
33. மீட்புநீதித் திறன் – 1	161
34. மீட்புநீதித் திறன் – 2	166
35. ஆவதறியும் திறன் - 1	171
36. ஆவதறியும் திறன் - 2	176
37. ஆவதறியும் திறன் - 3	181
38. தலைமைத் திறன்	185
39. ஆளுமைத் திறன்	190
40. உலகை அறியும் திறன்	195

நன்றி

தினமணி நாளிதழின் 'இளைஞர் மணி' இணைப்பில் யூன் 2020 முதல் யூன் 2021 வரை ஓராண்டு காலம் நான் எழுதிய கட்டுரைகளின் தொகுப்புத்தான் இந்நூல்.

என்மீது நிலுவையில் இருக்கும் வழக்கு களைச் சுட்டிக்காட்டி, நான் 'தேசத்துரோகி' என்று குற்றம் சாட்டப்பட்டவன் என்றெல்லாம் சொல்லி, எனது கட்டுரைகளைப் பிரசுரிக்கக் கூடாது என்று சில சக்திகள் வலியுறுத்தின. அவற்றையெல்லாம் மீறி எனக்கு வாய்ப்பளித்த தினமணி ஆசிரியர் ஐயா கி. வைத்தியநாதன் அவர்களுக்கு என்னுடைய மனமார்ந்த நன்றிகளைத் தெரிவிக்கிறேன். என்னோடு தொடர்பில் இருந்து, உரிய நேரத்தில் கட்டுரைகளைப் பெற்று, மேலாண்மை செய்த தோழர் ந. ஜீவா, மிக நேர்த்தியாக வடிவமைப்பு செய்த தினமணி ஊழியர்கள், நேரிலும் கைப்பேசி – மின்னஞ்சல்கள் மூலமாகவும் என்னைப் பாராட்டி ஊக்குவித்த வாசகர்கள், தோழர்கள், தலைவர்கள் அனைவருக்கும் என் அன்பும் நன்றிகளும்.

பேராசான் திருவள்ளுவர், மகாகவி பாரதியார், கவியரசு கண்ணதாசன் எனும் மூன்று மிகப் பெரிய ஆளுமைகளின் சிந்தனைகளுக்கும் எண்ணங் களுக்கும் கருத்துக்களுக்கும் முக்கியத்துவம் கொடுத்து இக்கட்டுரைகளை எழுதியிருக்கிறேன். தமிழ் இளைஞர்கள் அனைத்துத் துறைகளிலும் தலைவர்களாக முகிழ்க்க வேண்டும் எனும் என்னுடைய விழைவினை விரசி இந்நூலைத் தயாரித்திருக்கிறேன்.

என்னுடைய பதிப்பாளர் என்று நான் பெருமையுடன் குறிப்பிடும் அன்பு நண்பர் காலச்சுவடு கண்ணன் அவர்களுக்கும், இந்நூலைத் தயாரிப்பதிலும் வடிவமைப்பதிலும் மிகவும் உதவிய பா. கலா, ரா. ஹெமிலா, ஆ. ஜரின் உள்ளிட்ட அனைத்துத் தோழர்களுக்கும் என்னுடைய மனமார்ந்த நன்றிகள்.

தரமானக் கல்வியின்மை,
கல்விக்கேற்ற வேலையின்மை,
வேலைக்கேற்ற ஊதியமின்மை,
"ஊதியம் இல்லை உயிர்க்கு" என்று
துவண்டுகிடக்கும் நம் இளைஞர் கூட்டம்
விழிக்கட்டும், எழட்டும், பறக்கட்டும்!

முன்னுரை

பயிற்றிப் பல கல்வி தந்து

'ஒரு சீனாக்காரர் சாப்பிட்டதற்கு உலகமே கைகழுவுகிறது' என்று சிலர் கொரோனா பிரச்சினை பற்றி வேடிக்கையாகக் குறிப்பிட்டார்கள். நாமெல்லாம் சிரித்துவிட்டுக் கடந்து சென்றோம். பிரச்சினை பூதாகரமாக வெடித்த பிறகு, கைகளைச் சுத்தமாக வைத்திருப்பது உயிர்ப்பிரச்சினை என்றான பிறகுதான், கைகழுவுவதைப் பற்றி நம்மில் பலர் தீவிரமாகச் சிந்திக்கத் தொடங்கினோம்.

உள்ளங்கைகளைச் சேர்த்துத் தேய்த்து, விரல் இடுக்குகளில் விரல்களைக் கோத்துத் தேய்த்து, பெருவிரல்கள் இரண்டையும் மட்டும் இணைத்துத் தேய்த்து, நகக்கண்களை உள்ளங்கைகளுக்குள் அழுத்தித் தேய்த்து, பின்னங்கைகளையும் தேய்த்துக் கழுவவேண்டும் எனும் வித்தையைப் படித்தோம்.

நாமெல்லோரும் குழந்தைப் பருவத்திலிருந்தே கைவிரல்களால்தான் உணவை அள்ளியெடுத்து உண்டு வருகிறோம். காலம் காலமாகச் சாப்பிடுவதற்கு முன்னரும் சாப்பிட்டப் பின்னரும் கைகழுவி வந்திருக்கிறோம். ஆனாலும் நோய்த் தொற்றிலிருந்து நம்மைக் காப்பாற்றிக்கொள்ள எப்படிக் கைகழுவ வேண்டும் என்று சமூக ஊடகங்களில் ஏராளமான பொதுநல உணர்வாளர்கள் நமக்குச் சொல்லித்தர வேண்டியிருந்தது. கைகழுவுவது ஒரு முக்கியமான வாழ்க்கைத் திறனாக (Life Skill) மாறிவிட்டிருக்கிறது.

ஒட்டுமொத்தச் சமூகமும் கைகழுவப் படிப்பது போலவே, நம் மாணவர்களும் இளைஞர்களும்

பல்வேறு வாழ்க்கைத் திறன்கள் பெறவேண்டியிருப்பதைப் பற்றி நாம் கரிசனம் கொள்கிறோம்.

ஒட்டுமொத்த பள்ளி–கல்லூரிக் கல்வியும் வாழ்க்கைக்கான தாகவே இருப்பதால், விசேடமாக வாழ்க்கைத் திறன்களைக் கற்பிக்க வேண்டிய தேவை என்ன இருக்கிறது என்றுதான் பலரும் சிந்தித்தோம்.

ஆனால் பள்ளி, கல்லூரிகளின் யதார்த்தமே வேறாக இருக்கிறது. குறிப்பிட்ட பாடங்களைப் பாடத்திட்டத்தின்படி உரிய கால இடைவெளியில் முடித்தாக வேண்டும், முறையாகத் தேர்வுகள் நடத்தி மதிப்பெண்கள் வழங்க வேண்டும், மாணவர்களின் தேர்ச்சி விகிதம் பேண வேண்டும், ஆவணங்கள் தயாரிக்க வேண்டும் என்றெல்லாம்தான் ஆசிரியர்களும் கல்வி நிறுவனங்களும் தங்கள் நேரத்தைச் செலவிட முடிகிறது. அரசின் கல்வித்துறை கல்வி நிறுவனங்களை அதட்ட, கல்வி நிறுவனங்கள் ஆசிரியர்களை மிரட்ட, ஆசிரியர்கள் மாணவர்களை விரட்ட, ஒரு வேடிக்கையான தொடர் ஓட்டம்தான் அங்கே நடக்கிறது.

மாணவர்களுக்கு என்னென்ன அடிப்படைத் திறமைகள் தேவைப்படுகின்றன என்று அவர்களிடம் யாரும் கேட்பதுமில்லை, கலந்தாலோசிப்பதுமில்லை; அவற்றைக் கொடுக்க முனைவதுமில்லை, முடிவதுமில்லை; வெறுமனே தொழிலாளர்களை உற்பத்தி செய்யும் தொழிற்சாலைகளாக கல்விக்கூடங்கள் மாறியிருக்கும் நிலையில், படைப்புத்திறன் கொண்ட நடவடிக்கைகளை அங்கே எதிர்பார்க்க இயலாத நிலை நீடிக்கிறது.

இன்னபிற காரணங்களால் தொழில் நிறுவனங்கள் 90 விழுக்காடு பட்டதாரிகளையும், 75 விழுக்காடு பொறியாளர்களையும் வேலைக்கமர்த்தும் தகுதியற்றவை என்று நிராகரிப்பதாக ஓர் ஆய்வு தெரிவிக்கிறது. அவர்களிடம் தமது துறை குறித்த முழுமையான அறிவோ, தொழில்நுட்பத் திறனோ, தன்னாளுமையோ, பிரச்சினைகள் மேலாண்மை போன்ற திறமைகளோ காணப்படவில்லை என்று தொழில் நிறுவனங்கள் விசனப்படுகின்றன. வேலைக்கமர்த்தும் திறன்கொண்ட இளைஞர்களின் எண்ணிக்கை வெகுவாகக் குறைந்து வருவது அனைத்துத் தரப்புக்களின் கவலையாகவும் இருக்கிறது.

அண்மையில் இரண்டு அமெரிக்கப் பல்கலைக்கழகங்கள் சேர்ந்து நடத்திய ஓர் ஆய்வில், மாணவர்கள் தங்கள் வேலைகளில் வெற்றி பெறுவதற்கு வெறும் 25 விழுக்காடுதான்

தொழில்நுட்பத் திறன் தேவைப்படுகிறது, ஆனால் 75 விழுக்காடு பிறரோடான உறவுத் திறன்களே அத்தியாவசியமாக இருக்கின்றன என்று கண்டுபிடித்திருக்கின்றன.

"ஏட்டுச்சுரைக்காய் கறிக்கு உதவாது" என்று சொல்வதுபோல, பள்ளிகளிலும் கல்லூரிகளிலும் மாணவர்கள் பெறுகிற கோட்பாட்டு அறிவு மட்டுமே வெற்றிகரமான வாழ்க்கைக்குப் போதாது. நடைமுறையில் பயன்படும் கல்வியும் அறிவுசார்ந்த திறமைகளும் அவசியம் வேண்டும் என்று தெளிவாகிறது.

இப்படியாக வாழ்க்கைத் திறன்கள், மென்திறன்கள் (Soft Skills) பற்றிப் பேசத் தொடங்கியவர்களும்கூட ஆங்கிலத்தில் பேசச் சொல்லிக் கொடுப்பதும், நேர்காணல் பயிற்சி கொடுப்பதும், குழு விவாதம் செய்யப் பயிற்றுவிப்பதுமாகவே இருந்தனர்.

இப்போதும்கூட பலரும் மாணவர்களை வேலைக்கு அமர்த்துவது தொடர்பாகவே பல பயிற்சிகளும் வகுப்புக்களும் நடத்துகின்றனர். கல்வி, அடுத்தது வேலை என்று நேர்கோட்டி லேயே நாம் சிந்திக்கிறோம். இந்நடவடிக்கைகளின்போதும், அவற்றுக்குப் பிறகும் வாழ்க்கை என்று ஒன்று இருப்பதைப் பற்றி நாம் பெரிதாக அக்கறைகொள்வதில்லை.

எடுத்துக்காட்டாக கல்வி, வேலை, வாழ்க்கை என அனைத்துக் கட்டங்களிலுமே தேவைப்படும் சில முக்கியமான விடயங்களான செவிமடுத்தல், பகுத்தறிதல், கருத்துப்பரிமாறல், தகராறு தீர்த்தல், மீளிணக்கம், முடிவெடுத்தல், கடினமான மனிதர்களைக் கைக்கொள்ளல் என ஏராளமான விடயங்கள் பற்றி நாம் எங்குமே பேசுவதில்லை.

பாலுறவு போலவே எங்கேயாவது, எப்படியாவது இவற்றை யெல்லாம் தெரிந்துகொள்வார்கள் என்று கருதிக்கொண்டு நம் இளைஞர்களை முற்றிலுமாகக் கைவிடுகிறோம். நம் பள்ளி, கல்லூரிகளில் பாலியல் கல்வி பயிற்றுவிக்கப்படவில்லை என்றாலும்கூட, "அந்த அனுபவத்தைச் சொல்லித்தரப் பள்ளியில்லையே" என்று நம்மில் பலர் வேதனைப்பட்டாலும்கூட, பாலுறவைப் பற்றிப் படிப்பதற்குப் பல்வேறு வழிகள் இருக்கின்றன.

ஆனால் கேட்டல் குறித்து எங்கே போய்ப் படிப்பது? பள்ளி யிலும் கல்லூரியிலும் நாம் படிக்கும்போது, பத்துக்கணக்கான ஆசிரியர்களை நாம் சந்திக்கிறோம். ஆனால் அவர்களுள் ஒரு சிலர் மட்டுமே நம் மனத்தைக் கவர்கிறார்கள். நமது அன்றாட வாழ்வில் நாம் மருத்துவர், வழக்கறிஞர், காவல்துறை அதிகாரி, வங்கி ஊழியர் எனப் பலரைச் சந்திக்கிறோம், உறவாடுகிறோம்.

15

ஆனால் யார் நம் கவனத்தைக் கவர்கிறார்கள், நமது அன்புக்குப் பாத்திரமாகிறார்கள் என்று பார்த்தால், நாம் பேசுவதைக் கவனமாகச் செவிமடுக்கிறவர்கள் யார் யாரோ அவர்களேதான்.

இதை இன்னொரு விதத்தில் சொன்னால், யார் ஒருவர் பிறர் பேசும்போது கூர்மையாகக் கேட்கிறாரோ, அவர் தன் வேலையில் பெரிதும் மிளிர்கிறார், ஒரு வெற்றியாளராகவே இருக்கிறார். கேட்டல் என்ற செயல்பாடு இத்தனை முக்கியமானது என்றால், நாம் ஏன் இதனை எங்கேயுமே முறையாகப் பயிற்றுவிப்பதில்லை?

ஓர் அழகான இளம்பெண்ணிடம் ஓர் இளைஞன் தன் காதலைத் தெரியப்படுத்துகிறான். அதனை ஏற்றுக்கொள்ள விரும்பாத அல்லது முடியாத அந்தப் பெண் அந்தச் சூழலை எப்படி சாதுர்யமாக அணுகி, சாமர்த்தியமாகப் பேசி, அந்தப் பிரச்சினையை எதிர்கொள்வது என நமது கல்வித்திட்டம் எங்காவது, எதையாவது போதிக்கிறதா? இல்லை.

வேலை கிடைப்பதைப் பற்றியெல்லாம் பேசுகிற வாழ்க்கைத் திறன் பயிற்சியாளர்கள்கூட, நம் இளைஞர்கள் உரிய வேலை, உற்ற நண்பர்கள், உவப்பான திருமணம் போன்றவை குறித்துச் சொந்தமாக முடிவுகள் எடுப்பதற்கு எந்த விதத்திலாவது உதவுகிறார்களா, இல்லையே!

இந்தியாவைப் போன்ற பல்வேறு சாதிகள், மதங்கள், இனங்கள், மொழிகள், வகுப்புக்களைக் கொண்ட மக்கள் வாழும் நாட்டில் வாழ்க்கைத் திறன்கள் மிகவும் இன்றியமையாதவை. அதனால்தான் பாரதியார் "பயிற்றிப் பல கல்வி தந்து இந்தப் பாரை உயர்த்திட வேண்டும்" என்று நம்மைப் பணித்தார். இந்த நூல் பரவலாகப் பயிற்றுவிக்கப்படாத பயிற்சிகளின் ஒரு நீண்ட பட்டியலோடு அந்தப் பணியைத் திறம்படச் செய்ய விரும்புகிறது.

கூடங்குளம்   சுப. உதயகுமாரன்
10-03-2022

1

வாழ்க்கைத் திறன்கள்

நம் நாட்டில் கல்வி தரமிழந்து கிடக்கிறது. வேலைவாய்ப்பு அருகிக் கொண்டிருக்கிறது, இளைஞர்களின் எதிர்காலம் இருண்டு கிடக்கிறது. என்ன செய்யப் போகிறார்கள் நம் இளைஞர்கள் என்கிற கேள்வி ஒவ்வொரு நாட்டுப்பற்றாளர் மனத்திலும் ஊடாடிக்கொண்டிருக்கிறது.

பல்கலைக்கழகங்கள் பல்கிப் பெருகிவிட்டிருக்கும் நிலையில், பணம் கொடுத்து உயர் மதிப்பெண்கள் வாங்குவதும், வாடகை எழுத்தாளர்களை அமர்த்தி முனைவர் பட்டத்திற்கான ஆய்வுக் கட்டுரைகள் எழுதிச் சமர்ப்பிப்பதும், அதிகாரிகளைப் பிடித்துப் பட்டங்கள் வாங்குவதுமாகக் கல்வி வெறும் கடைச்சரக்காக மாறிவிட்டிருக்கிறது,

பெரும்பாலான அரசியல் தலைவர்களோ, அதிகாரிகளோ, ஏன் கல்வித்துறை அதிகாரிகளோகூட இவை பற்றியெல்லாம் பெரிதாக அலட்டிக் கொள்வதில்லை. அடிக்கிற வழியில் போகாத வண்டியை, போகிற வழியில் அடித்துச் சென்று தங்கள் நலன்களை மட்டுமாவது காத்துக்கொள்ள வேண்டும் என்பதில்தான் பெரும்பாலானோரின் கவனம் இருக்கிறது.

இன்றைய இளைஞர்களைப் பார்க்கும்போது, ஒருவித பரிதாப உணர்வு ஏற்படுகிறது. காரணம் தகுதியும், தரமுமிக்க, உணர்வுபூர்வமான ஆசிரியர்கள் அரிதாகிவிட்டனர். மாணவர் நலன்களுக்காக நடத்தப்படும் கல்வி நிறுவனங்களும் குறைந்து விட்டன.

எல்லாவற்றுக்கும் மேலாக, இளைஞர்களைத் திசை திருப்பவும் இடரச்செய்யவும் ஏராளமான விடயங்கள் பரந்து விரிந்து கிடக்கின்றன. நூற்றுக்கணக்கான தொலைக்காட்சிச் சானல்கள், மேசைக் கணினி, மடிக்கணினி, கைப்பேசி, முகநூல், வாட்சப், இன்ஸ்டாகிராம் என்று என்னென்னவோ தளங்கள், அவற்றுக்குள் ஆயிரமாயிரம் வேண்டாத விடயங்கள் என இளைஞர்களின் கவனத்தைச் சிதறடிக்கும் பற்பல அம்சங்கள் பரவிக் கிடக்கின்றன.

தனக்கு என்ன வேண்டும் என்கிற தெளிவும், அதை அடைந்தே தீருவேன் என்கிற விடாப்பிடியான உறுதியும், அயரா உழைப்பும் கொண்ட இளைஞர்கள் மட்டுமே தப்பிக்க முடியும் என்பதுதான் இன்றைய நிலைமை.

தங்களை வழிநடத்துவதற்கும், வேலைக்கு அமர்த்துவதற்குமான செம்மையான திறன்கள் செழுமையாகப் பெற்றவர்களே மேலோங்கி நிற்க முடியும் என்பதுதான் இன்றைய யதார்த்தம்.

இன்னோரன்ன வாழ்க்கைத் திறன்களை, மென்திறன்கள் என்றும் அழைக்கிறோம். இவற்றை வழக்கமான பாடங்களாக மாற்றி, பள்ளிகளில், கல்லூரிகளில் பயிற்றுவிக்கும்போது இவை எதிர்பார்க்கும் பலன்களைத் தரவில்லை. இளைஞர்களின் பலமாக மாறுவதற்குப் பதிலாக, இவை பலவீனங்களாக மாறிவிடுகின்றன.

வாழ்க்கைத் திறன்களைச் சில பல்கலைக்கழகங்களில் பாடமாக்கினார்கள். ஆனால் நேர்த்தியான பாடத்திட்டம் வரையறுக்கப்படவில்ல; போதிய வகுப்பு நேரம் ஒதுக்கப்படவில்லை; மாணவர்களுக்கு முறையான பயிற்சிகள் வழங்கப்படவில்லை; அந்தத் தேர்வுத் தாள்களைத் திருத்திய ஆசிரியர்களுக்குப் பாடம் பற்றிய பரிச்சயம் இருக்கவில்லை.

அதன் விளைவு, பல மாணவர்கள் ஆளுமை மேம்பாட்டுத் தேர்வில் தோற்றுப் போனார்கள். இந்தப் பாடத்தில் மதிப்பெண் குறைந்ததால், அல்லது தோல்வியுற்றதால், விருதுகள் வாங்க வேண்டிய மாணவர்கள் பலருக்கு அவ்விருதுகள் கைவிட்டுப் போயின.

என்னுடைய தலைமுறையினர் கல்லூரி மாணவர்களாக இருந்தபோது, நாங்கள் எவ்வளவு புத்திசாலிகள் என்று அளவிடுவதற்குச் சில நிறுவனங்கள் சில தேர்வு முறைகளை வகுத்திருந்தன. இந்தத் தேர்வுகள் வெறும் மொழித்திறனையும்

தர்க்கத் திறனையும் மட்டுமே பரிசோதித்தன. இறுதியில் சிலர் மற்றவர்களைவிட அறிவாளிகள் என்றும், அறிவைத் தலைவிதி போல மாற்ற முடியாது என்றும் சொன்னார்கள்.

ஆனால் இப்போது அந்தச் சிந்தனை முற்றிலுமாக மறுதலிக்கப்படுகிறது. மனித மூளை பல்வேறு அறிவுகளைப் பெற்றிருக்கிறது, எல்லா மனிதர்களுக்குள்ளும் இவற்றில் சில அறிவுகள் நிறைந்திருக்கின்றன என்கிற முடிவுக்கு வந்திருக்கிறோம்.

ஒவ்வொருவருக்குள்ளும் எந்தெந்த அறிவுகள் நிறைந்திருக் கின்றன என்பதைக் கண்டுணர்ந்து, தகுந்த பயிற்சிகளின் மூலமாகவும், தளரா முயற்சிகளின் மூலமாகவும் அவற்றை இன்னும் மேம்படுத்திக்கொள்ளலாம் என்று இப்போது ஏற்றுக்கொள்கிறோம்.

எந்தெந்த அறிவுத்திறன் யார் யாரிடம் காணப்படுகிறது எனச் சுருக்கமாகப் பார்ப்போம்:

மொழியறிவு: வழக்குரைஞர்கள், எழுத்தாளர்கள், இதழாசிரியர்கள், மொழிபெயர்ப்பாளர்கள் போன்றோர்.

கணித, தர்க்க அறிவு: பொறியாளர்கள், அறிவியலாளர்கள், மருத்துவர்கள், பகுத்தறிவாளர்கள் முதலானோர்.

இடம்சார் அறிவு: மனதளவில் மாதிரிகள் உருவாக்கு கிறவர்கள், கட்டடவியல் நிபுணர்கள், சிற்பிகள், ஓவியர்கள் உள்ளிட்டோர்.

இசையறிவு: பாடகர்கள், இசையமைப்பாளர்கள், கவிஞர்கள் போன்றோர்.

உடலறிவு: விளையாட்டு வீரர்கள், தடகள வீரர்கள், கைவினைஞர்கள் போன்றவர்கள்.

மக்களறிவு: விற்பனையாளர்கள், வணிகர்கள், அரசியல்வாதிகள், ஆசிரியர்கள் போன்றோர்.

உள்ளறிவு: தன்னை உணர்ந்து, தனது திறமைகளை வெற்றிகரமாகப் பயன்படுத்துகிறவர்கள், மகிழ்ச்சியாகவும் எல்லோரோடும் இணக்கமாகவும் வாழ்கிறவர்கள்.

இயற்கைசார் அறிவு: வடிவங்கள், உருவங்கள் போன்ற வற்றைப் புரிந்து, சீரமைக்கும் வல்லுநர்கள்.

மேற்குறிப்பிட்டவற்றுள் எந்த அறிவு உங்களுக்கு அதிகம் வாய்த்திருக்கிறது என்பதை இனம்கண்டு, அதனை வளர்த்தெடுப்பது முதற்படி.

அந்த அறிவுக்குக் கைகொடுக்கும், அதனைக் குன்றிலிட்ட விளக்காக மிளிரச் செய்யும் உள்ளார்ந்த மென்திறன்களுக்கு மெருகூட்டுவது இரண்டாவது படி,

இந்த மென்திறன்களை ஐந்து வகைகளாகப் பிரிக்கலாம்.

மொழி, மொழி சார்ந்த திறன்கள்: தெளிவாகப் பேசுவது, எழுதுவது, ஆவணப்படுத்துவது, கருத்துப் பரிமாற்றம் செய்வது, கேட்பது, சிந்திப்பது, எடுத்துரைப்பது, புரிந்துகொள்வது உள்ளிட்டவை.

தனிமனிதத் திறன்கள்: நடை, உடை, பாவனைத் திறன்கள்; கடமையுணர்வு, பொறுப்புணர்வு, நேர மேலாண்மை, கோப மேலாண்மை, வெறுப்பு மேலாண்மை, பாலியல் மேலாண்மை, படைப்புத்திறன், பரிந்துணர்வு, தலைமைத்துவம், ஆளுமைத் திறன், கூட்டம் நடத்துதல், முடிவெடுத்தல், போன்றவை.

உறவுத் திறன்கள்: கருத்துப்பரிமாற்றம், தகராறு மேலாண்மை, மீளிணக்கம், மனஅழுத்தம், மேலாண்மை, சமூகம் பேணல், கூட்டுச் செயல்பாடு என்பன.

தொழில் திறன்கள்: தொழிற்நுட்ப அறிவைப் புதுப்பித்தல், உலக நடப்புக்களை அறிதல், தொடர்ந்த வாசிப்பு, பிற ஈடுபாடுகளை வளர்த்தல், பன்முகச் செயல்பாடுகள் முதலானவை.

உலக வாழ்வுத் திறன்கள்: சூழல் அறிதல், அரசியல் புரிதல், மனித உரிமைகள் போற்றல், அகிம்சைப் பேணல், உயிர்நேயம் காட்டல், நீதி–நியாயம் காத்தல் இன்னபிற.

மேலே குறிப்பிட்டிருக்கும் திறன்களையும், அவற்றோடு தொடர்புடைய விடயங்களையும் ஒவ்வொன்றாக நாம் படிக்கலாம்.

இயலும்போதெல்லாம், செய்முறைப் பயிற்சிகளையும் இணைத்தே எழுதுகிறேன். இளைஞர்கள் சிறு சிறு குழுக்களாக இணைந்து, அவற்றைச் செய்துபார்ப்பதன் மூலம் இம்மென்திறன்களில் மேலும் பாண்டித்தியம் பெறலாம். சித்திரமும் கைப்பழக்கம், செந்தமிழும் நாப்பழக்கம், மென்திறனும் மனப்பழக்கம்.

2

அதிவிரைவு அறிமுகத் திறன்

அமெரிக்காவில் உயர்கல்விக்கோ வேலைக்கோ விண்ணப்பிக்கும்போது உங்களை நன்கறிந்த மூன்று பேராசிரியர்களிடமிருந்து சிபாரிசுக் கடிதம் வாங்கி அனுப்பச் சொல்வார்கள். அந்தக் கடிதங்கள் உங்களின் தகுதிகள், திறமைகள், கடிதம் எழுதுபவருக்கு உங்களோடு ஏற்பட்டிருக்கும் அனுபவங்கள் பற்றி யெல்லாம் விலாவாரியாக விவரிக்கும்.

பொதுவாகவே இந்த சிபாரிசுக் கடிதங்கள் நிறைகளைத்தான் பேசுமே தவிர குறைகளைக் குறிப்பிடாது. ஒரு பேராசிரியருக்கு உங்களைப் பற்றிய பெரிய மதிப்பீடு ஏதுமில்லையென்றால், கடிதம் எழுதுவதை நாசூக்காகத் தவிர்த்து விடுவார்; பொய்யாகப் புகழ்ந்துரைக்கமாட்டார். இலஞ்சம் வாங்கிக்கொண்டு வானளாவப் புகழ்ந்து எழுதும் பழக்கமெல்லாம் அங்கே இல்லை.

புகழ்பெற்ற பேராசிரியர் ஒருவர் சிபாரிசுக் கடிதம் எழுதுகிறார் என்றால், உங்களுக்குக் கிடைக்கப் போகும் வாய்ப்பைவிட தனது பெயர் கெட்டுப் போகக்கூடாது என்று மிகவும் கவனமாக இருப்பார். எனவேதான் இந்த சிபாரிசுக் கடிதங்கள் பெரும் மதிப்பும் முக்கியத்துவமும் பெறுகின்றன.

சில வருடங்களுக்கும் முன்னால் நம்மூர் சட்டமன்ற, நாடாளுமன்ற உறுப்பினர்களிடம் குணநலன்கள் குறித்த சான்றிதழ் வாங்கிச் சமர்ப்பிக்கும் வழக்கம் இருந்தது. அவர்கள் ஓர் ஆங்கிலச் சான்றிதழ் படிவம் ஒன்றை அச்சடித்து

வைத்திருப்பார்கள். அதில் உங்கள் பெயர், ஊர் போன்ற விவரங்களைக் கோடிட்ட இடங்களில் நிரப்பிக் கையெழுத்துப் போட்டுத் தருவார்கள்.

நாளடைவில் இந்தச் சான்றிதழ் சட்டமன்ற, நாடாளுமன்ற உறுப்பினர்களின் உதவியாளர்கள் யாரிடம் கேட்டாலும் கிடைக்கும் என்கிற நிலை எழுந்தது. சமூக விரோதிகள், தீவிரவாதிகள் என யார் வேண்டுமென்றாலும் சட்டமன்ற, நாடாளுமன்ற உறுப்பினர்களிடம் சான்றிதழ் வாங்கிக் கொடுத்து விடலாம் என்கிற நிலை எழுந்தபோது, அந்த அமைப்புமுறை முடிவுக்கு வந்தது.

ஆனால் அமெரிக்காவில், உங்களைப் பற்றி முழுமை யாகத் தெரியாமல், மனப்பூர்வமாக உங்களை விரும்பாமல், மனசாட்சியோடு உங்களைப் பரிந்துரைக்கமுடியும் என்கிற உறுதி இல்லாமல், யாரும் சிபாரிசுக் கடிதம் எழுதித்தர மாட்டார்கள்.

எனது உயர்கல்வி விண்ணப்பத்துக்காகப் பேராசிரியர் ஒருவரிடம் சிபாரிசுக் கடிதம் ஒன்றைக் கேட்டேன். நான் கேட்டுக்கொண்ட பேராசிரியர் தன்னை வந்து சந்திக்கச் சொன்னார். நான் போய் அமர்ந்ததும், 'உன்னுடைய பலங்கள், பலவீனங்கள் பற்றி விரிவாகச் சொல்' என்று கேட்டுக்கொண்டார்.

நான் நம்நாட்டுப் பாணியில் மிகவும் அடக்கமாக, பணிவாக "எனக்கு என்ன தெரியும், அப்படியொன்றும் பெரிய திறமைகள் உள்ளவன் அல்ல" என்கிற பாணியில் பேசிக்கொண் டிருந்தேன். ஒரு கட்டத்தில் என்னை நிறுத்தச் சொல்லிவிட்டு, "இந்தக் கேள்வியை ஓர் அமெரிக்க மாணவனிடம் நான் கேட்டிருந்தால், 'நான் வானத்தை வில்லாய் வளைப்பேன், காற்றை அம்பாய்த் தொடுப்பேன்' என்று சொல்லியிருப்பான். நீயோ இந்தியர்களுக்கே உரிய தன்னடக்கத்தோடு உன்னையே முழுமையாக மறுதலித்துப் பேசிக்கொண்டிருக்கிறாய்" என்று என் தவற்றைச் சுட்டிக்காட்டினார்.

"உன்னை நீ வானளாவப் புகழ வேண்டாம்; ஆனால் அதே நேரம் உன்னை முற்றிலுமாக அழித்துவிடவும் வேண்டாம்; மீண்டும் பேசுவோம்" என்று சொல்லிவிட்டுச் சில நாட்கள் கழித்து என்னைப் பற்றி மீண்டுமொருமுறை பேசவைத்தார்.

"அமைந்தாங்கு ஒழுகான் அளவறியான் தன்னை
வியந்தான் விரைந்து கெடும்"

என்கிறது வள்ளுவம். தன்னைத் தானே வியந்து போற்றிப் பேசுவது சுயபுராணம் பாடுவதாகும். இடம், பொருள், ஏவல்

எதைப்பற்றியும் கவலைப்படாது, "நான், என்னை, என்னுடைய" என்று தன்னைப்பற்றி மட்டுமே சிந்திப்பதும், செப்பிக் கொண்டிருப்பதும் கிட்டத்தட்ட ஒருவித மனப் பிரச்சினைதான். ஆனால் தன்னுடைய தகுதிகள், திறமைகள், அனுபவங்கள் பற்றித் தேவைப்படும் இடங்களில், கேட்க விரும்பும் நபர்களிடம் தன்னம்பிக்கையோடு எடுத்தியம்புவது முற்றிலும் வேறானது.

நீங்கள் உயர்கல்வி வாய்ப்போ அல்லது வேலை வாய்ப்போ அல்லது ஒரு நிறுவனத்தில் பயிற்சியாளராகும் வாய்ப்போ தேடிக்கொண்டிருக்கிறீர்கள் என்று வைத்துக் கொள்வோம். நீங்கள் உங்களைப்பற்றிப் பேசியாக வேண்டும். அப்படிப் பேசும்போது, உங்களைப் பற்றிய அடிப்படைத் தகவல்கள் அதில் கட்டாயம் இருக்க வேண்டும். ஆனால் அதிகப்படியான தேவையற்ற தகவல்கள் இருக்கக்கூடாது. நீங்கள் பேசுவதில் தன்னம்பிக்கை நிறைந்திருக்க வேண்டும், ஆனால் தலைக்கனம் இருக்கக் கூடாது. வாய்ப்பளியுங்கள் எனும் விண்ணப்பம் இருக்க வேண்டும்; ஆனால் தரம்தாழ்ந்த கெஞ்சல் இருக்கக் கூடாது.

காலை நடைப்பயிற்சியின்போது ஒரு பெரிய தொழிலதிபரைப் பூங்காவில் சந்திக்கிறீர்கள், அல்லது விமானநிலையத்தில் ஒரு புகழ்பெற்ற நிறுவனத்தின் மேலாளரைச் சந்திக்கிறீர்கள் என்று வைத்துக்கொள்வோம். மிகக்குறைவான அந்தக் கால இடைவெளியில் அவரிடம் உங்களை அறிமுகப்படுத்தி, நீங்கள் திறமையுள்ளவர், இன்றியமையாதவர் என்று அவரை உணரச்செய்து, உங்களுக்கு வேண்டிய வாய்ப்பைப் பெற வேண்டும். எப்படி?

ஒரு மின்தூக்கியில் ஒரு பிரபல தொழிலதிபரை சந்திக்கிறீர்கள் என்று கற்பனை செய்துகொள்ளுங்கள். பதினைந்தாவது மாடியிலிருந்து தரைத்தளத்துக்கு அந்த மின்தூக்கி வந்து சேருவதற்கு ஆகும் ஒன்றிரண்டு நிமிடங்களில், உங்களைப் பற்றி அவரிடம் எடுத்துச் சொல்லி, உங்களுக்கு என்ன வேண்டும் என்பதையும் கேட்க வேண்டும். ஆங்கிலத்தில் இதனை *Elevator Pitch* அல்லது *Elevator Presentation* என்று சொல்கிறார்கள். அதிவிரைவு அறிமுகம்! இதற்கு ஆறு படிநிலைகள் இருக்கின்றன.

1. உங்கள் பெயர்,

2. உங்கள் கல்வித்தகுதி, தற்போதைய வேலை பற்றிய சுருக்கமான விபரம்,

3. அந்தக் கல்வி நிறுவனம், வேலை நிறுவனம் பற்றிய சுருக்கமான தகவல்கள்,

4. நீங்கள் பேசிக்கொண்டிருக்கிறவர் நீங்கள் பேசுவதைக் கேட்க வேண்டிய தேவை,

5. உங்களுக்கு என்ன வேண்டும் என்று தெளிவாகப் புரியவைத்தல்,

6. இந்த அதிவிரைவு உரையாடலை இதமாக நிறைவு செய்தல்.

ஓர் எடுத்துக்காட்டைப் பார்ப்போம்

1. வணக்கம் அம்மா. என் பெயர் வெற்றிமாறன்.

2. தில்லியிலுள்ள லாய்ட் கல்லூரியில் முதுகலை சட்டம் படித்துவிட்டு, சென்னையிலுள்ள பிராவ்டா சட்டக் குழுமத்தில் தற்காலிகமாக வேலைபார்த்துக் கொண்டிருக்கிறேன்.

3. லாய்ட் கல்லூரி பன்னாட்டுச் சட்டப் படிப்பில் விசேட கவனம் செலுத்துகிறது; அதேபோல, பிராவ்டாவும் பன்னாட்டுச் சட்டப் பிரச்சினைகளில் தலையிட்டு உலகெங்கும் பல வழக்குகள் நடத்துகிறார்கள். நான் சிறையில் நெடுங்காலம் அடைக்கப்பட்டிருப்பவர்கள் குறித்த வழக்குகளை நடத்திக்கொண்டிருக்கிறேன்.

4. உங்களின் அம்னஸ்டி இண்டர்நேஷனல் அமைப்பில் அரசியல் கைதிகளுக்காகப் பல்வேறு சட்ட உதவிகள் செய்கிறீர்கள் என்பதை நான் அறிவேன். நான் பன்னாட்டு அரசியல் கைதிகள் உரிமைகளுக்காக வேலைசெய்ய பெரிதும் விரும்புகிறேன்.

5. அம்மாதிரி வாய்ப்புக்கள் உங்கள் நிறுவனத்தில் இருந்தால் தயவுசெய்து என்னைப் பரிசீலிப்பீர்களா?

6. உங்கள் நேரத்துக்கும், நான் பேசுவதைக் கேட்டதற்கும் மிக்க நன்றி. உங்களோடு மின்னஞ்சல் மூலமாக தொடர்பு கொண்டு, என்னைப் பற்றிய மேலதிகத் தகவல்களை அனுப்பிவைக்கிறேன். வணக்கம்.

உங்களைப் பற்றிய இம்மாதிரியான 'அதிவிரைவு அறிமுகம்' ஒன்றைத் தயாரித்து மனத்தில் நிறுத்திவைத்துக்கொள்ளுங்கள். இது மிகவும் பயன்படும்.

3

பேச்சுத் திறன் – 1

“வாயுள்ள பிள்ளை பிழைக்கும்” என்றொரு சொலவடையைக் கேள்விப்பட்டிருப்பீர்கள். எல்லாப் பிள்ளைக்கும்தான் வாய் இருக்கிறதே? வாயைப் பயன்படுத்தத் தெரிந்த, அதாவது வாயைத் திறந்து தெளிவாக, திறம்படப் பேசத் தெரிந்த, கேட்கத் தெரிந்த பிள்ளை பிழைக்கும் என்பதுதான் இதன் பொருள்.

பேச்சு பற்றிப் பேசும் வள்ளுவர், மற்றெல்லா சிறப்புக்களையும்விட உயர்ந்த நாவன்மை பெற்றிருக்க வேண்டும், சொல்லிலே சோர்வு உண்டாகாமல் பேணிக்காக்க வேண்டும், பிறர் விரும்புமாறு இயம்பத் தெரியவேண்டும், கேட்பவர் திறனறிந்து விளம்ப வேண்டும், சுருங்கச் சொல்லி விளங்கவைக்க வேண்டும் என்றெல்லாம் அறிவுரைக்கிறார்.

பேச்சின்றி அமையாது உலகு என்பதுதான் உண்மை. நமது வாழ்நாளில் நாமனைவரும் அதிகமாக மேற்கொள்ளும் நடவடிக்கை எதுவென்றால், அது பேசுவதுதான். அதற்குச் சமமாகக் கேட்பதும் நடக்கிறதே என்று நீங்கள் நினைக்கலாம். ஆனால் கேட்பது இன்னும் கூடுதல் சக்தியோடு, சிரத்தையோடு செய்யப்படுகிற செயலாக இருப்பதால், நம்மில் பலரும் முழுமையாகக் கேட்பதில்லை. எனவே பேச்சுத்தான் ஆகப்பெரிய மனித நடவடிக்கை.

தனிப்பட்ட முறையில் இதைச் சரியாகச் செய்வதற்கு எங்காவது, ஏதாவது பயிற்சி அளிக்கப்படுகிறதா நமக்கு? இல்லவே இல்லை. அமெரிக்கர்கள் தங்கள் குழந்தைகளை 'ப்ளீஸ், தாங்க் யூ' போன்ற வார்த்தைகளைத் தவறாமல் பயன்படுத்தச் சொல்லி சிறு வயதிலிருந்தே பயிற்றுவிக்கிறார்கள். நாம் நமது தமிழின் சிறப்பான 'ழ' என்கிற ஒலியைக்கூட நம் குழந்தைகளுக்கு முறையாகக் கற்பிப்பதில்லை. ஏராளமான தமிழர்களுக்கு 'ல, ள, ர, ற' போன்ற எழுத்துக்களின், ஒலிகளின் வேறுபாடு தெரியவில்லை. இந்த லட்சணத்தில் நம் பேச்சு மட்டும் எப்படி பெருமையுடையதாக இருக்கும்?

ஏற்ற இறக்கம், நிறுத்தம், ஓசைநயம் போன்ற அம்சங்களோடு கூடிய பேச்சு உச்சரிப்பை விடுவோம். பிறர் மனம் புண்படாமல் பேசவாவது நமக்குத் தெரிகிறதா? அதுவும் இல்லை. பேச்சுத்தான் மனித வாழ்வின் அடிப்படைமென்றால், பெரும்பாலான பிரச்சினைகள் பேச்சிலிருந்துதான் முகிழ்க்கின்றன என்றால், நாம் எப்படிப் பேச வேண்டும் என்று பயிற்றுவிக்க வேண்டுமா, இல்லையா?

அமெரிக்காவில் உங்கள் பேச்சில் 'நான் – வாக்கியங்கள்' *('I' Messages)* நிறைந்திருக்கட்டும் என்று பயிற்றுவிக்கிறார்கள். அதாவது, எதிரே நிற்பவரைக் குற்றப்படுத்தி, அவரது குறைகளை, தவறுகளை, நடவடிக்கைகளை மையப்படுத்திப் பேசுவதற்குப் பதிலாக, உங்கள் பக்கம் திரும்பி, உங்கள் உணர்வு களை, தேவைகளை, ஏமாற்றங்களை, எதிர்பார்ப்புக்களை மையப்படுத்தி 'நான்–வாக்கியங்களாகப்' பேசுங்கள் என்கிறார்கள்.

எடுத்துக்காட்டாக, வார இறுதிப் பயணம் ஒன்றைத் திட்டமிட்டிருந்த தம்பதியரில் ஒருவருக்குக் கடைசிநேரப் பிரச்சினை ஒன்றினால், பயணம் போக முடியவில்லை என்று வைத்துக்கொள்வோம்.

இதற்குப் பல வழிகளில் எதிர்வினை ஆற்றலாம். "நீ எல்லாம் ஒரு கணவனா/மனைவியா?", "உன்னைக் கட்டிக்கொண்டு என்ன சுகத்தைக் கண்டேன்?", "உன்னுடைய வேலை மட்டும்தான் உனக்கு முக்கியம்" என்றெல்லாம் நம்மூர் 'டிவி சீரியல்' பாணியில் ஏகத்துக்கும் திட்டித் தீர்க்கலாம்; சண்டை போடலாம்; அடிதடி நடத்திக் காவல் நிலையம்வரை பிரச்சினையைக் கொண்டுபோகலாம்.

இந்தச் சூழலை இன்னொரு விதமாகவும் அணுகலாம். "கடுமையான வேலைப்பளுவுக்குப் பிறகு இரண்டு நாட்கள் ஓய்வாகப் பயணம் போய் வரலாம் என்று நான் நினைத்துக்

கொண்டிருந்தேன். நமது பயணத்தைக் கடைசி நிமிடத்தில் ரத்துசெய்வதால், நான் மிகுந்த ஏமாற்றம் அடைகிறேன். எனக்குப் பெரும் அதிருப்தியாக இருக்கிறது" என்று உங்கள் உணர்வுகள், எதிர்பார்ப்புக்களைப் பற்றி மட்டுமே பேசலாம்.

இப்படிப் பேசுவதன் மூலம், எதிரே நிற்பவர் குற்றம் சாட்டப்படவில்லை, அவமரியாதை செய்யப்படவில்லை, கோபப்படுத்தப்படவில்லை. அவரும் இதேபோல தனது நிலைமை, சந்தர்ப்பச்சூழல், தான் அப்படியொரு முடிவெடுக்கக் காரணம் போன்றவை பற்றி நான் – வாக்கியங்கள் அடிப்படையிலேயே பேசுகிறார் என்று வைத்துக்கொள்ளுங்கள், இந்த கருத்துப் பரிமாற்றம் ஓரளவு எளிதானதாக இருக்கும்; தீர்வும் கொஞ்சம் இனிமையானதாக இருக்கும்.

'நான் – வாக்கியங்கள்' அமைத்துப் பேசுவதற்கான சில விதிமுறைகள் இருக்கின்றன:

உங்களைப் பற்றி, உங்கள் உணர்வுகள், தேவைகள், கருத்துக்கள் பற்றி மட்டுமே பேசுங்கள்.

உங்கள் அனைத்து வாக்கியங்களையும் 'நான்' என்றே தொடங்குங்கள்.

பொத்தாம்பொதுவாக, மேலோட்டமாக, மூடிப்பொதிந்து பேசாமல், பிரச்சினையைத் தெளிவாகச் சுட்டிக்காட்டிப் பேசுங்கள். கேட்பவர் உங்கள் நிலைப்பாட்டை, உணர்வு களைத் துல்லியமாகப் புரிந்துகொள்ள அது மிகவும் உதவும்.

எதிரே நிற்பவரைக் குறை சொல்லாமல், குற்றம் கண்டுபிடிக்காமல், அவமரியாதை செய்யாமல், அவதூறு பேசாமல், அவரது குணநலன்களைக் கேள்விக்குள்ளாக்காமல் பேசுங்கள்.

உங்கள் உணர்வுகளை மையப்படுத்திப் பேசும் அதே வேளையில், கையிலிருக்கும் பிரச்சினையைத் தீர்க்க நீங்கள் என்னென்ன நடவடிக்கைகள் எடுக்க தயாராயிருக்கிறீர்கள் என்றும் விளக்கிச் சொல்லுங்கள்.

எதிரே நிற்பவர் பதில் சொல்வதைக் கேட்க நீங்கள் தயாராயிருப்பதைச் சொல்லி, அவர்தரப்புக் கருத்துக்களை உண்மையாகவே கேளுங்கள்.

இப்படி "நான் – வாக்கியங்கள்" பயன்படுத்திப் பேசுவது தனிமனித வாழ்வில் மட்டுமல்ல, உங்கள் தொழிலிலும் மிகவும் உதவும்.

மனித வாழ்வின் அடிப்படையே தகவல் பரிமாற்றம்தான். இதனை நான்கு காரணிகள் தீர்மானிக்கின்றன. உங்கள் விழுமியங்கள் (*values:* உங்களுக்கு எது முக்கியம்?), உங்களின் உள்வாங்கல் அல்லது புரிதல் (*perceptions:* விடயங்களை எப்படிப் பார்க்கிறீர்கள், கேட்கிறீர்கள், சிந்திக்கிறீர்கள், உணர்கிறீர்கள்), உங்கள் அனுமானங்கள் (*assumptions*), உங்களின் தகவல் தொடர்பு பாணி (*communication style:* பயன்படுத்தும் வார்த்தைகள், உடல்மொழி போன்றவை)..

இதில் நான்கு தகவல் பரிமாற்ற முறைகளை நிபுணர்கள் சுட்டிக்காட்டுகிறார்கள். ஒன்று, முரட்டுத்தனமானப் (*aggressive*) பரிமாற்றம்: வன்முறையான உடல்மொழியோடு குரலை உயர்த்தி, ஆவேசமாகத் திட்டுவது, பொதுமைப்படுத்திப் பேசுவது, குத்திக்காட்டுவது, ஏளனமாகப் பேசுவது, தாழ்மைப் படுத்துவது போன்றவை.

மந்தமானப் (*Passive*) பரிமாற்றம்: சன்னமான குரலில், மெதுவாகப் பேசி, சிரத்தையின்றி, எதிரே நிற்பவர் கேட்பதற்கெல்லாம் இசைவு தெரிவித்து, மன்னிப்புக் கேட்டு, ஒதுங்கிப் பதுங்கிச் செல்வது.

மட்டுப்படுத்திய முரட்டுத்தனமான (*Passive-aggressive*) பரிமாற்றம்: கைகளைக் கட்டிக்கொண்டு, ஈடுபாடின்றி, விருப்பமின்றி, ஏனோதானோவென பட்டும்படாமலும் விலகிச் செல்வது.

உறுதியான (*Assertive*) பரிமாற்றம்: கால்களை உறுதியாக ஊன்றி, நேராக நின்று, கண்களைப் பார்த்து, தெளிவான உரத்தக் குரலில், விவாதிக்கும் விசயத்தைப் பற்றி மட்டுமே, 'நான்–வாக்கியங்களோடு' பொறுப்புணர்வுடன் பேசுவது.

மற்றவர்களுக்கு உரிய மரியாதையை, அங்கீகாரத்தை வழங்கி, அதே நேரம் உங்களின் உணர்வுகளை, எண்ணங்களை, தேவைகளைத் தெளிவாக, வெளிப்படையாக, நேரடியாக எடுத்துரைத்து, உங்களின் உரிமைகள், ஈடுபாடுகளைக் காத்துக்கொள்வதுதான் உறுதிப்பாட்டுடன் கூடிய தகவல் பரிமாற்ற முறை. நமது தனிப்பட்ட வாழ்க்கையிலும் பணியிடத்திலும் இந்த உறுதிமுறையைக் கடைப்பிடித்து வந்தால் வாழ்க்கை எளிதாகும், இனிதாகும், வெற்றியளிக்கும்.

4

பேச்சுத் திறன் – 2

தகவல் பரிமாற்றமுறைகள் போலவே, பேச்சிலும்கூட நான்கு வகைகளைக் கண்டறி கிறோம். முதலில் திண்ணைப் பேச்சு *(Small talk):* திண்ணையில், தேநீர்க்கடையில், முடிதிருத்தகத்தில் காலநிலை பற்றியோ, கொரோனா குறித்தோ, விலைவாசி தொடர்பாகவோ, அல்லது கிண்டலும் கேலியுமாகவோ பேசுகிற ஆபத்தற்ற அளவளாவல்கள். இவற்றில் பெரிய உள்ளர்த்தங்கள் இருப்பதில்லை. அதேபோல, உறவுகள் முறிவதற்கான வாய்ப்புக்களும் இருக்காது.

இரண்டாவது, கட்டுப்படுத்தும் பேச்சு *(Control talk):* தகவல் பரிமாற்றம் எதுவுமில்லாமல் வெறுமனே ஆணையிடுவது, அதட்டுவது, மிரட்டுவது, ஒடுக்குவது, சண்டையிடுவது, அறிவுரைப்பது, வழிகாட்டுவது போன்ற பேச்சுக்கள். முதலாளி – தொழிலாளி, பெற்றோர் – குழந்தைகள் போன்றோருக் கிடையே நடக்கும் இம்மாதிரிப் பேச்சுக்களிலும் பெரிய உள்ளர்த்தங்கள் இருப்பதில்லை; ஆனால் உறவுகள் முறிவதற்கான வாய்ப்புக்கள் ஏராளம் உண்டு.

மூன்றாவது தேடல் பேச்சு *(Search talk):* கலந்தாலோசித்தல், பகுப்பாய்வு செய்தல், விவாதித்தல், விளக்குதல், விவரித்தல் போன்றவை. இவற்றில் உள்ளர்த்தங்கள் அதிகமிருந்தாலும், உறவுகள் முறிவதற்கான வாய்ப்புக்கள் பெரிதாக இருப்பதில்லை.

நான்காவதாக, நேர்படப் பேசுதல் *(Straight talk)*: கவனத்துடன், இதயம் திறந்து, ஆழமான புரிதலுடன், மனம்விட்டுப் பேசுவது. இம்மாதிரிப் பேச்சில் உள்ளர்த்தங்களும் அதிகமிருக்கும், உறவுமுறியும் வாய்ப்புக்களும் அதிகமிருக்கும்.

சமற்கிருதத்திலும் நான்கு வகையான பேச்சுக்களைக் குறிப்பிடுகிறார்கள். முதலாவது, இரண்டுபேருக்கிடையே 'உண்மை' எதுவென்று கண்டறிய நடக்கும் 'வாதம்.' இரண்டாவது, தன்னுடைய நிலைப்பாடு மட்டும்தான் சரி, எதிராளி நிலைப்பாடு முற்றிலும் தவறானது என்று உறுதியாய் எண்ணிக்கொண்டு, அவரைத் தோற்கடித்துத் தன்பால் இழுக்க நடத்தப்படும் 'ஜல்பம்' (சொற்போர்).

மூன்றாவது, அடுத்தவர் சிந்திக்கும் வழியிலேயே சென்று அவர் போலவே வாதிட்டு, அவரது நிலைப்பாட்டைக் கேலியும் கிண்டலும் செய்யும் 'விதண்டாவாதம்' (எள்ளிநகையாடல்). நான்காவது, தன்னெதிரே நிற்பவரின் அறிவை, திறமையை, மாண்பை, கண்ணியத்தைச் சந்தேகிக்காமல், கேள்விக்குள்ளாக் காமல், அவரது புரிதலை அல்லது நிலைப்பாட்டைத் தெளிவாக விளங்கிக் கொள்வதற்காக நடத்தப்படும் மனந்திறந்த 'சம்வாதம்' (கருத்துப் பரிமாற்றம்). இந்த நேர்படப் பேசும் திறத்தைத் திட்டமிட்டு வளர்த்தெடுத்தாக வேண்டும்.

இப்பூவுலகில் உயிர்வாழ வேண்டுமென்றால் பேசத் தெரிய வேண்டும். தனிப்பட்ட வாழ்க்கை போலவே, செய்யும் வேலையிலும் பேச்சு மிகவும் முக்கியம். "கற்றது உணர விரித்துரைத்தல்" என்கிறார் வள்ளுவர். அதாவது தாம் கற்றவை களைப் பிறரும் அறியும்படியாக விளக்கிச் சொல்லும் வல்லமை நமக்கு வேண்டும். எந்த வேலையை நீங்கள் தேர்ந்தெடுத் தாலும், உங்கள் அறிவை, திறமைகளை, அனுபவங்களைப் பிறரோடு பகிரவேண்டிய தேவை கட்டாயம் எழும். இந்தத் திறமை இல்லாதவர்களை "நாறா மலரனையர்" (மணம் வீசாத மலரைப் போன்றவர்கள்) என்று வள்ளுவர் குறிக்கிறார். செய்யும் தொழிலில் மணம் வீசுவது என்பது தெளிவாகப் பேசத் தெரிந்திருப்பதுதான்.

பேசத் தெரிவது போலவே, நம் கேள்விகளை, சந்தேகங்களை, நமக்குத் தெரியாதவற்றைப் பிறரிடம் கேட்கவும் தெரியவேண்டும். "மதுரைக்கு வழி வாயிலே" என்று எனது நண்பர் ஒருவர் அடிக்கடி கூறுவார். அதாவது "மதுரைக்குப் போகவேண்டும் என்றால், வாயைத் திறந்து வழியைக் கேள்" என்று சொல்கிறது இந்த முதுமொழி. கேட்காத தகவல் கிடைக்காது. "கேளுங்கள் தரப்படும், தட்டுங்கள் திறக்கப்படும்!" என்பதுதானே விதி.

தனிப்பட்ட முறையில் உங்கள் எண்ணங்களை, கருத்துக்களை எடுத்தியம்புவதும், உங்கள் கேள்விகளை, சந்தேகங்களைக் கேட்பதும் போலவே, உங்களோடு வேலை செய்யும் பத்துக்கணக்கான ஊழியர்கள் மத்தியில் ஏதாவது ஒரு விடயம் குறித்து ஒரு வழங்குரை (presentation) செய்யவேண்டிய தேவையும் எழலாம். அப்போது நீங்கள் என்னென்ன செய்ய வேண்டும்?

உங்களை அறிமுகம் செய்துகொண்டு, பார்வையாளர்களை உற்றுநோக்கி, அவர்களின் கண்களைப் பார்த்து, உற்சாகமூட்டும் வகையில், களிப்பூட்டும் முறையில் சக்தியோடு பேசுங்கள்.

குறிப்புக்கள் வைத்துக்கொண்டு பேசலாம். ஆனால் எக்காரணம் கொண்டும் எழுதிவைத்துப் படிக்காதீர்கள். நீங்கள் சொல்லவேண்டியவற்றைத் தெரிந்துகொண்டு, சுருக்கிச் சொல்லி, அதனைத் திருப்பிச் சொல்லி, விறுவிறுப்பான ஒரு மேடை நிகழ்வாக நடத்துங்கள்.

எல்லோரும், எப்போதும் செய்வதுபோல அல்லாமல், உங்கள் வழங்குரையைத் தனித்துவத்துடன் நடத்துங்கள். உங்கள் பார்வையாளர்களை ஆச்சரியப்படுத்துங்கள். நீங்கள் பதற்றத்துடன் இருந்தால், பார்வையாளர்களும் பதற்றத்துடனேயே இருப்பார்கள். நீங்கள் பேசும் கருத்துக்களைவிட, உங்கள் பரபரப்பின்மீதே அவர்கள் கவனம் செலுத்துவார்கள். எனவே அதனைத் தவிர்ப்பது மிக முக்கியம்.

அனாயாசமாக, இனிமையாகப் புன்னகைத்தவாறே, அந்த அனுபவத்தை ரசித்துப் பேசுங்கள். ஆழமாக மூச்சுவிட்டவாறே, குரலைச் சரியாக்கிக்கொண்டு, மிதமான வேகத்தில், தெளிவாகப் பேசுங்கள். தேவைப்படும்போது, சற்றே நிறுத்திக்கொண்டு தொடருங்கள்.

உங்கள் அனுபவத்தை மிகவும் ரசித்தவாறே, பார்வையாளர்களின் நட்பை அனுபவித்தவாறே, அவர்களுக்கும் இதனை ஒரு மகிழ்ச்சியான அனுபவமாக மாற்றுங்கள்.

தொழில் வெற்றிக்கு இது ஒரு மிக முக்கியமான திறன். ஒருவேளை, உங்களுக்குள் அச்சமோ தயக்கமோ இருந்தால், முதலில் நிலைக்கண்ணாடி முன்நின்று பேசிப் பழகுங்கள். பின்னர் உங்கள் குடும்ப உறுப்பினர்கள், நண்பர்கள் சிலரை அமரவைத்து அவர்கள் முன்னால் பேசிப்பாருங்கள். நாளடைவில் வழங்குரை வித்தை எளிதில் கைவசமாகும்.

இந்த வழங்குரை போலவே, உங்கள் பணியிடத்தில் இன்னொரு பேச்சுத் தேவையும் எழலாம். அது ஓர் அலுவலகக் கூட்டத்தை வழிநடத்தும் (facilitation) கடமையாகும்.

முந்தி இருப்பச் செயல்   31

மேற்குறிப்பிட்டது போலவே, ஓர் அலுவலகக் கூட்டத்தைத் திறம்பட நடத்தவும் சில படிநிலைகள் உள்ளன:

நேர்த்தியான உடையணிந்து, தன்னம்பிக்கையோடு நிமிர்ந்து நின்று, இன்முகத்தோடு, துல்லியமான அறிமுகத் தோடு கூட்டத்தை ஆரம்பியுங்கள். கூட்டத்தின் நோக்கத்தை, விவாதிக்கவிருக்கும் விடயத்தை உயிரோட்டத்தோடு விளக்கிச்சொல்லி, ஒரு நல்ல தொடக்கத்தை வழங்குவது வழிநடத்துபவரின் முதன்மையான, முக்கியமான உத்தி.

பேசப்படும் விடயம் குறித்த ஆர்வத்தையும் ஈடுபாட்டையும் பங்கேற்பாளர்கள் மத்தியில் உருவாக்கி, அவர்கள் அனைவரும் பேசுவதை மேலாண்மை செய்து, ஒவ்வொருவராகப் பேசவைப்பது இன்றியமையாத அம்சம்.

இனியதோர் சூழலை உருவாக்கி, அனைவரும் தங்கள் கருத்துக்களைப் பகிர ஊக்குவிக்க வேண்டும். அவர்களின் பங்களிப்புக்களில் தேவையானவை, தேவையற்றவைகளைப் பகுத்தறிந்து, அவற்றுக்குள் ஓர் ஒத்த கருத்தை உருவாக்க வேண்டும்.

கூட்டம் சோர்வடைந்தால் அல்லது கவனம் சிதறினால், உங்கள் கருத்து, சிந்தனை ஒன்றைச் சொல்லி, பயனுள்ள ஒரு சர்ச்சையை முன்மொழிந்து, விவாதம் சரளமாக நடக்க உதவ வேண்டும்.

தொடர்புடைய கேள்விகள் கேட்டு, கிடைக்கும் பதில்களை இன்னுமொருமுறை எடுத்துச்சொல்லி, கூட்டத்தைக் குறிப்பிட்ட இலக்கு நோக்கி இட்டுச்செல்வது மிகவும் முக்கியம்.

கூட்டத்தில் இருப்போரிடம் கலந்துரையாடி, ஒரு தேர்ந்த ஆசிரியர் வழங்கும் திறமிக்க கல்வி அனுபவம்போல அக்கூட்டத்தை மாற்றுங்கள்.

இறுதியில், கூட்டத்தில் எடுக்கப்படும் முடிவுகளை அனைவருக்கும் எடுத்துச்சொல்லி, அவர்களின் ஆமோதிப்பைப் பெற்றுக் கூட்டத்தை இனிதே நிறைவு செய்யுங்கள்.

தனிப்பட்ட வாழ்விலும் பணி வாழ்க்கையிலும் மட்டுமல்ல, பொதுவாழ்க்கைக்கும் பேச்சுத்திறன் மிக முக்கியம். பள்ளி, கல்லூரி ஆசிரியர், வழக்குரைஞர், மத போதகர் போன்ற வேலைகளுக்குத் தேவைப்படும் மேடைப்பேச்சுத் திறன் ஒரு மிக முக்கியமான திறன்.

5

பேச்சுத் திறன் – 3

எனக்கெதற்கு மேடைப்பேச்சுத் திறன்? நான் என்ன அரசியல்வாதி ஆகப்போகிறேனா, அல்லது ஆசிரியர் ஆகப்போகிறேனா என்று நீங்கள் கேட்கலாம். ஆனால் இந்தத் திறன் இல்லாமல், நவீன வாழ்க்கையை நீங்கள் வாழ முடியாது, சமூகத்துக்கு எந்தப் பங்களிப்பும் செய்ய முடியாது

உங்கள் ஊரில் ஒரு கோவில் திருவிழா நடக்கிறது; அதில் பங்கேற்று ஒரு விருந்தினரை வரவேற்கவேண்டிய தேவை எழலாம்; அல்லது உங்கள் கிராமசபைக் கூட்டத்தில் ஒரு மக்கள் பிரச்சினைப் பற்றி உங்கள் கருத்தைச் சொல்ல வேண்டி வரலாம். நாளை உங்கள் குழந்தை படிக்கும் பள்ளியின் பெற்றோர்–ஆசிரியர் சங்கக் கூட்டத்தில் ஒரு விடயம் குறித்து நீங்கள் பேசவேண்டி வரலாம்.

மேடைப்பேச்சுத் திறன் மிக முக்கியமானது. அது ஆயிரத்தோடு ஒருவனாய் இருக்கும் உங்களை ஆயிரத்தில் ஒருவனாக்கும். ‘இவன் ஓர் ஆளே இல்லை’ என்று பலர் கருதிக்கொண்டிருக்கும் உங்களை ‘இவர் ஓர் ஆளுமை’ என்று ஆக்கும்.

மேடைப்பேச்சுத் திறனுக்குப் பெரும் தடையாக இருப்பவை மேடைப் பயமும் சுய சந்தேகமும். இவற்றைக் கடக்கும் வித்தையைத் தெரிந்துகொண்டால், நீங்கள் ஐம்பது விழுக்காடு பேச்சாளர் ஆகிவிட்டீர்கள் என்று அர்த்தம்.

முதலில் இந்த மேடை பயம் இல்லாத பேச்சாளர் யாருமே இல்லையென்று உணருங்கள்.

உண்மையில், இந்தப் பயம் மிகவும் அவசியமான ஒன்று. காரணம், இந்த அச்சம்தான் உங்களை நன்றாகப் பேசவே வைக்கிறது.

ஆனால் இந்த அச்சம் உங்களைச் செயலிழக்கச் செய்யும் அளவுக்கு அதிகமாக இருக்கக்கூடாது; அவ்வளவுதான். மேடை பயம் அளவுக்கதிகமாகிப் போனால், வாய் வறண்டு போகும் கை கால்கள் நடுங்கும்; தெளிவாகச் சிந்திக்க இயலாது; கோர்வையாகப் பேச முடியாது; 'மேடையிலிருந்து இறங்கிப் போய்விடு' என்று அது உங்களை விரட்டும்.

விரட்டும் அந்தப் பயத்தை, எதிர்த்து நின்று மிரட்டுவதுதான் ஒரே வழி. பேசத் தொடங்கும் முன்னால், ஓர் ஐந்து நிமிடங்கள் வேறு எதுவும் செய்யாமல், யாரிடமும் பேசாமல், அமைதியாக இருங்கள். பத்து முறை ஆழமாக மூச்சை உள்ளே இழுத்துச் சில விநாடிகள் உள்ளுக்குள் நிறுத்திவைத்துக்கொண்டு, மெதுவாக மூச்சை விடுங்கள்; இது உங்களை ஆசுவாசப்படுத்திவிடும். கொஞ்சம் தண்ணீர் குடித்து வாயை ஈரமாக்கிக் கொள்ளுங்கள்.

இது உங்களைப் பேச்சு மேடையில் ஏற்றும் தருணம்தானே தவிர, தூக்கு மேடையில் ஏற்றும் நிகழ்வல்ல என்று முழுவதுமாக உள்வாங்கிக் கொள்ளுங்கள். இது ஒன்றும் வாழ்வா, சாவாப் பிரச்சினை அல்ல என்றும் புரிந்து கொள்ளுங்கள்.

ஏதாவது தப்பாகச் சொல்லிவிடுவோமோ, நம்மைப் பார்த்து மற்றவர்கள் ஏளனம் செய்வார்களோ, சிரிப்பார்களோ என்றெல்லாம் ஐயங்கள் மனத்தில் எழலாம். உங்கள் கருத்தை நீங்கள் சொல்லப் போகிறீர்களே தவிர, யாரையும் வசீகரிப்பதோ, யாருடைய பாராட்டையும் பெறுவதோ உங்கள் நோக்கமல்ல.

எதைப் பற்றி, யார் முன்னால், எவ்வளவு நேரம் பேசப் போகிறீர்கள் எனும் மூன்று விடயங்கள் முக்கியமானவை. நீங்கள் பங்கேற்கப்போவது குழு விவாதமா, சொற்போரா, பட்டிமன்றமா, ஆய்வரங்கமா என்பதும் முக்கியம்.

நீங்கள் பேசப்போகும் பொருள் குறித்து நிறைய தெரிந்து கொள்ளுங்கள். அது உங்கள் தன்னம்பிக்கையை உறுதிசெய்யும். இருநூறு கல்லூரி மாணவர்களிடம் பேசப் போகிறீர்களா அல்லது இருபது தொழில்வல்லுநர்கள் முன்னால் பேசப் போகிறீர்களா என்பதும் முக்கியம். அதற்கேற்றாற்போல் உங்கள் பேச்சின் உள்ளடக்கத்தை, தன்மையை, நடையை, தொனியை, குரலை அமைத்துக்கொள்ள வேண்டிவரும்.

ஐந்து நிமிட வாழ்த்துரையா அல்லது அரைமணி நேரச் சிறப்புரையா என்பதும் முக்கியம். அதற்கேற்ற முன்தயாரிப்போடு நீங்கள் செல்வது அவசியம். தங்களின் பொன்னான

நேரத்தை ஒதுக்கி, உங்கள் உரையைக் கேட்க வருகிறவர்களை வெறுங்கையோடு அனுப்புவது பெரும் தவறு.

என்ன பேசப்போகிறீர்கள் என்பதற்கான வரைபடத்தை மனத்திலோ அல்லது காகிதத்திலோ தயாரித்துவைத்துக் கொள்ளுங்கள். பார்வையாளர்களை எப்படி விளிப்பது, எங்கே தொடங்குவது, எப்படித் தொடர்வது, என்னென்ன கருத்துக்களை, வாதங்களை முன்வைப்பது, எப்படி முடித்துக் கொள்வது எனும் எல்லைக்கோடுகளைக் குறித்து வைத்துக் கொண்டால், உங்களுக்குள் ஒரு தெளிவு பிறக்கும்:

- உங்களைக் கேட்போர் எதைத் தெரிந்துகொள்ள வேண்டும் என்று நீங்கள் விரும்புகிறீர்கள்?
- அதை அவர்கள் தெளிவாக, எளிதாகப் புரிந்து கொள்ளும் விதத்தில் உங்கள் கருத்துக்களை அமைத்துக் கொள்ளுங்கள்.
- நீங்கள் பகிரவிருக்கும் முக்கிய விடயங்களையும் துணை விடயங்களையும் தரவுகளுடன் ஒழுங்கமைத்துக் கொள்ளுங்கள்.
- உயிரோட்டத்தோடு, உண்மையான உற்சாகத்தோடு, உணர்வுபூர்வமாகப் பேசுங்கள்.
- எளிய, இனிய, துல்லிய மொழிநடையில் சுற்றி வளைக்காமல் நேரடியாக மனம்திறந்து பேசுங்கள்.
- கேட்போர் கண்களைப் பார்த்து, ஏற்ற இறக்கங்களோடு பேசி, சில இடங்களில் நிறுத்தி, கொஞ்சம் அமைதிகாத்து, உரிய உடல் அசைவுகளோடு பார்வையாளர்களைக் கட்டிப்போடுங்கள்.
- குறிப்பு வைத்துக்கொள்ளுங்கள், ஆனால் எழுதிவைத்துப் படிக்காதீர்கள்.

மூன்று குறிப்பிட்ட அம்சங்களைக் கொண்டவர்களை "இகல்வெல்லல் யார்க்கும் அரிது" என்று பட்டியலிடும் திருவள்ளுவர், முதன்மையாகக் குறிப்பிடுவது "சொலல்வல்லான்" என்பதைத்தான். "சோர்விலான், அஞ்சான்" என்பவையெல்லாம் அதற்கு பிறகுதான் என்கிறார்.

பேச்சுத் திறன் குறித்த சில பொதுவான விடயங்களை மனத்தில் கொள்ளுங்கள்:

1. எவ்வளவு அதிகமான மொழிகளைத் தெரிந்துகொள்ள முடியுமோ, அவ்வளவு மொழிகளைத் தெரிந்து வைத்துக்

கொள்ளுங்கள். மூன்று நான்கு இந்திய மொழிகளையும், இரண்டு மூன்று சர்வதேச மொழிகளையும் அறிந்து வைத்திருப்பது உங்களை மிக முக்கியமானவராக மாற்றும். அனைத்துத் தொழில்களுக்கும், அனைத்துத் துறைகளுக்கும் மொழித் திறன் தேவையான ஒன்று.

2. ஆங்கில மொழியில் கட்டாயம் பாண்டித்தியம் பெறுங்கள். தினமும் ஆங்கில நாளிதழ் ஒன்றை ஒரு மணி நேரமாவது படியுங்கள். இரண்டு குறிப்பேடுகளை வைத்துக்கொள்ளுங்கள். ஒன்றில் தினமும் ஐந்து புதிய வார்த்தைகளை அவற்றின் அர்த்தம், பயன்பாடு போன்றவற்றோடு எழுதுங்கள். இன்னொரு குறிப்பேட்டில் ஐந்து புதிய வாக்கிய அமைப்புகளை எழுதியெடுத்துக் கொள்ளுங்கள். அன்றைய நாள் முழுவதும் வாய்ப்புக் கிடைக்கும்போதெல்லாம், அந்த வார்த்தைகளை, வாக்கியங்களை அவ்வப்போது நினைவில் கொணர்ந்து மனத்தில் நிலைநிறுத்திக் கொள்ளுங்கள். இந்த வார்த்தை, வாக்கியச் செழுமை அதிகரிக்கும்போது, மொழிப் புலமை எளிதில் கைகூடும்.

3. தமிழறிந்தோரிடம் தமிழிலேயே பேசுவது என்று உறுதியெடுத்துக்கொள்ளுங்கள். ‘வணக்கம், நன்றி, தயவுசெய்து, மன்னித்துக்கொள்ளுங்கள்’ போன்ற வார்த்தைகளைப் பயன்படுத்துங்கள். ஆங்கிலம் பேசும்போது எப்படி தமிழ் கலப்பதில்லையோ, அதேபோல தமிழ் பேசும்போது ஆங்கிலம் கலக்காதீர்கள். ‘ஜி’ எனும் ஒட்டுச் சேர்த்துப் பேசாதீர்கள்.

4. உடல் மொழியில் கவனம் செலுத்துங்கள். அது உங்களின் தன்னம்பிக்கையைப் பறைசாற்றட்டும். பெண்களோடு பேசும்போது அவர்களின் முகத்தை, கண்களைப் பார்த்துப் பேசுங்கள்; அவர்களையும் பேச அனுமதித்து, அவர்களின் கருத்துக்களைக் கேளுங்கள்

5. இயற்கையாகப் பேசுங்கள். உங்கள் ஊர்ப் பேச்சுவழக்கு உங்களின் அடையாளம் என்றுணருங்கள். “கனியிருப்பக் காய் கவர்ந்தற்று” எனக்கொண்டு இனிய வார்த்தைகளை நட்பொழுகப் பேசுங்கள்.

6

எழுத்துத் திறன்

எழுத்துத் திறன் என்றால் சாவி, சுந்தர ராமசாமி, ஜெயமோகன், நாஞ்சில் நாடன், பொன்னீலன், மலர்வதி போல எழுதுவதன்று. அப்படி எழுத முடிந்தால், அதைவிடப் பெரும்பேறு வேறெதுவும் கிடையாது. நாம் விவாதிக்கும் எழுத்துத் திறன் உங்கள் எண்ணங்களை, கருத்துக்களை, திட்டங்களைத் தெளிவாக, நேர்த்தியாக எழுத்து வடிவில் பதிவு செய்வதையும், உங்கள் பணியிடத்தில் எழும் அதற்கான தேவையையும் பற்றித்தான்.

சமூக ஊடகங்களின் பயனாக இன்று பலரும் எழுதுகிறோம். இது ஒரு வரவேற்கத்தக்க முன்னேற்றம்தான் என்றாலும், பணிச்சூழலில் முறைப்படியான எழுத்துக்குரிய இலக்கணத்தைக் கடைபிடிப்பது மிகவும் அவசியமாகிறது.

எழுதுவதும் ஆவணப்படுத்துவதும் நவீன பணிச்சூழலின் முக்கியமான அம்சங்களாக மாறியிருக்கின்றன. நீங்கள் எந்த வேலை செய்தாலும், குறிப்புகள் எடுத்துப் பாதுகாக்க வேண்டிய தேவையிருக்கும். கடிதங்கள், மின்னஞ்சல்கள், குறிப்பாணைகள், புகார் மனுக்கள், நாட்குறிப்புக்கள், திட்ட அறிக்கைகள் (project reports), ஒப்பந்தங்கள், உடன்படிக்கைகள், விளம்பரங்கள், பத்திரிகைச் செய்திகள், நடுப்பக்கக் கட்டுரைகள் எனப் பற்பல விடயங்கள் எழுத வேண்டிய தேவை எழலாம்.

இவற்றைத் தன்னம்பிக்கையோடு தயாரிப்பதற்கு அடிப்படைத் தேவை எழுத்துப்பிழை,

முந்தி இருப்பச் செயல்

இலக்கணப்பிழை, சொற்குறிகள் பிழை போன்றவை எழாமல், இல்லாமல் எழுதத் தெரிந்திருப்பதுதான்.

"இயேசு விடுவிக்கிறார்" என்ற அழைப்பில் உள்ள ஒரு சிறு தவறு நீங்கள் சொல்வதின் முழு அர்த்தத்தையும் மாற்றி விடுகிறது. இயேசு வீடு விற்கும் ரியல் எஸ்டேட் ஏஜெண்ட் அல்ல. வட்டாட்சியரிடம் "தாங்கள் தேரில் வந்து விசாரிக்கவும்" என்று விண்ணப்பம் வைத்தால், அவர் இந்தப் பிறவியில் அங்கே வருவதற்கு வாய்ப்பே இல்லை. பாவம் அவர் தேருக்கு எங்கே போவார்?

இலக்கணப் பிழை இல்லாமல் எழுதுவதும் மிக முக்கியம். "நாயும் பூனையும் சண்டையிட்டது" என்பது தவறானது, "சண்டையிட்டன" என்று எழுவதுதான் சரி எனும் விதிமுறை களை எல்லாம் அறிந்தே ஆகவேண்டும். உயிரெழுத்துக்களின் முன்னால் 'ஓர்' எனும் பெயர்ச்சொல்குறியையும், மெய்யெழுத்துக் களின் முன்னால் 'ஒரு' எனும் பெயர்ச்சொல்குறியையும் பயன்படுத்த வேண்டும் எனும் அடிப்படைவிதி தெரிந்தே ஆக வேண்டும்; தெரியவில்லையென்றால் படித்தே ஆகவேண்டும்.

அதேபோல, உங்கள் எழுத்தில் ஒரு சிறு சொற்குறிகூட உங்கள் வாக்கியத்தின் அர்த்தத்தைத் தலைகீழாக மாற்றிவிடும் என்றும் தெரிந்திருக்க வேண்டும். "கபீர், மாமா வந்திருக்கிறார்" எனும் வாக்கியமும், "கபீர் மாமா வந்திருக்கிறார்" எனும் வாக்கியமும் முற்றிலும் வெவ்வேறு அர்த்தங்களைத் தருவன.

ஆங்கிலத்தில் எழுதும்போது எழுத்துப் பிழை, இலக்கணப் பிழை போன்றவற்றைக் கணினியே ஓரளவு சரிசெய்து விடுகிறது. ஆனாலும் ஒரு படைப்பின் அச்சாணியாக இருப்பது எழுதுபவரின் கைவண்ணமும் கலைவண்ணமும்தானே?

பணியிடங்களில் எழுதப்படும் படைப்புகளுக்கு நான்கு முக்கியமான நோக்கங்கள் இருக்கின்றன: தகவல் தெரிவிப்பது, வேண்டுகோள் விடுப்பது, ஆவணப்படுத்துவது, கற்பிப்பது ஆகியன. ஒரு குறிப்பிட்ட படைப்பை எழுதத் தொடங்கும் முன்னர், அதன் முக்கிய நோக்கம் என்னவென்று தீர்மானித்துக் கொள்ளுங்கள்.

அதேபோல, நீங்கள் எழுதத் தொடங்கும்போது, எதைப் பற்றி எழுதப் போகிறீர்கள் என்றும் துல்லியமாக அறிந்து கொள்ளுங்கள். நீங்கள் எழுதுவதை வாசிக்கப் போகிறவர் யார் என்பதையும் தெளிவாகத் தெரிந்துகொள்ளுங்கள். இச்செயல்பாட்டில் உங்களின் பங்கு, கடமை என்னென்ன

வென்றும் சரியாகப் புரிந்துகொள்ளுங்கள். கீழ்க்காணும் படிநிலைகளை உள்வாங்கிக் கொள்ளுங்கள்:

- உங்கள் தகவல்கள் அனைத்தையும் குறித்துக் கொள்ளுங்கள்,
- உங்கள் வாசகர்கள் பற்றிய விவரங்களைத் திரட்டுங்கள்,
- உங்கள் படைப்பின் அடிப்படை நோக்கம் என்னவென்று அறியுங்கள்,
- ஒழுங்கமைத்துக் கொள்ளுங்கள்,
- எழுதுங்கள்,
- ஓர் இடைவேளை எடுத்துக் கொள்ளுங்கள்,
- திரும்பப் படித்துப்பார்த்துப் படைப்பைச் சக்திமிக்கதாக மாற்றுங்கள்,
- படைப்பை முழுமையானதாக மாற்றத் தேவையான திருத்தங்களைச் செய்யுங்கள்.

ஒழுங்கமைத்துக் கொள்ளுங்கள் என்று எளிதாகச் சொல்லிவிடலாம். ஆனால் அதை எப்படிச் செய்வது?

என்ன எழுதப் போகிறோம் என்பதை மனக்கண்ணால் பாருங்கள். நீங்கள் பகிரவிருக்கும் விடயங்களை முக்கியத்துவத்துக் கேற்ப வரிசைப்படுத்துங்கள். அவற்றை காலவரிசைப்படி அடுக்கிக்கொள்ளுங்கள். பொதுவான விடயங்களை முதலில் சொல்லிவிட்டு, சிறப்பான விடயங்களுக்கு நகருங்கள். நீங்கள் சொல்ல விரும்பும் சாதக–பாதகங்களை, பண்புகள்–பயன்களை அட்டவணைப்படுத்துங்கள். இவற்றையெல்லாம் வேறுபடுத்திக்காட்டும் தலைப்புக்களைக் குறித்துக்கொள்ளுங்கள்.

இந்த ஒழுங்கமைப்பு வேலையைச் செய்துவிட்டு, நீங்கள் எழுத வேண்டியதை வேகமாக, நிறுத்தாமல், கவனச்சிதைவு இல்லாமல், பயப்படாமல் எழுதிவிடுங்கள். எழுதும்போது கீழ்க்காணும் விடயங்களை மனத்திற்கொள்ளுங்கள்:

- உங்கள் படைப்பைப் படிப்பவரை மையப்படுத்தி எழுதுங்கள். அவருக்கு இதில் என்ன இருக்கிறது என்பதுதான் மிக முக்கியமான அம்சம்.
- சுருங்கச்சொல்லி விளங்க வையுங்கள்; வழவழ கொழகொழ என்று இழுக்காதீர்கள்.
- மிக நீண்ட, சிக்கலான வாக்கியங்களைத் தவிர்த்து விடுங்கள்.

- எதிர்மறையான சொற்களை, கருத்துக்களை, உணர்வுகளைப் புறந்தள்ளிவிட்டு நேர்மறையானவற்றைப் பயன்படுத்துங்கள்.

- ஒவ்வொரு வாக்கியமும் நேரடி வாக்கியமாக இருக்கட்டும். "நாங்கள் இந்தப் பொருளின் தரம் குறித்து உங்களுக்கு உறுதியளிக்கிறோம்" என்று சொல்லுங்கள். "இந்தப் பொருளின் தரம் குறித்த உறுதி உங்களுக்கு அளிக்கப்படுகிறது" என்றெழுதுவது நகைப்புக்கிடமாகிவிடும்.

- ஒரு பத்தியில் ஒரு கருத்து இருக்கும்படிப் பார்த்துக் கொள்ளுங்கள்.

- ஒரு பத்தியை அச்சில் பத்து வரிகளுக்குமேல் வராமல் பார்த்துக்கொள்ளுங்கள். வாக்கியங்களும் பத்திகளும் குறுகலாகவும் நீளமாகவும் கலந்திருக்கும்படி எழுதுங்கள்.

- ஒவ்வொரு பத்தியின் முதல் வாக்கியமும் அந்தப் பத்தியின் உள்ளடக்கத்தை முன்மொழியும்படிப் பார்த்துக் கொள்ளுங்கள்.

- ஒவ்வொரு பத்தியிலுள்ள வாக்கியங்களும் ஒன்றுக்கொன்று தொடர்புடையவையாக இருக்கச் செய்யுங்கள். அதேபோல, அனைத்துப் பத்திகளையும் சங்கிலித் தொடர்போல ஒன்றோடொன்று இணைத்து எழுதுங்கள்.

- மேற்படி பத்திகளில் தெரிவிக்கும் கருத்துக்கள் கோவையாக இருக்கின்றனவா என்று சரிபார்த்துக்கொள்ளுங்கள்.

- உங்கள் எழுத்து யாரையும், குறிப்பாக பெண்கள், மாற்றுத்திறனாளிகள், சிறுபான்மையினர் போன்றோரை புண்படுத்தாதவாறு பார்த்துக்கொள்ளுங்கள்.

இவ்வாறு நீங்கள் எழுதிய படைப்பை ஓர் ஓரமாக வைத்துவிட்டு, வேறு வேலைகளைக் கவனியுங்கள். ஓர் இடைவேளைக்குப் பிறகு, எழுதிவைத்திருப்பதை ஒரு மூன்றாம் நபர் போல, விருப்புவெறுப்பின்றிப் படித்துப்பாருங்கள்.

எழுத்து, இலக்கண, சொற்குறிப் பிழைகளைத் திருத்துங்கள். எழுதிவைத்திருப்பது சுருக்கமாக, நறுக்கென இருக்கிறதா என்று பாருங்கள். தேவையற்ற, முறையற்ற வார்த்தைகள், சொற்றொடர்கள், வாக்கியங்களை நீக்கிவிட்டு, மொழிநடையை மேம்படுத்துங்கள். தெளிவற்ற வாக்கியங்களை எளிய, இனிய, நேரடி வாக்கியங்களாக மாற்றுங்கள். தேவைப்படும் தலைப்புக்கள்,

எடுத்துக்காட்டுக்கள், வரைபடங்கள், பட்டியல்கள், பெட்டிச் செய்திகள் போன்றவற்றைச் சேர்த்துக்கொள்ளுங்கள்.

இத்தனைக் கட்டங்களையும் தாண்டிய பிறகும், இறுதியாக மீண்டும் ஒரு முறை உங்கள் படைப்பைப் படியுங்கள். அது அழகியல் கொண்டிருக்கிறதா, தெளிவாக இருக்கிறதா, முழுமையானதாக இருக்கிறதா, வாசிப்பவருக்காக எழுதப்பட்டிருக்கிறதா, நீங்கள் சொல்லும் செய்திக்கு உகந்த குரலும் தொனியும் அதில் இருக்கின்றனவா, உங்கள் முத்திரை பதிக்கப்பட்டிருக்கிறதா எனும் கேள்விகளை உங்களுக்குள் கேட்டுக்கொள்ளுங்கள். இக்கேள்விகள் அனைத்திற்கும் 'ஆம்' என்று நீங்கள் பதிலளித்தால், அந்தப் படைப்பு உங்கள் மேசையை விட்டு வெளியே செல்லலாம்.

7

கேட்கும் திறன் – 1

மனித வாழ்வில் நாம் அதிகம் ஈடுபடும் நடவடிக்கை பேசுவதாக இருந்தாலும், ஏறத்தாழ ஒரு வயது நிறைவடைந்த பிறகுதான் ஒரு மனிதக் குழந்தை பேசத் தொடங்குகிறது. ஆனால் நம் வாழ்வின் முந்தைய நிலையிலேயே கேட்க ஆரம்பித்துவிடுகிறோம். அதாவது தாயின் வயிற்றில் இருக்கும்போதே, மனித சிசு கேட்க பழகிவிடுகிறது.

சிசுவின் முதல் ஒன்பது வாரத்தில் உட்காது உருவாகிறது; பதின்மூன்றாவது வாரத்திலிருந்து வெளிக் காது வடிவம்பெறுகிறது. ஒருவருடைய காதுகள் இன்னொருவரின் காதுகளைப் போல இருப்பதில்லை என்பதைக் கவனித்திருக்கிறீர்களா? ஒவ்வொரு மனிதனின் காதுகளும் தனித்துவத்தோடு இருப்பது மனித உடலின் மகாத்மியங்களுள் ஒன்று.

உலகின் ஒளியைக் காணும் முன்பே, வயிற்றி லிருக்கும் சிசு உட்புற, வெளிப்புற ஒலிகளைக் கேட்க தொடங்குகிறது. தனது பதினாறாவது வாரம் முதலே, ஒரு சிசு தன் அம்மா பேசுவதை, பாடுவதை, இசையைக் கேட்டு ரசிப்பதையெல்லாம் உணர்கிறது.

பூவுலக வாழ்வு தொடங்குவதற்கும் முன்பே கேட்கத் துவங்கும் நாம், சாகும்வரை கேட்கிறோம். மனிதன் சாகும்போது கடைசியாகச் செயலிழப்பது காதுதான் என்று பரவலாக நம்பப்படுகிறது. மரணப்படுக்கையில் கிடக்கும் மனிதரிடம் உயிர் பிரியும் தருவாயில் அவருடைய குழந்தை களும் உறவினர்களும் அவரிடம் பேசுவதைப்

சுப. உதயகுமாரன்

பார்த்திருக்கிறீர்களா? யார் யார் உடனிருக்கிறோம் என்று அவருக்குச் சொல்லி, "நாங்கள் சொத்துக்களைச் சண்டையிடாது பிரித்துக்கொள்வோம்," "ஒருவரையொருவர் கவனித்துக் கொள்வோம்" என்றெல்லாம் பிரியவிருக்கும் அந்த உயிரிடம் பேசி, அந்த ஆன்மா அமைதியாக, நிறைவுடன் பிரிந்துசெல்ல உதவுவார்கள்.

நாமனைவரும் பிறக்கும் முன்னரே பயிலும், வாழ்க்கையில் அதிகம் பயன்படுத்தும், சாகும் தருணம்வரை கைக்கொள்ளும் திறன், கேட்பதுதான். ஆனால் இது எங்கும் யாராலும் கற்பிக்கப்படுவதேயில்லை என்பதுதான் வேதனையான உண்மை.

கேட்பது, செவிமடுப்பது இரண்டும் வெவ்வேறானவை. காதுகேட்கும் நிலையில் உள்ளவர்கள் அனைவராலும் கேட்க முடியும், ஆனால் காதில் கேட்பதைக் கடிதில் உள்வாங்குவதுதான் செவிமடுப்பதாகும். நம்மில் பலருக்கும் செவிமடுக்கும் திறன் பெருமளவில் இல்லை.

பள்ளிகளில் மூன்று வயதே நிரம்பிய பச்சைக் குழந்தை களுக்கு அந்நிய மொழியில் 'கேஜி' வகுப்புக்கள் நடத்தி, எழுது, வரை, வர்ணம் தீட்டு என்று கொடுமைப்படுத்துகிறோம். ஆனால் எந்த வகுப்பிலும் துல்லியமாகக் கேட்கச் சொல்லிக் கொடுப்பதில்லை.

பெண்கள் பேசுவதைப் பல ஆண்கள் கவனமாகச் செவிமடுப்பதில்லை. தம்மைவிட ஏதாவது ஒரு விதத்தில் 'தாழ்ந்தவர்கள்' என்று கருதுபவர்கள் பேசுவதை பலர் செவிமடுப்பதில்லை. அவர்களெல்லாம் பேசுவது காதுகளில் விழலாம், ஆனால் உள்ளுக்குள் நுழைவதில்லை.

பலரும் செம்மையாகச் செவிமடுக்காமல் இருப்பதற்கான சமூகப் – பொருளாதார – அரசியல் காரணங்களையெல்லாம் விட்டுவிடுவோம். தனிப்பட்ட முறையிலும் இதற்குப் பல்வேறு காரணங்கள் இருக்கின்றன. ஒருவர் நம்மிடம் பேசிக்கொண்டிருக்கும்போது, நாம் பெரும்பாலும் "இதற்கு எவ்வாறு பதிலளிப்பது" என்று சிந்திக்கிறோம்; அல்லது பேசிக் கொண்டிருப்பவர் விவரிப்பது போன்ற நம்முடைய சொந்த அனுபவத்தை நினைத்துக்கொண்டிருக்கிறோம்; அல்லது முற்றிலும் வேறான ஒரு சிந்தனையில் மூழ்கிக்கிடக்கிறோம்.

ஒருவர் பேசுவதைக் கவனமாகச் செவிமடுப்பது நமது உடலில் ஒருவித அழுத்தத்தை ஏற்படுத்துகிறது. நாடித்துடிப்பும் இரத்த அழுத்தமும் உயர்கின்றன. சிலருக்கு உள்ளங்கைகள் வியர்க்கின்றன. நாம் சோர்வாகவோ கோபமாகவோ

முந்தி இருப்பச் செயல்

விரக்தியாகவோ இருக்கும்போது, நம்மால் கவனமாகக் கேட்க முடிவதில்லை. அதேபோல, நாம் மணிக்கணக்கில் பேசிக் கொண்டிருந்தாலும் எளிதில் சோர்வடையமாட்டோம்; ஆனால் சிரத்தையுடன் கொஞ்ச நேரம் கேட்டுக்கொண்டிருந்தாலே சோர்வடைந்துவிடுவோம். கேட்பதற்கு அதிக சக்தி, பொறுமை, நிதானம், கவனம் தேவைப்படுகிறது.

இதனால்தான் நம்மில் பெரும்பாலானோர் பெரும்பாலான வேளைகளில் கவனமாகக் கேட்பதில்லை. கவனமாகக் கேட்கும் இயல்பில்லாதவர்கள் தங்கள் தொழிலில் உயர்வதுமில்லை. மனநல மருத்துவர்கள், விற்பனையாளர்கள், ஆற்றுப்படுத்து பவர்கள், வழக்கறிஞர்கள், சமூக சேவகர்கள், காவல்துறையினர், ஆசிரியர்கள் போன்றோருக்கு மட்டுமல்ல, அனைத்துத் துறைகளில் பணிபுரிபவர்களுக்கும் கேட்கும் திறன் மிக முக்கியமானதாக இருக்கிறது.

முன்பெல்லாம் மருத்துவர்கள் தங்கள் நோயாளிகளைப் பேசவைத்துக் கேட்பார்கள். ஒரு பொதுவான உரையாடலுக்குப் பிறகுதான் நோய், மருத்துவம் பற்றிக் கவனம் திரும்பும். கவனமாகக் கேட்கும் இயல்புகொண்ட மருத்துவருக்கு அந்த உரையாடல் நோயாளியின் மனநிலை, பின்புலம், கவலைகள், பயங்கள் போன்ற பல விடயங்களைச் சுட்டிக்காட்டிவிடும். இதனால் அவர் வழங்கும் நிவாரணமும் மேம்பட்டதாக இருக்கும்.

எந்த ஆசிரியர் தன் மாணவர்களைப் பேசவைத்து கவனமாகக் கேட்கிறாரோ, அவர் மிகவும் விரும்பப்படுகிற ஆசிரியராக இருக்கிறார். எந்த மேலாளர் தன் ஊழியர்களின் கருத்துக்களை, எண்ணங்களைக் கவனமாகக் கேட்டு வழிநடத்துகிறாரோ, அவர் வெற்றிகரமானவராகத் திகழ்கிறார்.

இயந்திரமயமான நவீன உலகில் நாம் பேசுவதைக் கேட்பதற்கு யாரும் இல்லாத நிலையில் பலரும் தவித்துக் கொண்டிருக்கிறோம். அமெரிக்காவில் தனிமையில் வாடு கிறவர்கள் ஒரு நிமிடத்துக்கு இத்தனை டாலர் என்று விலைகொடுத்துப் பாலியல் அல்லது ஜோதிடம் தொடர்பான தொலைபேசி இணைப்புக்களில் உரையாடி ஆசுவாசம் அடைகின்றனர். நம்மூரில் நிறைய பேர் போலிச் சாமியார்களிடம், போலி மருத்துவர்களிடம், போலி ஜோதிடர்களிடம் ஏமாறுவதற்குக் காரணமும் அவர்கள் பேசுவதைச் செவிமடுக்க யாருமே இல்லாதிருப்பதுதான்.

கவனமாகக் கேட்கிறவர்களிடம் மனம்விட்டுப் பேச முடிகிறது. நாம் மனம்விட்டுப் பேசும்போது கூர்மையாகக்

கேட்கிறவர்களை நாம் இயற்கையாகவே அதிகம் விரும்புகிறோம், நம்புகிறோம், அவர்களைத் தேடிச் செல்கிறோம். அதனால் அவர்கள் மிகவும் அறியப்பட்டவர்களாக, விரும்பப்படுகிறவர்களாக இருக்கிறார்கள். தனிப்பட்ட வாழ்விலும், பணியிடத்திலும், உறவுகளைக் கட்டமைக்க, தக்கவைக்கக் கேட்கும் திறன் மிகவும் உதவுகிறது.

சீன மொழியில் கேட்டலைக் குறிப்பதற்கு நான்கு படங்களைச் சேர்த்து வரைகிறார்கள். காது, கண், மனது, இதயம் எனும் நான்கு படங்கள்தான் அவை. காது கேட்பதைக் குறிக்கிறது; மனக்கண் பார்ப்பதைக் குறிக்கிறது; மனது அது குறித்துச் சிந்திப்பதைக் குறிக்கிறது. இதயம் கேட்கும்போது உணர்வதைக் குறிக்கிறது; இவையனைத்தும் ஒன்றாக விரவிக்கலந்து, சிதறாத கவனத்தோடு நடக்கும் முழு உடலின் அனுபவம்தான் கேட்டல் என்று கொள்ளப்படுகிறது.

காது, கண், மனது, இதயம் எனும் நான்கினுள், நேர்த்தியாகக் கேட்பதற்கு மனது மிகவும் முக்கியமானது என்று கொள்கின்றனர் ஜப்பானியர்கள். ஜப்பானிய தத்துவஞானியான நான்-இன் அவர்களை ஒரு மேற்கத்தியப் பேராசிரியர் சந்தித்து, 'ஜென்' தத்துவம் குறித்து கற்பிக்கும்படிக் கேட்டுக் கொண்டாராம். குருவானவர் ஒரு தேநீர்க் கோப்பையை அவர் முன்னால் வைத்து, அதில் தேநீரை ஊற்றினார். கோப்பை நிரம்பி வழிந்த நிலையிலும், அவர் ஊற்றிக்கொண்டே யிருந்தார். பொறுத்துக்கொள்ள முடியாத பேராசிரியர், "கோப்பைதான் முழுக்க நிரம்பிவிட்டதே? இன்னும் ஊற்றிக் கொண்டிருந்தால் எப்படி உள்ளே புகும்?" என்று இடைமறித்தார்.

குரு சொன்னார்: "இந்த கோப்பையைப் போலவே, உங்கள் மனம் முழுக்க உங்கள் கருத்துக்களும் யூகங்களும் நிறைந்திருக்கின்றன. உங்கள் கோப்பையைக் காலி செய்யாமல், அதில் எதையும் கூடுதலாக ஊற்றமுடியாது."

கேட்கும் திறனை வளர்த்தெடுக்க, முதலில் நம் மனக் கோப்பைகளை நாம் காலி செய்தாக வேண்டும்.

8

கேட்கும் திறன் – 2

அறிவார்ந்த பறவை ஒன்று உயர்ந்த மரத்தில் அமர்ந்தது அதிகமதிகம் பார்த்ததாலே அளவாகவே அது உரைத்தது அளவுடனே கதைத்த பறவை ஆர்வமுடன் கேட்டது, அந்தப் பறவை போலில்லாமல் ஆனதேன் நீ மானிடா?

இப்படி ஓர் ஆங்கிலக் கவிதையைக் கேட்பது குறித்த கட்டுரை ஒன்றில் படித்தது நினைவுக்கு வருகிறது. "அதிகமாகப் பாருங்கள், அளவோடு பேசுங்கள், ஆர்வத்தோடு கேட்பீர்கள்" என்பதுதான் அந்தக் கவிதை சொல்லும் செய்தி.

சரி, எப்படித்தான் செவிமடுக்கும் திறனை உயர்த்திக் கொள்வது?

- உங்களைச் சமநிலையில் வைத்திருப்பது முதற்படி. அதாவது, உங்கள் மனக்கோப்பை காலியாக இருக்கும் படிப் பார்த்துக்கொள்ளுங்கள்; திறந்த மனத்தோடு இருங்கள். உங்களிடம் பேசுகிறவரை நீதித்தராசில் வைத்து நிறுக்கவோ அல்லது உங்கள் விருப்பு வெறுப்புகளுக்கேற்ப அவரை எடைபோடவே செய்யாதீர்கள்.

- கவனச்சிதறலின்றிக் கேளுங்கள். பேசுபவரின் நடை, உடை, பாவனைகளில் கவனம் செலுத்தாது, அவர் பேசும் வார்த்தைகளின் உள்ளடக்கத்தில் மனத்தைச் செலுத்துங்கள். பேசப்படும் பொருள், பேசுபவரின் எண்ணவோட்டம், அதன் உணர்வுகளில் மனத்தைக் குவித்துக் கேளுங்கள்.

- நீங்கள் கவனமாகக் கேட்டுக்கொண்டிருப்பதைப் பேசுகிறவர் புரிந்துகொள்ளும் வகையில், அவரது கண்களைப் பாருங்கள், தலையை அசையுங்கள், முக பாவனையை – குரலைப் பயன்படுத்துங்கள்.

சுப. உதயகுமாரன்

- உங்களை அவருடைய இடத்தில் நிறுத்தி, அவருடைய வாழ்வுலகுக்குள் நுழைந்து, பேச்சின் விழுமியங்கள், பார்வைகள், அனுமானங்களைப் புரிந்து, கவனமாகக் கேளுங்கள்.

- பேசுகிறவர் விவரிப்பது போன்ற உங்களின் சொந்த அனுபவங்களைப் பகிர வேண்டாம். அவர் கொட்டிக் கொண்டிருக்கும் உணர்வுகளுக்கு, பிரச்சினைக்கு விடையோ தீர்வோ சொல்ல வேண்டாம்; வெறுமனே கேளுங்கள்; மனம்திறந்து கேளுங்கள்.

- பேசுகிறவர் நிறுத்தினால், தயங்கினால், அமைதி காத்தால், குழம்பினால், அவர் கடைசியாகச் சொன்ன வார்த்தையை, சொற்றொடரை, அல்லது பகிர்ந்து கொண்டிருந்த உணர்வை அவருக்கு நினைவூட்டி அவர் தொடர்ந்து பேசுவதற்கு உதவுங்கள்.

பேசுபவரை ஊக்குவித்து இன்னும் தெளிவாக, விளக்கமாகப் பேசவைக்க சில குறிப்பிட்ட உத்திகளைக் கையாளலாம்.

ஊக்குவித்தல்: பேசுபவரோடு உடன்படவோ அல்லது மாறுபடவோ செய்யாமல், நடுநிலைமையான வார்த்தை களுடன், உங்கள் ஈடுபாட்டைத் தெரிவிக்கலாம். "இதைப் பற்றி இன்னும் கொஞ்சம் சொல்லுங்களேன்?" எனக் கேட்டுத் தொடர்ந்து பேச உதவலாம்.

தெளிவுபடுத்துதல்: கேள்விகள் கேட்டு, பேசுபவர் கூடுதல் விவரங்கள், விளக்கங்கள் அளிக்க உதவி செய்யலாம். "இது எப்போது நடந்தது?", "அப்படி யார் சொன்னது?" போன்ற கேள்விகளைக் கேட்டு இன்னும் தெளிவாகப் பேச வழிகோலலாம்.

திரும்பச் சொல்லுதல்: பேசுபவர் சொல்கிற அடிப்படைத் தகவல்களை, கருத்துக்களை மீண்டும் ஒருமுறை உங்கள் வார்த்தைகளில் திரும்பச்சொல்லி, பேசுகிறவர் சொல்வதை நீங்கள் கவனமாகக் கேட்கிறீர்கள், புரிந்திருக்கிறீர்கள் என்பதை அவருக்குத் தெரிவிக்கலாம். உங்களுடைய புரிதல் சரிதானா எனவும் பரிசோதித்துக் கொள்ளலாம். "உங்கள் பெற்றோர் உங்களை முழுமையாக நம்பவேண்டும் என்று விரும்புகிறீர்கள், அப்படித்தானே?" என்பன போன்ற கேள்விகள் மிகவும் உதவும்.

பிரதிபலித்தல்: பேசுபவரின் அடிப்படை உணர்வுகளைச் சுட்டிக்காட்டி, அவர் எப்படி உணர்கிறார் என்பதை நீங்கள் புரிந்துகொண்டிருப்பதை எடுத்துரைக்கவும், அவர் தனது உணர்வுகளை மதிப்பீடு செய்வதற்கும் உதவலாம். "அந்த

வார்த்தைகள் உங்களை மிகவும் கோபப்படுத்தியிருக்கின்றன, இல்லையா?" போன்ற கேள்விகள் பயனளிக்கும்.

சுருக்கிக் கூறுதல்: பேச்சில் முன்னேற்றத்தைப் பரிசீலிக்கவும், முக்கியமான கருத்துக்கள், தகவல்கள், உணர்வுகளை ஒருங்கிணைக்கவும், தொடர் கருத்துப்பரிமாற்றத்துக்கு வழிகோலவும், அவர் பேசுவதைச் சுருக்கிக் கூறுவது மிகவும் உதவும்.

உறுதி செய்தல்: பேசுபவரின் பிரச்சினைகள், உணர்வுகளை ஆமோதிக்கவும், அவரது முயற்சியைப் பாராட்டி அங்கீகரிக்கவும், அவரது நன்மதிப்பை எடுத்துரைக்கவும் இது உதவும்.

கூர்மையாகக் கேட்க வேண்டுமென்றால், நீங்கள் பேசுவதை நிறுத்திக்கொள்ள வேண்டும்; ஏனென்றால் பேசும்போது கேட்க முடியாது. அதே போல ஒருவர் பேசிக்கொண்டிருக்கும் போது, உங்கள் மனத்தில் அவருக்கு எதிராக வாதிடுவதை நிறுத்திவிட்டு, பொறுமையாக, நிதானமாக இருங்கள். அவர் பேசும் வார்த்தைகள், கருத்துக்கள், உணர்வுகளின்மீது கவனம் செலுத்துங்கள்.

பேசுபவரோடு வாதிடாதீர்கள், விமர்சனம் செய்யாதீர்கள், அவரைப் பகைமையோடு நடத்தாதீர்கள். பேசுகிறவரின் கலாச்சாரப் பின்புலத்தை அறிந்துகொண்டு, அதற்கேற்ற வகையில் அவரைப் புரிந்துகொள்ளுங்கள். பேசுகிறவரை வகைப்படுத்திப் புறக்கணிக்காதீர்கள். பேசுகிறவர், பேசப்படும் பொருள், இடம், பொருள், ஏவல் போன்றவை பற்றிய உங்களின் பாரபட்ச உணர்வுகளை இனம்கண்டு, அவற்றைத் தவிர்த்து விடுங்கள்.

காது பற்றியும், கேட்பது குறித்தும், கேட்கும் தகவல்களை ரகசியமாகப் பாதுகாப்பது தொடர்பாகவும், நமது தமிழ்ச் சமூகத்தில் புழங்கும் கதை ஒன்று மிக முக்கியமானது. ஒரு ராஜாவுக்கு ஒட்டுக்கேட்பதில் அலாதிப் பிரியம் ஏற்படவே, தன் காதுகளைப் பெரிதாக வளர்த்துக்கொள்ளும் பொருட்டு ஒரு மருந்தைக் குடிப்பார். அவரது காது கழுதைக் காது போல வளர்ந்துவிடும். இந்த ரகசியம் ஊருக்குத் தெரியாமலிருக்க ராஜா தலைப்பாகை அணிந்துகொண்டார். ஒரு முறை ராஜாவுக்கு முடிவெட்ட வந்தவர் இந்த ரகசியத்தை அறிந்துவிட்டார். இதை வெளியே சொன்னால் கொன்றுவிடுவேன் என்று அவரை மிரட்டி அனுப்பிவைத்தார் ராஜா.

மேற்படியாருக்கு இந்த ரகசியத்தை யாரிடமாவது சொல்லாவிட்டால், தலை வெடித்துவிடும் போல இருந்தது.

எனவே ஊருக்கு ஒதுக்குப்புறமான இடத்திற்குச் சென்று ஒரு குழி தோண்டி, அதற்குள் "ராஜா காது கழுதைக் காது" என்று மூன்று முறை உரக்கச் சொல்லிவிட்டு வீடு திரும்பினார். அந்த ராஜ ரகசியம் எப்படி ஊர்முழுக்கப் பரவியது, பின்னர் என்னென்ன விடயங்கள் நடந்தேறின எனப் பல்வேறு வடிவங்களில் அந்தக் கதை சொல்லப்படுகிறது.

கதையின் மையக்கருத்துக்கள் இவைதான்: கூர்மையாகக் கேட்பதற்குக் காதுகள் பெரிதாக இருக்கவேண்டிய தேவையில்லை. பிறர் உங்களிடம் சொல்ல விரும்பாத விடயங்களைத் தெரிந்துகொள்ள, ஒட்டுக்கேட்காதீர்கள். அதேபோல நீங்கள் கேட்டவற்றைப் பிறரிடம் பகிர்ந்தே ஆகவேண்டும் என்கிற அழுத்தத்துக்கு ஆளாகாதீர்கள். இவற்றை நீங்கள் செய்தால், கேவலப்படுவீர்கள்; இதுதான் கதையின் பாடம்.

கேட்பதிலுள்ள சில சூட்சுமங்களைப் புரிந்துகொள்ள ஓரிரு செய்முறைப் பயிற்சிகள் உங்களுக்கு உதவலாம்:

1. நான்கைந்து நண்பர்களை அமர்த்திக்கொண்டு, பத்து வார்த்தைகளை வேகமாகச் சொல்லிவிட்டு, எத்தனை வார்த்தைகளை அவர்கள் உள்வாங்கி, நினைவில் நிறுத்தி, திருப்பிச்சொல்ல முடிகிறது என்று பாருங்கள். பெரும்பாலானவர்களால் மூன்று முதல் ஐந்து வார்த்தைகளுக்கு மேல் சொல்ல முடியாது.

2. நண்பர்கள் பத்துப் பேர் ஒரு வட்டமாக அமர்ந்து கொள்ளுங்கள். நீங்கள் ஒரு வாக்கியத்தை உங்களுக்கு வலதுபக்கம் இருப்பவரின் காதில் ஒரே ஒரு முறை மட்டும் சொல்லுங்கள். அவரும் இதேபோல தனக்கு வலதுபக்கம் இருப்பவரின் காதில் ஒரே ஒரு முறை அதைச் சொல்லட்டும். இப்படியே அந்த வாக்கியம் அந்த வட்டத்தைச் சுற்றி உங்களிடம் வந்து சேரும்போது, எப்படி உருமாற்றம் பெற்றிருக்கிறது என்று பாருங்கள். நமது கேட்கும் திறன் எவ்வளவு மோசமான நிலையில் இருக்கிறது என்பது புரியும்.

முந்தி இருப்பச் செயல்

9

கருத்துப்பரிமாற்றத் திறன்

'தாயும் பிள்ளையுமே ஆனாலும், வாயும் வயிறும் வேறு' என்பார்கள். இதயத்தால், மனத்தால் எவ்வளவுதான் ஒன்றுபட்டிருந்தாலும், கணவன் – மனைவி, பெற்றோர் – பிள்ளைகள், மேலாளர் – ஊழியர் என அனைத்து மனித உறவுகளுக்குள்ளும் கருத்து வேறுபாடுகள் எழுவது இயல்பு.

ஓர் உறவின் ஆழமும் முக்கியத்துவமும் அதிகரிக்க அதிகரிக்க, கருத்துப்பரிமாற்றத்தின் தேவையும் கடினமும் அதிகரிக்கின்றன. அதேபோல, உண்மையானக் கருத்துப்பரிமாற்றம் நடக்கும் உறவுகளுக்குள் நேசமும் பாசமும் ஆழமாகின்றன. நுண்மங்களும் சிக்கல்களும் நிறைந்த வாழ்வியல் கருத்து வேறுபாடுகளைத் திறமையுடன் கையாண்டு, வாழ்க்கைப் படகைச் சீரியவழியில் செலுத்த உதவும் துடுப்புத்தான் இந்த கருத்துப்பரிமாற்றத் திறன்.

ஆணையிடுவது, அறிவுரைப்பது, அவதூறு பேசுவது, அன்பொழுகக் குழைவது போன்றவை கருத்துப்பரிமாற்றம் ஆகாது. அரட்டை, வம்பளப்பு, திண்ணைப்பேச்சு போன்ற உரையாடல்களும் கருத்துப்பரிமாற்றம் அல்ல. ஏனென்றால் இவற்றி லெல்லாம் ஓர் இணக்கப் புள்ளியை நோக்கிய நகர்வு எதுவும் நடப்பதில்லை.

எந்தவிதமான நோக்கங்களும் இல்லாத அளவளாவல் மற்றும் வாக்குவன்மையின் துணையோடு ஒருவரை தன்பக்கம் இழுத்து இணங்கச்செய்தல் எனும் இருதுருவங்களுக்கு இடையே அமைகிறது கருத்துப் பரிமாற்றம். கருத்துப்பரிமாற்றத்தில் நோக்கங்களோ, இணங்கச்செய்யும் முயற்சிகளோ முற்றிலுமாக இல்லை என்று சொல்ல முடியாது. ஆனால் சாதாரண

சுப. உதயகுமாரன்

உரையாடல் போலல்லாமல், கருத்துப்பரிமாற்றத்தில் ஓர் உண்மைத் தேடல் நிகழ்கிறது.

ஒருவர் தமக்குத்தாமே பேசிக்கொள்ளும் தனிமொழி *(monologue)* தன்னலத்தை மட்டுமே கணக்கில் கொள்கிறது. விவாதங்களில் பங்கேற்போர் மற்றவர்களை மனிதர்களாகக் கொள்ளாமல், அவர்களின் நிலைப்பாடுகளை மட்டுமே கருத்தில் கொள்கிறார்கள். அன்றாட உரையாடல்களில் பிறரை ஈர்ப்பதே பெரும் நோக்கமாக அமைகிறது. காதலர்களின் சிருங்காரங்களில் ஒருவரோடொருவர் கூடிக்களிக்கும் அனுபவம் மட்டுமே உயர்ந்து நிற்கிறது. மேற்குறிப்பிட்டவற்றைப் போலல்லாமல், கருத்துப்பரிமாற்றமானது சிந்திப்பதும் சேர்ந்தியங்குவதும் எனும் இரண்டு மிக முக்கியமான கூறுகளைக் கொண்டது என்கிறார் தத்துவாசிரியர் மார்ட்டின் பூபர்.

சிம்ஹா ஃபிளாப்பன் என்கிற இஸ்ரேலியச் சமூக சேவகர் யூதர்களுக்கும் அரபுகளுக்கும் இடையே கருத்துப்பரிமாற்றச் சந்திப்புக்கள் நடத்த முயன்றார். ஆனால் ஒரு தரப்பினர் அறைக்குள் நுழைந்ததும், மறு தரப்பினர் வெளியேறியதைக் கண்ட அவர், மார்ட்டின் பூபரிடம், இந்தப் பிரச்சினையை எப்படிக் கையாள்வது என்று கேட்டார். பூபர் சொன்னார்: "கருத்துப்பரிமாற்றம் நடப்பதற்கு உடனிருத்தல் தேவையில்லை, உணர்ந்திருத்தலே போதுமானது."

அதாவது எதிர்த்தரப்பையும் இணைத்துக்கொண்டுதான் கருத்துப்பரிமாற்றம் நடத்த முடியும். ஆனால் அப்படி இணைத்துக்கொள்வது, எதிர்த்தரப்பு உங்களருகே வந்து ஒட்டிக் கொண்டு உட்கார்ந்திருப்பது அல்ல; மாறாக, எதிர்த்தரப்பு என்று ஒன்று இருப்பதை நீங்கள் அங்கீகரிப்பது, ஆமோதிப்பது, ஏற்றுக்கொள்வது. இதுதான் கருத்துப்பரிமாற்றத்தின் முதற்படி.

இரண்டாவது படி, மனம்திறந்து முழுமையாகப் பேசுவது. தகவல் அதிகாரமென்று கொள்ளப்படும் இந்தக் காலக்கட்டத்தில் கருத்துப்பரிமாற்றம் அதிகாரப் பகிர்வைக் குறிக்கிறது. ஆட்டிப்படைக்கும் இடத்திலிருந்து கீழே இறங்கிவந்து, அருகருகே உட்கார்ந்து தனது எண்ணங்களை, உணர்வுகளை எடுத்தியம்பி, எதிர்த்தரப்பும் அங்ஙனம் செய்ய உதவுவதுதான் கருத்துப்பரிமாற்றம். இது ஒருவரோடொருவர் சேர்ந்து நடத்தும் ஓர் உண்மைத் தேடல்.

மூன்றாவது படியாக கருத்துப்பரிமாற்றம் முழுமையைக் கோருகிறது. காதுகள், கண்கள், இதயம், மனம் என அனைத்தையும் ஒருங்கிணைத்து மனந்திறந்து பேசுவதும், அகந்திறந்து கேட்பதும்தான் கருத்துப்பரிமாற்றத்தின் முக்கியக் கூறுகளாக அமைகின்றன.

நான்காவது படி, குற்றஞ்சாட்டுகிற, தாழ்மைப்படுத்துகிற இழிமொழியைப் பயன்படுத்தாமல் உங்கள் எண்ணங்களின், உணர்வுகளின் மீது மட்டுமே கவனஞ்செலுத்திப் பேசுவது. அதாவது உண்மையை அன்போடு பேசுவது!

ஐந்தாவது படி, யாரும் முகம் இழப்புக்கு, கேவலத்துக்கு ஆளாகாமல் பார்த்துக்கொள்வது. கருத்துப்பரிமாற்றத்தின் இரண்டு மிக முக்கியமான அம்சங்கள் அனைத்துத் தரப்பாரின் மரியாதையும் கௌரவமும் போற்றப்படுவது. தான் அவமானப்பட்டுவிடுவோமோ அல்லது நகைப்புக்கிடமாகி விடுவோமோ என்கிற அச்சம் எழும்போதுதான் பலரும் வன்முறையில் இறங்குகிறார்கள்.

அமெரிக்க இல்லங்களில் மனைவி கணவனிடம் "உங்களை ஒரு நிமிடம் சமையலறையில் பார்க்கலாமா?" என்று கேட்டால், போர் தொடங்கப்போகிறது என்று அர்த்தம். "உங்கக்கிட்ட கொஞ்சம் பேசணும்" என்று நம்வீட்டு இல்லத்தரசி சொன்னால், கனமழை பொழியப் போகிறது என்று பொருள். இந்த கருத்துப்பரிமாற்றக் கலாச்சாரம் நாட்டுக்கு நாடு, இடத்துக்கு இடம் மாறுபடுகிறது. இதன் பின்புலம் வாழ்தலின் வடிவமாகவும், முன்புலம் தேடலின் வடிவமாகவும் அமைகின்றன. பின்புலம் வலுவானதாக இருந்தால், முன்புலம் எளிதானதாக இருக்கும்.

ஓர் எளிய எடுத்துக்காட்டைப் பார்ப்போம். அமெரிக்காவில் ஒரு சாலை விபத்து நடக்கிறது என்று வைத்துக்கொள்ளுங்கள். மோதிக்கொண்ட இரு வாகனங்களின் உரிமையாளர்களும் சத்தமாகக் கத்திச் சண்டை போடவோ, அடிதடியில் இறங்கவோ மாட்டார்கள். அமைதியாக தத்தம் தொலைபேசி எண்களையும் வாகனக் காப்பீட்டு விவரங்களையும் பரிமாறிக்கொண்டு தத்தம் வழிகளில் போய்விடுவார்கள். பொருளாதார பலம், வலுவான காப்பீட்டுக் கட்டமைப்புக்கள் என வாழ்தலின் வடிவம் மேம்பட்டதாக இருப்பதால் நியாயம், இழப்பீடு போன்ற தேடலின் வடிவம் எளிதாக இருக்கிறது.

உண்மை பேசி, உண்மையைத் தேடும் கருத்துப்பரிமாற்றம் மனித உறவுகளுக்குள் மட்டுமே நடப்பதல்ல. மனிதனுக்கும் இறைவனுக்குமிடையேகூட நடக்கிறது. அர்ஜுனனுக்கும் கிருஷ்ண பரமாத்மாவுக்கும் இடையே நடக்கும் ஒரு கருத்துப்பரிமாற்றம்தான் பகவத் கீதை.

ஏதுமறியா மனிதனுக்கும் எல்லாமறிந்த கடவுளுக்கும் இடையே நடக்கும் அந்தக் கருத்துப்பரிமாற்றம் போலல்லாமல், சரியாக 111 ஆண்டுகளுக்கு முன்னால் மகாத்மா காந்தி எழுதிய 'ஹிந்த் ஸ்வராஜ்' என்கிற சிறு நூல், ஆசிரியர் – வாசகர் எனும் இரு மனிதர்களுக்கிடையே நடக்கும் கருத்துப்பரிமாற்றமாக

வடிவமைக்கப்பட்டிருக்கிறது. மகாத்மா காந்தி மென்முறை போற்றும் தன்னை ஓர் ஆசிரியராகவும், வன்முறையில் நம்பிக்கைக் கொண்டிருந்த தீவிரத் தேசியவாதி ஒருவரை வாசகராகவும் உருவகப்படுத்தி இந்த நூலை எழுதியிருக்கிறார். ஆசிரியர் சில இடங்களில் பொறுமையிழந்தாலும், எந்த இடத்திலும் தன் சகிப்புத்தன்மையை இழக்காமல் இருப்பதை நாம் கவனிக்கவேண்டும்.

சனநாயகத்தை வலியுறுத்தி, அதிகாரப்பரவலை ஊக்குவிக்கும் கருத்துப்பரிமாற்றமானது அடிப்படையான சமூகச் செயல்பாடாகும். இது சீராக, செம்மையாக, செழுமையாக நடந்த காரணத்தால்தான், மனிதகுலம் இத்தனைத் தூரம் பயணப்பட்டு இங்கே வந்து சேர்ந்திருக்கிறது.

வானொலி, தந்தி, தொலைபேசி, செயற்கைக்கோள் போன்ற தொடர்பு ஊடகங்கள் அனைத்தையும் கடந்து இன்று மின்னஞ்சல், வாட்சப், ஸ்கைப் போன்ற இணையதளக் காலத்தில் நிற்கிறோம் நாம். எவ்வளவு மேம்பட்டத் தொழிற்நுட்பங்கள் வந்தாலும், மனித வாழ்வில் நேருக்கு நேர் அமர்ந்து நாம் மேற்கொள்ளும் கருத்துப் பரிமாற்றம்தான் முக்கியமானதாக இருக்கிறது.

ஏற்கெனவே நாம் விவாதித்திருக்கும் பேச்சுத் திறன், கேட்கும் திறன் போன்றவற்றின் நுட்பங்களை உள்வாங்கி, நம் கருத்துப்பரிமாற்றத் திறனை வளர்த்துக்கொள்வது இன்றியமையாதது. இதற்கான ஓரிரு செய்முறைப் பயிற்சிகளைப் பார்ப்போம்:

- உங்கள் தோழர்கள் சிலருடன் அமர்ந்து உங்கள் பகுதியின் கருத்துப்பரிமாற்றக் கலாச்சாரத்தையும் அதன் நிறை குறைகளையும் விவாதியுங்கள்.

- இருவர் இருவராக அமர்ந்து, ஏதேனும் ஒரு பொருள் குறித்து ஒவ்வொருவரும் ஐந்து நிமிடங்கள் பேசி, ஒரு பத்து நிமிடக் கருத்துப்பரிமாற்றத்தில் ஈடுபடுங்கள்; பின்னர் மொத்தக் குழுவும் கூடியிருந்து, அனைவரின் அனுபவத்தையும் பகிருங்கள்.

- இளம்பெண்கள் ஒன்றாக அமர்ந்து, பாலியல் தொந்தரவு செய்வோரை, ஒருதலைக்காதலைத் தெரிவிப்போரை, இம்மாதிரியான ஆபத்தான சூழல்களை எப்படி சாதுரியமாக அணுகுவது, மடைமாற்றுவது என்றெல் லாம் கருத்துப்பரிமாற்ற நுணுக்கங்களுடன் 'பங்கேற்பு நாடகம்' (role play) நடத்திப் பயிலலாம்.

முந்தி இருப்பச் செயல்

10

பார்வைத் திறன்

உங்களால் வெறும் நான்கே வார்த்தைகளில் ஓர் அழகான, ஆழமான, அற்புதமான காதல் கதை எழுத முடியுமா? கம்பர் எழுதினார்: "அண்ணலும் நோக்கினான், அவளும் நோக்கினாள்." ஒருவரையொருவர் நோக்குவதன் சக்தியைப் பாருங்கள்.

மேற்குறிப்பிட்ட நான்கு வார்த்தைகளுடன் கூடுதலாகச் சில வார்த்தைகளைச் சேர்த்து, கண்கள் இப்படி நோக்கிக்கொள்ளும்போது, வாய்ச்சொற்கள் பயனற்றுப்போகின்றன என்றார் வள்ளுவர்:

கண்ணொடு கண்இணை நோக்கொக்கின் வாய்ச்சொற்கள்
என்ன பயனும் இல.

இதையே கவிஞர் கண்ணதாசன் "பார்வை ஒன்றே போதுமே, பல்லாயிரம் சொல் வேண்டுமா? என்று 1966ஆம் ஆண்டு திரைப்படப் பாடலில் பதிவுசெய்தார்.

கண்களும் கண்பார்வையும் இன்னும் பல அற்புதப் பரிமாணங்களைக் கொண்டவை. கண்களால் நோக்க மட்டுமல்ல, கேட்கவும் முடியும். காது கேட்காதவர்கள் பெரும்பாலும் கண்களால் பிறர் உதட்டசைவுகளைப் பார்த்தே கேட்கின்றனர். பார்வைக் குறைபாடுகளுக்காகக் கண்ணாடி

அணிந்திருப்பவர்கள் அவற்றைக் கழற்றிவிட்டால் துல்லியமாகக் கேட்க இயலாமல் துன்புறுகிறார்கள்.

நோக்கவும் கேட்கவும் மட்டுமல்லாமல் ஆக்கவும் அழிக்கவும்கூட கண்களால் முடியும். ஒப்பற்ற ஆன்மீகப் பலம், உயரிய ஆளுமைத்திறன் கொண்டோரின் கண்களுக்கு ஒருவித காந்தசக்தி இருப்பதாக பலரும் நம்புகிறார்கள். அவர்களின் கண்கள் வழியாகத் தன்னையுணர்ந்து உயர்ந்ததாகவும், அதேபோல, தீயோரின் கண்களால் கட்டுண்டு வசியம், மயக்கம், முகமாற்றம் எனும் மாயவலைகளுக்குள் சிக்கிக்கொண்ட தாகவும் ஏராளமானோர் எண்ணுகிறார்கள்.

"அகத்தின் அழகு முகத்தில் தெரியும்" என்று கொள்ளும் போது, முக அழகில் கண்கள் முக்கியப் பங்காற்றுகின்றன. முகத்திற்கும் கண்களுக்குமான நெருங்கிய தொடர்பை "முகந்திரிந்து நோக்கக் குழையும் விருந்து" எனும் வள்ளுவரின் சொற்றொடரால் அறியலாம். வாய், காதுகளைவிட கண்கள்தான் முகத்தின் முத்தாய்ப்பாக அமைகின்றன.

பொய் பேசுகிறவர்கள் பிறர் முகத்தைப் பார்த்துப் பேசாமல் தவிர்ப்பது, முகத்தை, கண்களைப் பார்த்துப் பேசாதவர்களைப் பலரும் சந்தேகத்தோடு பார்ப்பது எனப் பல சூட்சுமங்கள் கண்களின் பின்னால் மறைந்து கிடக்கின்றன.

இமைகள், புருவங்கள், கண்ணீர் என ஒரு தொகுப்பாக இயங்குகின்றன கண்கள். இமைகளால் இளைஞர்களும், புருவங்களால் ராஜதந்திரிகளும், கண்ணீரால் அன்பு உறவுகளும் அன்றாடம் பேசிக்கொள்கிறோம்.

மேம்போக்கான பார்வை கண்ணுடையோர் அனைவருமே பெற்றிருக்கும் பொதுத் திறன். ஆனால் உற்றுநோக்குவதும், உறுபொருள் அறிவதுமாகிய 'பார்த்தறிதல்' முற்றிலும் வேறானது. இந்தக் 'கண்ணோட்டம்' குறித்து ஓர் அதிகாரத்தையே எழுதி யிருக்கிறார் திருவள்ளுவர்.

இருட்டறையில் நின்ற யானை ஒன்றை ஏழுபேர் தடவிப் பார்த்தார்களாம். அவரவர் தடவிப்பார்த்த பகுதியின் அடிப்படை யில் யானையை, ஒரு மரத்தடி, மரக்கிளை, முறம், குன்று எனப் பலவாறாக அவர்கள் விவரித்தார்கள். வெளியேயிருந்து வந்த ஒருவர் அந்த அறையில் விளக்கை ஏற்றியபோதுதான், யானையின் முழுமை எல்லோருக்கும் புரிந்தது. கண்கள் வெறுமனே பார்கின்றன; ஆனால் கண்ணோட்டம் பெறுவதற்கு அறிவு எனும் வெளிச்சம் தேவைப்படுகிறது.

ஒரு விடயத்தை மேலோட்டமாகப் பார்க்காமல், “உள்பொருள் இதுவென உணர்தல் ஞானமாம்” என்று சீவக சிந்தாமணி குறிப்பிடுகிறது. நற்றிணை இன்னும் ஒருபடி மேலே போய், “நீயும் கண்டு நுமரொடும் எண்ணி அறிவறிந்தளவல் வேண்டும்” என்று பரிந்துரைக்கிறது. இவ்வறிவுரைகளைப் போன்றதே பின்நவீனத்துவம் முன்மொழியும் ‘கட்டுடைத்தல்’ எனும் நுட்பம்.

இந்தக் கட்டுடைத்தலுடன் கூடிய ‘பார்த்தறிதல்’ மிக முக்கியமானதொரு திறனாக அமைகிறது. நீங்கள் எதிர்கொள்ளும் நிழல்களுக்குள் மறைந்துகிடக்கும் வாழ்வுலகங்களைப் புரிந்து கொள்ள வேண்டிய கட்டாயத் தேவை உங்கள் தனிப்பட்ட வாழ்விலும் பணியிடங்களிலும் எப்போதும் நிறைந்திருக்கிறது.

உங்களின் மேலாளர் என்ன பேசுகிறார், ஏன் இப்படி பேசுகிறார் என்று புரிந்துகொள்வதிலிருந்து, நீங்கள் வாசிக்கும் நாளிதழ்கள், வார இதழ்கள், புத்தகங்கள், இலக்கியப் படைப்புக்கள், நீங்கள் பார்க்கும் திரைப்படங்கள், நாடகங்கள், ஓவியங்கள், விளம்பரங்கள் என அனைத்திற்குள்ளும் மறைந்துகிடக்கும் வாழ்வுலகங்களை நீங்கள் பார்த்தறிவது மிகவும் அவசியம்.

இந்த நுட்பமான ‘பார்த்தறிதல்’ பலவேறு வழிகளில் கட்டுப் படுத்தப்பட்டிருக்கும் உங்களுடைய சொந்த வாழ்வுலகத்தை விடுவிக்கவும், மாற்று வாழ்வியல் வரைபடங்களைத் தயாரிக்கவும் பல்வேறு வழிகளில் உங்களுக்கு உதவும்.

“கொலம்பஸ் அமெரிக்காவைக் கண்டுபிடித்தார்” எனும் வாக்கியத்தை எடுத்துக்கொள்ளுங்கள். இதன் பின்னால் இருக்கும் வாழ்வுலகத்தைப் பாருங்கள். ஐரோப்பியர்கள் வட அமெரிக்காவைக் ‘கண்டுபிடிக்கப்படாத’ ஒரு வனாந்திரமாகப் பார்த்தார்கள். பல்வேறு செவ்விந்தியர் குமுகங்கள் பல நூற்றாண்டு களாகப் போற்றிப் பாதுகாத்த நிலப்பரப்பை, அங்கேயிருந்த ஆறுகள், குளங்கள், ஏரிகள், மலைகள், காடுகள், பள்ளத்தாக்குகள் என அனைத்தையும் தங்கள் மூதாதையர்களின் ஆவிகள் வாழும் இடங்களாகக் கருதிக் கண்ணும்கருத்துமாகக் கட்டிகாத்து வாழ்வாங்கு வாழ்ந்த வாழ்விடத்தைத்தான் ‘கொலம்பஸ் கண்டுபிடித்தார்’ என்று கொண்டாடியது ஐரோப்பா.

ஐரோப்பியர்கள் சாரைசாரையாக வட அமெரிக்காவில் குடியேறியபோது, அமெரிக்க நாடாளுமன்றம்முதல் தனியார் வீடுகள்வரை அனைத்து இடங்களிலும் ஓர் ஓவியம் விரும்பிக்

காட்சிப்படுத்தப்பட்டது. "பேரரசு மேற்கு நோக்கி முன்னேறு கிறது" என்று தலைப்பிடப்பட்ட அந்த ஓவியம் பற்பல குறியீடு களைக் கொண்டிருந்தது. ஓவியத்தில் நவீனத்துவத்தின் குறியீடான ஒரு தொடர்வண்டி மேற்கு நோக்கிச் செல்கிறது. அந்நகரில் வசிக்கும் வெள்ளையின மக்கள் தண்டவாளத்தின் ஒருபுறம் நின்று ரயிலைக் குதூகலமாகக் கொண்டாடுகின்றனர். அந்த ரயிலின் புகைப்போக்கியிலிருந்து வெளிவரும் புகையின் பின்னால் குதிரைகளின் மீதமர்ந்திருக்கும் இரண்டு செவ்விந்தியர்கள் கொஞ்சம் கொஞ்சமாக மறைந்துகொண்டிருக்கின்றனர்.

பூர்வகுடிச் செவ்விந்தியர்களை ஒரு பெரும் ஐரோப்பியர் கூட்டம் பின்னுக்குத் தள்ளுவதும், அவர்களின் பாரம்பரியக் குதிரைகளை நவீன தொடர்வண்டிப் புரட்டிப்போடுவதும், அடர்த்தியான காடுகள் 'திருத்தப்பட்டு' 'வளர்ச்சி' வந்தேறுவதும் வடிக்கப்பட்டுள்ள அந்த ஓவியத்தின் உட்பொருளைக் கண்ணுறுவதுதான் கண்ணோட்டம்.

அன்றாட வாழ்விலும் அலுவலகத்திலும் நீங்கள் எதிர்கொள்ளும் எழுத்துக்கள், பேச்சுக்கள், கூற்றுக்கள், அறிக்கைகள், ஆவணங்கள், வரைபடங்கள், புகைப்படங்கள், விளம்பரங்கள், நூல்கள் என எல்லாவற்றையும் ஒரு விமர்சனப் பகுப்பாய்வோடு பார்த்தறியப் பழகிக்கொள்ளுங்கள். இத்தகைய கண்டுணர்தலைக் கண்ணோட்டம் என்கிறோம்.

அன்றாட உரையாடல்களின்போது, அமெரிக்கர்கள் 'ஐ சீ' (I see), அல்லது "ஐ சீ யுவர் பாயின்ட்" என்று அடிக்கடிச் சொல்வார்கள். பேசுகிறவரின் எண்ணத்தை, கருத்தை, உணர்வை, உண்மையை, வாழ்வுலகைத் தமது அகக்கண்ணால் பார்ப்பதையே அவர்கள் அப்படிக் குறிப்பிடுகிறார்கள். வெறுமனே கேட்பதைவிட, இப்படிப் பார்த்தறிவது மிகுந்த முக்கியத்துவம் பெறுகிறது.

நமது சமூகத்திலும், ஒருவர் ஒரு விடயத்தை மாறுபட்ட பார்வையோடு விவரித்தால், "இந்தக் கோணத்திலிருந்து நான் இதைப் பார்த்ததேயில்லை" என்று நாமும் சொல்கிறோம்; அப்படியே பார்க்கவும் முனைகிறோம். சுரங்கப் பார்வையைவிட, பக்கப் பார்வையோடு கூடிய ஒரு பரந்துபட்ட பார்வை நமக்குத் தேவைப்படுகிறது. மேலோட்டமான கண்பார்வையை விட, மனக்கண்களின் கழுகுப்பார்வையும் கூர்மையான 'பார்த்தறிதலும்' மிக மிக அவசியமாகின்றன.

இந்தக் கண்ணொளி, அறிவொளி நமக்குத் தேவை என்பதால்தான் "ஒளிபடைத்த கண்ணினாய் வா" என்றார்

முந்தி இருப்பச் செயல்

பாரதியார். கவிஞர் கண்ணதாசனின் இந்தப் பாடல் அருமையாக விவரிக்கிறது:

> பார்க்கத் தெரிந்தால் பாதை தெரியும்
> பார்த்து நடந்தால் பயணம் தொடரும்
> பயணம் தொடர்ந்தால் கதவு திறக்கும்
> கதவு திறந்தால் காட்சி கிடைக்கும்
> காட்சி கிடைத்தால் கவலை தீரும்
> கவலை தீர்ந்தால் வாழலாம்!

பார்க்கத் தெரிந்து, பார்த்து நடந்து, பயணம் தொடர்ந்து, பிறவிப்பயனெனும் காட்சி கிடைத்து, வாழ்வின் நோக்கம் அறியும்போது, கவலைகளற்ற வாழ்வை வாழலாம்.

11

எண் திறன்

வறுமையால் வாடிய ஒரு புலவர் அதிலிருந்து மீள வேறேதும் வழியறியாது, அந்நாட்டு மன்னனிடம் சென்றார். திறமையைப் போற்றும் தாராளகுணம் படைத்த அந்த மன்னன், புலவரின் அருமையான கவிதையைச் செவிமடுத்துவிட்டு, என்ன பரிசு வேண்டுமெனக் கேட்டான்.

மன்னனின் முன்பிருந்த சதுரங்கப்பலகையைப் பார்த்த புலவர், “மன்னர் பெருமானே, இந்த சதுரங்கப்பலகையின் முதற்கட்டத்தில் ஒரே ஒரு அரிசியை வைத்து, ஒவ்வொரு கட்டம் நகரும் போதும் அதனை இரண்டு மடங்காக்கி எனக்குப் பரிசளித்தால், அதுவே எனக்குப் போதும்” என்றார்.

எண் திறனில்லா அந்த மன்னன் அதனைச் சாதாரணமாக நினைத்துக்கொண்டு, “கையளவு அரிசிப் போதுமா?” என்று ஏளனத்துடன் கேட்டான். போதும் என்றார் புலவர். அப்படியே செய்ய ஆணையிட்டார் அரசர்.

அரண்மனை ஊழியர்கள் சதுரங்கப்பலகையின் முதற்கட்டத்தில் ஓர் அரிசியை வைத்தார்கள். இரண்டாவதுக் கட்டத்தில் 2 அரிசிகள், மூன்றாவது கட்டத்தில் 4 அரிசிகள், நான்காவது கட்டத்தில் 8 அரிசிகள் என்று வைத்துக்கொண்டிருந்தார்கள். பத்தாவது கட்டத்துக்கு வந்தபோது, 512 அரிசிகள் தேவைப்பட்டன. இருபதாவது கட்டத்தை அடைந்த போது, 5,24,288 அரிசிகள் வைத்தார்கள். மொத்தம் 64 கட்டங்கள் கொண்ட சதுரங்கப்பலகையின்

பாதியான 32வது கட்டத்தை எட்டியபோது, 214,74,83,648, அதாவது 214 கோடிக்கும் அதிகமான அரிசிகள் தேவைப்பட்டன.

தேவைப்படும் அரிசிகளின் எண்ணம் லட்சம் கோடிகளைத் தாண்டிச் சென்றது. என்ன பரிசு வழங்குகிறோம் என்று எண்ணிப்பார்க்காத மன்னன், எண்ணற்ற அரிசியை வழங்கவேண்டிய நிலைக்கு ஆளாகித் தனது நாட்டையே அந்தப்புலவனிடம் இழந்தான். அத்தனையும் ஒரே ஓர் அரிசியில் தொடங்கியது.

மனிதவாழ்வில் எல்லாமே எண்ணும், கணக்கும்தான். அதனால்தான் வள்ளுவர்,

"எண்ணென்ப ஏனை எழுத்தென்ப இவ்விரண்டும்
கண்ணென்ப வாழும் உயிர்க்கு"

என்றார். எழுத்தைவிட எண்ணுக்கே முதலிடம் கொடுக்கிறார் அவர். காரணம் எழுதப்படிக்கத் தெரியாமலே, ஒருவர் தன்னுடைய வாழ்க்கையை வாழ்ந்து முடித்துவிடலாம்;. ஆனால் எண்ண, கூட்ட, கழிக்க, பெருக்க, வகுக்கத் தெரியாமல் ஒரு நாள்கூட வாழ முடியாது.

"வாழ்க்கை என்றால் ஆயிரம் இருக்கும்" என்கிறார் கண்ணதாசன். ஆயிரம் இருந்தால் அங்கே நிச்சயம் கணக்கு இருக்குமே? கலைவாணர் ஒரு பாடலில் சொல்லும் குடும்பக் கணக்கைப் பாருங்கள்: "அம்பது ரூபா சம்பளக்காரன் பொஞ்சாதி தினம் ஒம்பது தடவ காப்பிக் குடிப்பது அநீதி; எம்பது ரூபா புடவக் கேட்டா குடும்பத்துக்கே விரோதி." கனவுகளைக் கூட்டி, தவறுகளைக் கழித்து, திட்டங்களை வகுத்து, வாய்ப்புக்களைப் பெருக்கி 'எண்ணித் துணிக கருமம்' என்றே கழிகிறது மனித வாழ்க்கை.

எண் என்றால் சிந்தி என்றும் பொருள்படுவதாலோ என்னவோ, கணக்கில் சிறந்து விளங்குகிறவர்கள் தர்க்கரீதியாக சிந்திக்கிறவர்களாக, தர்க்கங்களில் மிளிர்கிறவர்களாக இருக்கிறார்கள். தமிழக சட்டமன்ற விவாதம் ஒன்றின்போது, எதிர்க்கட்சித் தலைவர் திரு. விநாயகம் முதல்வர் அறிஞர் அண்ணாவிடம் "உங்கள் நாட்கள் எண்ணப்படுகின்றன" என்று சொன்னார். பொருளாதாரம் படித்த, அதனால் எண் திறன் பெற்றிருந்த, அண்ணாவோ, "ஆனால் எனது அடிகள் அளந்து வைக்கப்படுகின்றன" என்று பதில்சொல்லி மடக்கினார்.

ஏராளமான பள்ளி, கல்லூரி மாணவர்களுக்குத் தமிழிலோ, ஆங்கிலத்திலோ திறம்பட எழுதவோ, பேசவோ தெரியாமல் இருப்பதுபோல, கணித வாய்ப்பாடுகூட சொல்லத் தெரியாமல்

இருப்பது மிகவும் வேதனையான உண்மை; எண் திறனின் அடிப்படையே இல்லாமல் இருக்கிறது.

அமெரிக்காவில் கடைகளுக்குப் போகும்போதோ அல்லது பிற சந்தர்ப்பங்களிலோ நான்கைந்து தொகைகளை மனதிலேயே கூட்டிக் கணக்கைச் சொன்னால், அசந்துவிடுவார்கள். காரணம் கால்குலேட்டர் இல்லாமல் அவர்களால் எதுவும் செய்ய முடியாது. எண் திறன் என்பது இந்த மனக்கணக்குப் போடும் திறன் மட்டுமல்ல.

தற்போதைய முதலாளித்துவ உலகில் ஏராளமானோர் பங்குச்சந்தையில் முதலீடுகள் செய்கிறார்கள். பெரும் பாலானவர்கள் வங்கிக்கடன்கள் பெற்று மாதாந்திரத் தவணைகள் கட்டிக் கொண்டிருக்கிறோம். பங்குச்சந்தை நிலவரங்களைப் படித்துப் புரிந்துகொள்வதும், வங்கிப் பரிவர்த்தனைகளில் கணக்கு – வழக்குப் பார்த்து, பாங்காக நிதி மேலாண்மை செய்வதும் மட்டுமல்ல எண் திறன்.

எதுதான் எண் திறன்? வாழ்வின் குழப்ப நிலைகளைத் தவிர்த்து ஒழுங்கமைப்பதுதான் அது. வடிவமற்ற ஒரு வெளியைத் திருத்தி வீடாக மாற்றுகிறோம் என்றால், உடலுக்கேற்ற உடையை அளந்து வடிவமைக்கிறோம் என்றால், உடல்நலம் பெறத் தேவையான மருந்துகளைக் கணக்காக உட்கொள்கிறோம் என்றால், கலைத்திறனின் வெளிப்பாடாக ஒரு கருத்துப்படம் வரைகிறோம் என்றால், எல்லாவற்றிலும் எண்ணும் கணிதமும் இடம்பெறுகின்றன. பகுத்தறிவு, படைப்புத்திறன், பகுப்பாய்வு, புறவெளிச் சிந்தனை *(spatial thinking)*, பிரச்சினை தீர்த்தல், தகவல் பரிமாற்றம் என அனைத்துத் துறைகளிலும் எண் திறன் இணைந்திருக்கிறது.

ஒரு மனிதருக்கு ஒரு பேய்க்கனவு தொடர்ந்து வந்து துன்புறுத்தியதாம். அவர் தூங்கும்போது அவரது கட்டிலின் கீழே யாரோ ஒருவர் ஒளிந்திருந்து தாக்கமுனைவது போன்று உணர்ந்திருக்கிறார். அதனால் தூக்கமிழந்த அவர் ஒரு மனநல மருத்துவரை அணுகி உதவி கோரினார். நீண்டகால சிகிச்சைத் தேவைப்படுமென்று சொன்ன மருத்துவர், ஒவ்வொரு வருகைக்கும் ரூ.1,000 கட்டணம் கேட்டார். அதனை விரும்பாத அந்த நபர் மருத்துவரிடம் போகவில்லை. ஒரு வாரம் கழித்து மருத்துவரைச் சாலையில் சந்தித்தபோது, வெறும் 100 ரூபாயில் தன்னுடைய பிரச்சினை தீர்ந்துவிட்டது என்று சொல்லி மகிழ்ந்தார். அதெப்படி என்று ஆச்சரியத்தோடு கேட்டார் மருத்துவர். “ஒரு தச்சரைப் பிடித்துக் கட்டிலின் கால்களை அறுத்தெறிந்து விட்டேன்” என்றார்

கனவுக்காரர். வெறும் 1,000 ரூபாய், 100 ரூபாய் கணக்கைத் தாண்டி, எண் திறன் கொண்ட அவர் மாற்றி யோசித்தார்.

பல்வேறு கணித முறைகளைப் பயன்படுத்தி, வாழ்வின் யதார்த்தப் பிரச்சினைகளை எதிர்கொள்ளும் 'ஆப்பரேஷன்ஸ் ரிசர்ச்' என்கிற ஒரு பாடப்பிரிவு பிறந்த கதை வேடிக்கை யானது. முதலாம் உலகப் போரின்போது, பிரிட்டிஷ் இராணுவம் சில நிபுணர்களை அழைத்து, தங்கள் கைவசமிருக்கும் குறைவான உணவுப் பொருட்கள், மருந்துகள், ஆயுதங்கள், படைகள் போன்றவற்றைப் பல்வேறு போர் முனைகளில் எப்படி நேர்த்தியாகப் பயன்படுத்துவது என்று ஆய்வுசெய்ய கேட்டுக்கொண்டதாம். இன்று ஓ.ஆர். பாடப்பிரிவு, வாழ்வியல் பிரச்சினைகளைக் கையிலெடுத்து, அலசி ஆராய்ந்து, அவற்றின் தீர்வுகளுக்கான நமது செயல்பாடுகளைச் செம்மைப்படுத்த, செழுமைப்படுத்த உதவுகிறது.

பத்தொன்பதாம் நூற்றாண்டின் இறுதியில் பொருளாதாரத் துறையில் கணிதமுறை, வரலாற்றுமுறை என இரண்டு அணுகு முறைகள் முக்கியத்துவம் பெற்றிருந்தன. பொருளாதாரத்தில் கணிதத்தின் உதவியோடு விளங்கிக் கொள்ள முடியும் பொதுவான கோட்பாடுகள் இருக்கின்றன என்று கணிதமுறையினர் வாதிட்டனர். வரலாற்றுமுறையினரோ, மனிதச் செயல்பாடு களை முன்கூட்டியே உணர்ந்து பொதுவான கோட்பாடுகளை உருவாக்க இயலாது என்று தீர்க்கமாகச் சொன்னார்கள்.

இவ்விரு முறைகளையும் பிரதிநிதித்துவப்படுத்திய வில்ஃபிரடோ பரேட்டோ *(Vilfredo Pareto, 1848-1923)*, குஸ்டாவ் ஷ்மோலர் *(Gustav Schmoller, 1838-1917)* எனும் இரண்டு பொருளியல் நிபுணர்கள் ஒரு சர்வதேசப் பொருளாதார மாநாட்டில் நேருக்குநேர் கடுமையாக மோதிக்கொண்டார்கள். உணவு இடைவேளையின்போது, கணிதமுறை பரேட்டோ, வரலாற்றுமுறை ஷ்மோலரிடம் சென்று, “நாமிருவரும் சேர்ந்து மதியஉணவு சாப்பிடுவோம். இலவசமாக உணவு தருகிற ஓர் ஓட்டலுக்குப் போவோம்” என்றழைத்தார். “எந்த ஓட்டலிலும் இலவசமாக உணவு தரமாட்டார்கள்” என்று வெடித்தார் ஷ்மோலர். சிரித்துக்கொண்டே கேட்டார் பரேட்டோ: “அப்படியானால் பொருளாதாரத்தில் சில பொதுவான கோட்பாடுகள் இருக்கின்றன என்று நீங்கள் ஒத்துக் கொள்கிறீர்கள், அப்படித்தானே?” எண் திறன் பெறுவோம், இளைஞர்களே!

12

வாசிப்புத் திறன்

"தேனிருக்கும் இடத்தினைத் தேடி மொய்க்கும் வண்டுபோல்... நல்ல நல்ல நூல்களை நாடி நாமும் பயிலுவோம்" என்கிற அழ. வள்ளியப்பா அவர்களின் பாடலை என் தலைமுறைக் குழந்தைகள் பாடினோமே தவிர, அனுபவித்தது கிடையாது. காரணம் அப்போதெல்லாம் இத்தனைப் பதிப்பகங்கள் இருக்கவில்லை; இவ்வளவு நூல்களும் வெளியிடப்படவில்லை; மக்களுக்குப் புத்தகம் வாங்கும் திறனும் அமையப் பெறவில்லை. பள்ளிகளில்கூட நூலகங்கள் கிடையாது.

ஆனால் இவையனைத்தும் இன்றையத் தலைமுறைக்கு அமைந்திருந்தாலும், புத்தகம் வாசிக்கும் பழக்கமில்லாமல் இருக்கிறீர்கள். நூல்களை வாசிக்கவிடாமல் தடுக்கும் பல்வேறு தடைகளும் உள்ளன.

வாழ்க்கையில் முன்னேற, வெற்றிபெற, வாழ்வின் இலக்கைச் சென்றடைய ஒரே வழி புத்தகங்கள் வாசிப்பதுதான். நிறைய வாசிப்பது, கண்டதை எல்லாம் வாசிப்பது. மணற்கேணி போன்ற மனக்கேணியில் 'கற்றனைத்தூறும் அறிவு' என்கிறார் வள்ளுவர். 'கண்டதும் கற்க பண்டிதன் ஆவான்' என்கிறோம். பண்டிதன் ஆகிறோமோ இல்லையோ, தன்னம்பிக்கையும் தன்னிறைவும் கொண்ட தனித்துவமிக்க மனிதனாய் மிளிர, பரந்துபட்ட வாசிப்பு மிகவும் அவசியம்.

முந்தி இருப்பச் செயல்

அறிவையும் ஞானத்தையும் தேக்கிவைத்திருக்கும் புத்தகங்கள் வாசிப்பது, யாரோடும் ஓர் உரையாடலைத் தொடங்கித் தொடரும் திறன் உள்ளவராக, மக்கள் திறன் உள்ளவராக, சமூகத் திறன் உள்ளவராக உங்களை மாற்றும். நீங்கள் பேசும் பேச்சுக்கள், உங்களின் கருத்துக்கள், நிலைப்பாடுகள் ஆணித்தரமானவையாக இருக்கும். தொலைதூர இடங்களுக்கு நம்மை இட்டுச்சென்று, இதுவரை கேள்விப்படாத விடயங்களை நமக்குச் சொல்லித்தந்து, சிந்திக்காத கோணங்களில் நம்மைச் சிந்திக்கவைத்து, வளரச் செய்வது வாசிப்புத் திறன்.

தொடர் வாசிப்பின் மூலம் மூளையைச் சுறுசுறுப்பாக வைத்திருக்க முடியும்; நினைவாற்றலை, புரிந்துணர்வை வளர்த்துக் கொள்ள முடியும்; மனஉளைச்சலை, மனச்சோர்வை அகற்ற முடியும்; ஆழமாகத் தூங்க முடியும்; நரம்பு மண்டலத்தை அமைதிப்படுத்தி, மொழித்திறன், சிந்தனைத் திறன் போன்ற வற்றை வளர்த்தெடுக்க முடியும்; பிறரின் மதிப்பை, நம்பிக்கையைப் பெற முடியும்; வயதாகும்போது மனத்தளவில் உங்களை விழிப்புடன் வைத்திருக்க முடியும்.

வாசிக்கும் பழக்கம் இல்லாதவர்களைக் கல்வி, தனிமனித உணர்வுகள், சமூக உறவுகள் தொடர்பான பல பிரச்சினைகள் பிடித்தாட்டுகின்றன. அவர்களுக்குத் தாழ்வு மனப்பான்மை, போதாமை போன்ற உணர்வுகள் எழுகின்றன. கல்வித் தடை, இளவயதுக் குற்றம் போன்ற பல்வேறு பிரச்சினைகளின் பின்னால் வாசிப்பின்மை இருக்கிறது.

நிறைய வாசிப்பது கண்களைப் பாதிக்கும், ஓடியாடி வேலை செய்வதைத் தடுக்கும், செரிமானப் பிரச்சினையை எழச்செய்யும், உடல் எடையை அதிகரிக்கும், அயர்ச்சி அடையச்செய்யும் என்றெல்லாம் சொல்லப்பட்டாலும், நீங்கள் தூங்கும் நேரம் தவிர மற்ற எல்லா நேரமும் வாசிக்க வேண்டும் என்று யாரும் கட்டாயப்படுத்தவில்லை. ஒரு நாளில் ஓரிரு மணி நேரங்கள் மட்டுமே வாசிப்பதால், இவை போன்ற எந்தக் குறைபாடும் வந்துவிடாது.

பிரான்சிஸ் பேக்கன் எனும் ஆங்கில அறிஞர், ஒரு சில புத்தகங்களை வெறுமனே ருசித்தால் போதும்; வேறு சில புத்தகங்களை அப்படியே விழுங்கி விடலாம்; ஆனால் குறிப்பிட்ட சில புத்தகங்களை நன்றாகச் சவைத்து, சுவைத்து, சீரணித்தாக வேண்டும் என்கிறார். அதாவது சில நூல்களில் தேவையான பகுதிகளை மட்டும் மேலோட்டமாக மேய்ந்தால் போதும்; வேறு சில புத்தகங்களைப் பெரும் சிரத்தையின்றிப் பரந்துபட்டு வாசித்துவிட்டுக் கடந்துவிடலாம்; ஆனால் குறிப்பிட்ட சில

புத்தகங்களை முழுவதுமாக, ஆழமாக, கவனமாகப் படித்தாக வேண்டும்.

படிப்பதற்கென குறிப்பிட்ட நேரத்தை ஒதுக்குங்கள். காலக்கெடு எதுவும் இல்லாததால், யாரும் உங்களைக் கேள்வி கேட்கமாட்டார்கள் என்பதால், தள்ளிப்போடத் தோன்றலாம். எனவே காலை எழுந்தவுடன் அல்லது தூங்கப்போகும் முன், அல்லது மதிய உணவு இடைவேளையில் என எந்த நேரம் உங்களுக்கு வசதிப்படுகிறதோ, வாய்ப்பாக இருக்கிறதோ, அப்போது வாசிக்கலாம்.

படிப்பதற்கென ஓர் இடத்தைத் தேர்வுசெய்து வைத்துக் கொள்ளுங்கள். வீட்டின் ஏதாவது ஓர் அறையில், வசதியான ஓர் இருக்கையில் அமர்ந்து வாசிப்பதை வழக்கமாக்கிக் கொள்ளலாம். தூங்கப்போகும் நேரத்தில் வாசிக்கிறவர்கள் படுக்கையில் படுத்தவாறே படிக்கலாம். வெளியூர் பயணங்களின்போது, கையில் ஒரு புத்தகத்தை எடுத்துச்சென்று வாசியுங்கள்.

வரலாற்று நூல்கள், வாழ்க்கை வரலாறுகள், புதினங்கள் என உங்களுக்கு இயற்கையாகவே ஈடுபாடு இருக்கும் விடயம் குறித்த நூல்களை வாசிக்கத் தொடங்குங்கள். உங்களின் வாசிக்கும் வேகம், புரிதலின் ஆழம் போன்றவற்றை அவதானித்துக் கொண்டிருங்கள். வாசிக்கும்போது அருகே ஒரு குறிப்பேட்டையும் பேனாவையும் வைத்திருங்கள். புதிய சொற்கள், சொற்றொடர்கள், கருத்துக்கள், கேள்விகள் போன்றவற்றைக் குறித்துக்கொள்ள வசதியாக இருக்கும்.

நம்மில் பெரும்பாலானோர் வாசிக்கும்போது, உள்ளுக்குள் ஒரு குரலைக் கேட்கிறோம். அந்தக் குரலை அவதானிக்காமல், அதை உணரவே உணராமல் வாசித்துச் செல்வதுதான் உன்னதமானது. பள்ளிக் குழந்தைகளை உரக்க வாசிக்கச் சொல்வதற்குக் காரணம் மொழியைச் சரியாக உச்சரிக்க உதவும் என்பதால்தான். ஆனால் நீங்கள் புத்தகங்கள் வாசிக்கும்போது, உரக்க வாசிக்கவேண்டிய தேவையில்லை.

வேகமாக வாசிக்க சில நுணுக்கங்கள் இருக்கின்றன. ஒவ்வொரு வார்த்தையாக வாசிக்காமல், வார்த்தைகளைச் சேர்த்து ஒரு தொகுப்பாக வாசிக்கப் பழகுங்கள். ஒருவர் சராசரியாக ஒரு நிமிடத்துக்கு 200 முதல் 300 வார்த்தைகள் வரை வாசிக்க முடியும் என்று நம்புகிறோம். வேகமான வாசிப்பின் மூலம் 1500 வார்த்தைகள் வரை வாசிக்கலாம் என்கிறார்கள்.

அத்தனை வேகமாக வாசிக்கிறவர்கள் ஒரு பத்தியின் முதல் வாக்கியத்தையும், கடைசி வாக்கியத்தை மட்டுமே

கவனமாக வாசித்து உள்வாங்கிவிட்டு, கண்களை நிலைக்குத்திப் பார்க்கச்செய்யாமல், அப்படியே பரவலாகப் பார்த்துச் செல்கிறார்கள். வாசிக்கும்போது வேறு எந்த வேலையும் செய்யாமல் அதில் மட்டும் கவனம் செலுத்துகிறார்கள்.

தொடர்ந்து வாசிப்பது உங்களுக்கேயான ஒரு வாசிப்புத் தன்மையை உருவாக்கித்தரும். மனக்குழப்பங்கள் ஏதுமின்றி, புறச்சூழல் அமைதியாக இருக்கும்போது, நாம் மன ஒருமைப்பாட்டுடன் வேகமாக வாசிக்க முடியும். உடல்நலம், மனநலம், புறச்சூழல் என பல விடயங்கள் வாசிப்பதில் அடங்கியிருப்பதால் வேகம், ஆழம் பற்றியெல்லாம் பெரிதாக அலட்டிக்கொள்ளாமல், தொடர்ந்து வாசியுங்கள். அதனை ஒரு வேலையாகச் செய்யாமல், மனமகிழ்வுக்காகச் செய்யுங்கள்.

மகிழுந்து ஓட்டும்போதோ, நடைப்பயிற்சியின்போதோ 'ஆடியோ' புத்தகங்களைக் கேட்கலாம். அதேபோல, 'கிண்டில்,' இணையதளம் போன்ற பல வழிகளில் நூல்களை வாசிக்க முடியும். உணவே உடலுக்கு மருந்து என்பது போல, நூல்களே உள்ளத்துக்கு அருமருந்து. உண்மையில் நூல்களை மருந்தாகவும் பயன்படுத்துகிறார்கள்.

பாக்ஸ்டர் எனும் ஓர் அமெரிக்கர் 'பிப்ளியோபதிக்' நிறுவனம் ஒன்றை நடத்தி, தன்னிடம் உதவி நாடி வருகிறவர்களுக்கு உகந்த நூல்களைப் பரிந்துரை செய்திருக்கிறார். இந்த சிகிச்சை முறையை 1916ஆம் ஆண்டு *அட்லாண்டிக் மந்த்லி* எனும் இதழில் வெளிவந்த கட்டுரை ஒன்று 'பிப்ளியோதெரபி' என்றழைத்தது. பிசியோதெரபி உடலுக்கு உதவுவது போல, பிப்ளியோதெரபி உள்ளத்துக்கு உதவுகிறது.

பல்சுவை உணவுகளை உங்கள் முன் பரப்பி, அருகே ஒருவர் கையில் சாட்டையுடன் நின்று, அரை மணி நேரத்தில் அனைத்தையும் உண்டு, உடல்நலம் பெறுக என்று வற்புறுத்துவது ஏற்புடையதா? அல்லது அந்த உணவுவகைகளில் உங்களுக்குப் பிடித்தமான, உங்கள் உடலுக்குத் தேவையான உணவுகளைத் தேர்ந்து ரசித்து, ருசித்து உண்டு மகிழுங்கள் என்று கேட்டுக்கொள்வது சிறந்ததா? படிப்புக்காக வாசிப்பதைவிட, வாழ்வின் மீதான பிடிப்புக்காக வாசியுங்கள்!

சுப. உதயகுமாரன்

13

பரிவுணர்வுத் திறன்

நள்ளிரவு நேரத்தில் யாருமில்லாத ஒரு சாலையில் நடந்து போய்க்கொண்டிருக்கிறீர்கள். உங்களுக்குச் சற்று முன்னால் ஓர் இளம்பெண் தனியாக நடந்து சென்றுகொண்டிருக்கிறார். தனக்குப் பின்னால் அறிமுகமில்லாத ஓர் ஆண் நடந்துவருவதைப் பார்த்துவிட்ட அந்தப் பெண் சற்றே வேகமாக நடக்க ஆரம்பிக்கிறார். நீங்களும் வேகத்தை அதிகரிக்கிறீர்களா என்று அடிக்கடி திரும்பிப் பார்க்கிறார்.

இந்தச் சூழலில் உங்கள் எண்ணவோட்டம், எதிர்வினை கீழ்க்காண்பவற்றில் எதுவாக இருக்கும்?

- இந்த இரவு நேரத்தில் ஓர் இளம்பெண் ஏன் தேவையின்றி வெளியே வர வேண்டும்? நெருங்கி நடந்து, கொஞ்சம் பயம்காட்டி, ஒரு பாடம் கற்பித்துவிடுவோம். இனி இந்த மாதிரி தவற்றை இவர் செய்யவே கூடாது.

- அந்தப் பெண்ணுக்கும் எனக்கும் சாலையில் சம உரிமை இருக்கிறது; நான் ஏன் அவரைப் பற்றிக் கவலைப்பட வேண்டும்? நான் எதைப்பற்றியும் கவலைப்படாமல் தொடர்ந்து நடந்துகொண்டிருப்பேன். நான் ஒன்றும் பாலியல் வன்கொடுமையாளன் அல்லவே?

- எந்தச் சூழ்நிலையில் இந்தப் பெண் இப்படிச் செல்கிறார் என்று தெரியவில்லை. இளம்பெண்ணாக இருப்பதால் இருளும்,

தனிமையும் சூழ்ந்திருப்பதால் என்னைக் கண்டு அவர் பயப்படலாம், பதற்றமடையலாம். எனவே நான் சற்றே ஒதுங்கி நின்று, அவரைக் கொஞ்சதூரம் முன்னேறிச் செல்ல விட்டுவிடுகிறேன். அவர் மனநிம்மதியோடு நடந்து போகட்டும்.

மூன்றாவது தெரிவு உங்களுடையதாக இருந்தால், நீங்கள் பாங்கான சிந்தையும், பரிவுணர்வும் (empathy) உடையவர் என்று அர்த்தம். ஒத்துணர்வு, பச்சாதாபம் எனப் பல்வேறு வார்த்தைகளில் நாம் குறிப்பிடும் பரிவுணர்வு, இன்னொருவர் அனுபவித்துக் கொண்டிருக்கும் உணர்வுகளை நாம் உணர்வதுதான். அதாவது அவருடைய இடத்தில் நம்மை வைத்துப்பார்ப்பது.

இந்தப் பரிவுணர்வு உங்கள் உள்ளத்தில் பொங்கியெழ வேண்டுமென்றால், நீங்கள் வாழ்வின் நிகழ்வுகளை எப்படி உள்வாங்குகிறீர்கள், புரிந்துகொள்கிறீர்கள் என்பது முக்கியம். வாழ்வில் நாம் எதிர்கொள்ளும் உறவுகளை, நட்புகளை, பிரச்சினைகளை, சந்தர்ப்பங்களை எப்படிக் கையாளுகிறோம் என்பது பல்வேறு அடிப்படைகளைக் கொண்டது. நமது விழுமியங்கள், பார்வைகள், அனுமானங்கள் போன்றவை மிக முக்கிய பங்காற்றுகின்றன. அதேபோல நமது ஆளுமையும் பெரும் பங்கு வகிக்கிறது.

இந்த விழுமியங்கள், பார்வைகள், அனுமானங்கள், ஆளுமை போன்றவற்றை நமது குடும்பப் பின்னணி, கல்வி, பயணங்கள், வாழ்க்கை அனுபவங்கள் எனப் பல்வேறு விடயங்கள் தீர்மானிக்கின்றன.

தாழ்வு மனப்பான்மையோ உயர்வு மனப்பான்மையோ, பிற மனப்பிறழ்வுகளோ ஏதுமின்றி, நடுவு நிலைமை தவறாது வாழ்க்கையை, வாழ்வின் பல்வேறு அம்சங்களை நாம் புரிந்துகொள்வது பரிவுணர்வு பெருகப் பெரிதும் அவசியமாகிறது. புரிந்துணர்வும் பரிவுணர்வும் ஒரே நாணயத்தின் இரண்டு பக்கங்கள் போன்றவை. நேர்மறைப் புரிதல் பரிவுக்கும், எதிர்மறைப் புரிதல் பிரிவுக்கும் இட்டுச்செல்கின்றன.

ஒரு விடயத்தை, பிரச்சினையை, சந்தர்ப்பத்தை நாம் மூன்று விதங்களில் புரிந்துகொள்கிறோம் என்கிறார் ஹெரால்ட் பெஞ்சமின் எனும் ஓர் அறிஞர்.

முதலாவது, ஓர் ஒற்றனின் பகுதிப் புரிதல். அதாவது ஓர் ஒற்றன் தன் கையில் இருக்கும் பிரச்சினை தொடர்பாகத் தனக்குத் தேவைப்படும் பயனுள்ள தகவல்களை மட்டுமே

சேகரிக்கிறார், உள்வாங்குகிறார். அத்தியாவசியமான தகவல்களை மட்டும் திரட்டிக்கொண்டு, அவை தொடர்பான பிறரின் நடவடிக்கைகளை மட்டும் அவதானித்துவிட்டு, தனது நோக்கத்தைத் திறம்பட சாதிப்பதில் மட்டுமே அவரது கவனம் குவிகிறது.

பெஞ்சமின் ஓர் எடுத்துக்காட்டைச் சொல்கிறார். ஓர் அரசுக்காக அல்லது ஒரு சர்வதேச நிறுவனத்துக்காக (அரபு நாடுகளும், இஸ்ரேலும் அடங்கிய) மத்திய கிழக்குப் பகுதியை ஒருவர் உளவு பார்க்கிறார் என்று வையுங்கள். அவர் அப்பகுதியின் வரலாறு, அரசியல், பொருளாதாரம், மதங்கள், மொழிகள் போன்றவை பற்றிய குறிப்பிட்ட சில புத்தகங்களை மட்டும் வாசிப்பார் அல்லது ஒரு சில கல்லூரிப் பாடங்களை மட்டும் பயில்வார்.

இரண்டாவது, ஒரு சுற்றுலாப் பயணியின் மேம்போக்கான புரிதல். ஓர் ஒற்றன் ஒரு சில விடயங்களைக் கூர்மையாக, தெளிவாகத் தெரிந்துவைத்திருப்பது போலல்லாமல், ஒரு சுற்றுலாப்பயணி அங்கொன்றும் இங்கொன்றுமாக, ஏனோதானோவென நிறைய தகவல்களைத் தெரிந்து வைத்திருப்பார். அவரிடம் ஜெருசலேம், காசா, யாசர் அராஃபத், மோஷே தயான் பற்றியெல்லாம் துணுக்குச் செய்திகள் நிறைந்திருக்கும். ஆனால் இவற்றுக்கிடையேயான தொடர்புகள், இணைப்புகளோடு கூடிய பரந்துபட்ட பார்வை இருக்காது.

மூன்றாவது, ஓர் அறிஞனின் ஆழமான புரிதல். ஒரு பகுதியை மட்டுமோ அல்லது மேம்போக்காகவோ அல்லாமல் அவருடைய அறிவு, நீளமும் அகலமும் ஆழமும் கொண்டதாக இருக்கும். நீட்சியை அறிந்து, மீட்சியைத் தேடும் பரந்துபட்ட அறிவாகவும் தேடலாகவும் அது அமையும். அறிவைத் தேடி, திறமைகளை வளர்த்து,யதார்த்தத்தை இன்னும் மேம்படச்செய்யும்.

கோபத்தோடும் வெறுப்போடும் ஒருவரையொருவர் பார்த்துக்கொண்டு, துன்புறுகின்ற யூதர்களும் பாலஸ்தீனியர்களும் புரிந்துணர்வோடும், பரிவுணர்வோடும் தங்கள் உறவினை அமைத்துக்கொள்ள, அகிம்சை வழியில் தங்கள் பிரச்சினைகளுக்குத் தீர்வுகளைத் தேடிக்கொள்ள, ஒட்டு மொத்தப் பிராந்தியத்தின் சமாதானத்திற்கும் வளர்ச்சிக்கும் மேம்பட்ட வாழ்வுக்கும் தங்களைத் தயாரித்துக்கொள்ள அவரது அறிவு விடைபகரும், வழிபயக்கும், இட்டுச்செல்லும்.

ஆழமான பிணக்கும், அகன்ற மனக்கசப்பும் கொண்ட ஒரு கணவனும் – மனைவியும் தங்கள் பிரச்சினைக்குத் தீர்வினைத் தேடி ஒரு சமூக சேவகரிடம் வந்து சேர்ந்தனர். முதலில் மனைவி

தரப்பு வாதங்களை நீண்டநேரம் பொறுமையாகக் கேட்ட அந்தச் சமூக சேவகர், "நீங்கள் சொல்வது சரிதான்" என்று சொல்லி அவரை அனுப்பிவைத்தார். பின்னர் கணவர் தரப்பை நீண்டநேரம், அமைதியாகக் கேட்டுவிட்டு, அவரிடமும் "நீங்கள் சொல்வது சரிதான்" என்று தேறுதல் சொல்லி அனுப்பிவைத்தார் சமூக சேவகர்.

இந்த உரையாடல்களையெல்லாம் கவனமாகக் கேட்டுக் கொண்டிருந்த சமூக சேவகரின் கணவர், "இதென்ன கூத்தாக இருக்கிறது? மனைவியிடம் 'நீங்கள் சொல்வது சரிதான்' என்று சொல்லி அனுப்பிவைத்தாய். பிறகு கணவரிடமும் 'நீங்கள் சொல்வது சரிதான்' என்று சொல்லி அனுப்புகிறாய். அதெப்படி இருவர் சொல்வதும் சரியாக இருக்க முடியும்?" என்று பொரிந்து தள்ளினார். கணவர் பேசுவதைப் பொறுமையாகக் கேட்டுவிட்டு, சமூக சேவகர் சொன்னார்: "நீங்கள் சொல்வதும் சரிதான்."

அப்படியானால், அனைவர் சொல்வதையும் புரிந்து கொண்டு, அந்த ஆற்றொழுக்கோடு அடித்துச் செல்லப்படுவதுதான் பரிவுணர்வு என்பதா? இல்லை. உங்கள் இலக்குகள், தேவைகள், ஈடுபாடுகளைக் காத்துக்கொள்வதுதான் உங்கள் நிலைப்பாடாக இருக்கவேண்டும். ஆனாலும் ஒரு பிரச்சினைக்குப் பல்வேறு கோணங்கள், பரிமாணங்கள் இருப்பதைப் புரிந்துகொள்வது பரிவுணர்வுக்குக் கைகொடுக்கும் என்பதுதான் நாம் படிக்க வேண்டிய பாடம்.

இந்தப் பரிவுணர்வை எப்படி வளர்த்தெடுப்பது?

- முல்லைக்குத் தேர்கொடுத்த பாரி, மயிலுக்குப் போர்வை தந்த பேகன், கன்றை இழந்த பசுவுக்காகத் தன் மகனையே கொன்ற மனுநீதிச் சோழன் பற்றியெல்லாம் படியுங்கள்.

- மாதிரி நாடாளுமன்றம், மாதிரி ஐ.நா. போன்ற நிகழ்வு களில் உங்களுக்குப் பிடிக்காத அரசியல் கட்சியின் அல்லது நாட்டின் பிரதிநிதியாக வாதிட்டுப் பாருங்கள்.

- உங்கள் தந்தையாரின் சட்டையை அணிந்துகொண்டு, அல்லது தாயாரின் சேலையைப் போர்த்திக்கொண்டு, சில குடும்பப் பிரச்சினைகளில் அவர்கள் எடுக்கும் நிலைப்பாட்டை, முடிவை அணுகிப்பாருங்கள்.

- உங்கள் பணியிடத்தில் எழும் ஒரு பிரச்சினையை உங்களின் மேலாளர் அல்லது தொழிற்சங்கத் தலைவர் போன்றோரின் இடங்களிலிருந்து அணுகிப்பார்த்து, நீங்கள் எப்படி முடிவெடுப்பீர்கள் என்று சிந்தியுங்கள்.

14

படைப்புத் திறன்

பாரதி போல 'சுடர்மிகு ஒளியுடன்' திகழ்பவர்கள் தாம் பெற்றிருக்கும் அந்த ஒளியை வாழ்க்கையின்மீது சிந்திச் சிறக்கச் செய்வதைத்தான் நாம் படைப்புத்திறன் என்கிறோம். புதிய கருத்துக்களை உருவாக்குவது அல்லது தற்போதைய கருத்துக்கள் மீது புதிய பார்வையைச் செலுத்துவது தான் படைப்புத்திறன்.

உங்கள் உடலும் உள்ளமும் ஆன்மாவும் ஒன்றோடொன்று ஆழ்ந்த இணைப்பிலிருக்கும் போது, அதாவது நீங்கள் உங்களில் உறுதியாக நிலைத்திருக்கும் போது, உள்ளுக்குள் ஒரு பேரமைதி ததும்பி நிற்கும்போது, படைப்புத்திறன் வெளிப்படுகிறது.

காற்றழுத்தத் தாழ்வு மண்டலமும் கடற்காற்றும், கருமேகங்களும், குளிர்மலையும் எல்லாம் ஒன்றாய்ச் சேர்ந்து ஒரு பெருமழைக்குத் தயாராவது போல, உங்களுக்குள் இருக்கும் படைப்புத்திறனுக்கும் ஒரு தயாரிப்புக் காலம், பருவம் இருக்கிறது. இரண்டாவதாக, தானிட்ட முட்டைகளைத் தாய்ப்பறவை பொறுமையாக, கவனமாக அடைகாத்துக் குஞ்சு பொரிப்பது போல, உங்களுக்குள் திரண்டிருக்கும் 'நுண்மாண் நுழைபுலம்' (நுட்பமானதாய், மாட்சியுடையதாய் ஆராயவல்லதான அறிவு) பொரிந்து புறப்படுமுன் குறிப்பிட்டக் காலம் அடைகாக்கப்படுகிறது.

முந்தி இருப்பச் செயல்

மூன்றாவதாக, உங்களுக்குள் சிதறிக் கிடக்கும் எண்ணங்கள், கருத்துக்கள், அனுபவங்கள் போன்ற முத்துக்களெல்லாம் ஒன்றுதிரண்டு, ஓர் உருப்பெற்று குன்றிலிட்ட விளக்காய் ஒளிர்கிறது. நான்காவதாக, உலகின் தரக்கட்டுப்பாட்டுச் சோதனைகளுக்குள்ளாகி, "ஆம், இது ஒரு விளக்கேதான்" என்று உலகம் ஏற்றுக்கொள்கிறது.

படைப்புத்திறனானது மேற்குறிப்பிட்ட நான்கு நிலை களைக் கொண்டதென நம்முடைய புரிதலுக்காகப் பகுத்துக் கொள்கிறோம். இவற்றுக்கிடையேயான காலம், தூரம், தாக்கம் போன்றவற்றுக்கெல்லாம் எந்தவிதமான துல்லியமான சூத்திரமும் கிடையாது.

பண்பும் பயனும் ஒன்றாக இருக்கும் இந்த படைப்புத் திறனை எப்படி கண்டுணர்வது, வளர்த்தெடுப்பது? 'தாயறியாத சூலில்லை' என்பது போல, படைப்புத்திறன் உடையவர்களால் தங்களின் மனமும் இதயமும் ஆன்மாவும் பீறிட்டு எழுவதை நிச்சயமாக உணரமுடியும். முளையிலேயே தெரியும் அந்த விளையும் பயிரைப் பெற்றோர், ஆசிரியர்கள், உறவினர், நண்பர்கள் கண்டுணர்ந்து தூண்டிவிடலாம்.

படைப்புத்திறன் மிளிர அசாத்திய துணிச்சல் வேண்டும். ஆம், அஞ்சி நடுங்கிக் கொண்டிருக்காமல், துணிந்து எழுந்து நிற்க வேண்டும்; உலகம் ஆரத்தழுவி அணைக்குமா அல்லது அடித்துக் கீழே தள்ளுமா என்றெல்லாம் கவலைப்படாது, படைத்து, பொதுச்சமூகத்துக்குப் படையல் இடவேண்டும்.

படைப்புத்திறனுக்குப் படிப்போ பட்டமோ எதுவும் தேவையில்லை. என்னுடைய தந்தைவழிப் பாட்டி தங்கம்மாள் அவர்களின் ஊர், குமரி மாவட்டத்திலுள்ள மண்டைக்காடு என்பதால், எங்கள் ஊரான இசங்கன்விளையில் அவரை மண்டைக்காட்டா(ள்) என்றே அழைப்பார்கள் (பெயர் வைப்பதிலுள்ள படைப்புத்திறனைப் பாருங்கள்!). அடிப்படைக் கல்வியறிவுகூட இல்லாத மண்டைக்காட்டாளுக்கு எழுதப் படிக்கவே தெரியாது. ஆனால் அவரைவிடச் சிறந்த கதைசொல்லியை நான் கண்டதேயில்லை. இரவு தூங்கும்போது இராமாயணம், மகாபாரதம், நல்லதங்காள், செம்புலிங்கம் போன்ற கதைகளை அவ்வளவு அற்புதமாகச் சொல்வார். துணைக்கதைகளுக்குள் புகுந்து, கிளைக்கதைகளுக்குள் ஊடாடி, முதுமொழி, பழமொழி தொடர்பான கதைகளைச் சொல்லி, மீண்டும் பெருங்கதைக்குத் திரும்பி, கதைகளின் அருங்காட்சியகம் ஒன்றைக் கண்டுகளிக்கும் அனுபவத்தைப் பாட்டி ஏற்படுத்தும் வித்தையை எண்ணி இன்றும் வியக்கிறேன்.

படைப்புத்திறன் ஜொலிக்க கட்டற்ற கற்பனை வளம் வேண்டும். யதார்த்தத்தை மட்டுமே வெறித்துப் பார்த்துக் கொண்டிருந்தால், படைப்புத்திறன் வெளிப்படாது. அகக் கண்ணைத் திறந்து அண்டசராசரம் எங்கும் எட்டிப்பார்க்க வேண்டும்.

ஒருவர் தன்னுடைய அறிவை, அனுபவங்களை, அவதானிப்புக் களைப் படைப்புத்திறனோடு வெளியிடுவதுதான் கவிதையாக, பாடலாக, இசையாக, நாட்டியமாக, கதையாக, நாடகமாக, திரைப்படமாக, ஓவியமாக, சிற்பமாக என எப்படியெல்லாமோ மிளிர்கிறது. படைப்புத்திறன் நுண்கலைகளுக்கு மட்டுமே உரித்தானதல்ல. ஒரு தச்சரோ, கொத்தனாரோ, அவர் யாராக இருந்தாலும் தனக்குள் ஒளிந்துகிடக்கும் படைப்புத்திறனைக் கண்டுபிடித்து வெளிக்கொணர முடியும்.

அதேபோல, படைப்புத்திறன் ஒரு சில விசேட மனிதர் களுக்கு மட்டுமே உரித்தானதுமல்ல. 'தொட்டனைத் தூறும் மணற்கேணி' போல, படைக்கப் படைக்கத்தான் படைப்புத் திறன் ஊற்றெடுக்கும். பயிற்சியாலும் முயற்சியாலும் அதை வளர்த்தெடுக்க முடியும்.

புதிதாகத் திருமணம் செய்துகொள்பவர்கள் ஏராள மான வேறுபாடுகளை எதிர்கொள்வார்கள். அனைத்திலும் கருத்துப்பரிமாற்றம் நடத்தி, விட்டுக்கொடுத்து, தத்தம் விருப்பு வெறுப்புக்களில் அவர்கள் பெரும் மாற்றங்கள் கொண்டுவந்தாக வேண்டும். எந்தெந்தப் பிரச்சினைகளில் கருத்து வேறுபாடுகள் எழலாம் என்று பட்டியலிட முயன்றால், அதற்கு எல்லையே கிடையாது. ஆனால் இந்தக் கருத்தை அவர்கள் மனத்தில் பதியச்செய்ய வேண்டும். என்ன செய்வது?

டாம் ஃபர்லாங் என்கிற ஓர் அமெரிக்கர் 'புதுமணத் தம்பதியருக்கு ஒரு வார்த்தை' என்கிற தலைப்பில் ஒரு கவிதை எழுதி அதைச் சாதிக்கிறார்:

பற்பசைக் குழாய் ஒன்றை எடுத்துக்கொள்வோம்
அதிலே தம்பதியர் தலையைப் பிய்த்துக்கொள்வோம்
ஒருவர் குழாயின் நடுவில் பிதுக்குவார்
மற்றவரோ அடிப்பகுதியில் அமுக்குவார்
இருவருமே இப்பழக்கத்தை மாற்றுதல் கடினம்.
இப்படி ஒரு நிலை உங்களில் எழுந்தால்
உடனே இரண்டு குழாய்கள் வாங்குவீர்
ஒன்று அவனுக்கும், இன்னொன்று அவளுக்கும்
கண்ணடித்து, கொஞ்சம் சிரித்தவாறே உடன்படுவீர்.
வாழ்வோ சாவோ உடல் நலிவோ நலமோ
அடுத்தவர் பற்பசைக் குழாயை அங்கிருந்து

அணுவளவும் நகர்த்தி அகற்றமாட்டோம்.
நீவிர் மகிழ்வாய் வாழும் வழிவகை இதுதான்!

யாரோ எழுதிய 'பள்ளத்தாக்கில் ஓர் ஆம்புலன்ஸ்' என்றோர் ஆங்கிலக் கவிதையை அண்மையில் படித்தேன். அந்த அபாயகரமான மலையுச்சியில் இயற்கை அழகை ரசிக்கச் சென்ற, அவ்வப்போது அவ்வழியே நடந்து சென்ற பலர் தவறி விழுந்து இறந்திருக்கிறார்கள். இந்தப் பிரச்சினைக்கு ஒரு வழி காண வேண்டும் என்று அப்பகுதி மக்கள் முடிவு செய்தனர். விழுகிறவர்களின் மீதான இரக்கமும், ஊர் மக்களின் மீதான கரிசனமும் மேலோங்க, அப்பகுதி மக்களும் பாதசாரிகளும் பெருந்தன்மையாய் நன்கொடைகள் வழங்க, பள்ளத்தாக்கில் ஓர் ஆம்புலன்ஸ் விடுவதற்கு ஏற்பாடு செய்தார்கள்.

அப்போது அந்த வழியே வந்த ஓர் அறிஞர் பெருமான் ஆம்புலன்ஸ் முயற்சியைப் பற்றிக் கேள்விப்பட்டார். பிரச்சினையின் மூலகாரணத்தைக் கண்டுகொள்ளாமல், முகிழ்க்கும் விளைவை மாற்றியமைக்க முனைகிறார்களே மக்கள் என்று வருந்தினார். 'வருமுன்னர்க காப்பதா, வந்தபின் ஓடுவதா?' என்று மக்களிடம் கேட்டார். சிந்தித்த அப்பகுதி மக்கள், 'முளையிலேயே கிள்ளி எறிவோம், மலையுச்சியில் வேலி அமைப்போம்' என்று ஆர்ப்பரித்தனர். ஒரு படைப்பு எத்தனை லாவகமாக நம்மைச் சிந்திக்கவைக்கிறது, பாருங்கள்.

அன்றாடம் நாம் வாழும் நமது வாழ்வின் யதார்த்தத்தை ரிச்சர்ட் லெட்டிஸ் எனும் ஓர் அமெரிக்கர் அற்புதமான படைப்புத்திறனுடன் பாங்காகச் சொல்வதைக் கண்ணுறுங்கள்:

திங்கள் ஒரு மோசமான நாள்: வேலைக்கு மீண்டும் வருவதால்;
செவ்வாய் இன்னும் சிறந்த நாள்: திங்கள் கடந்து சென்றதால்;
புதன் நம்பிக்கை அளிக்கும் நாள்: வாரத்தில் பாதி கடந்ததால்;
வியாழன் ஒரு தூங்குமூஞ்சி நாள்: பெரிதாக எதுவும் நடக்காததால்;
வெள்ளியோ ஆரவாரமான நாள்: வாரஇறுதி வந்துவிட்டதால்;
சனி, ஞாயிறு இரண்டு நாள் எல்லோருக்குமே இன்பத் திருநாள்
அடுத்து வருவதும் அறிந்தோம்: மோசமானதொரு திங்கள் நாள்!

உள்ளுணர்வும் உந்தித்தள்ளும் ஊற்றுப்பெருக்கும் இல்லாமலாகி, வேகமும் பரபரப்பும் கட்டுப்பாடுகளும் ஆக்கிரமித்திருக்கும் நம்முடைய நவீன வாழ்க்கை, படைப்புத் திறனை மழுங்கடிக்கிறது. 'பசித்திரு, தனித்திரு, விழித்திரு' எனும் வள்ளலார் பெருமான் வழங்கும் மந்திரம் படைப்புத்திறனை வளர்த்தெடுக்க உதவும்.

'படைப்பதனால் என் பேர் இறைவன்' என்று புளகாங்கிதமடைந்த கவிஞர் கண்ணதாசன் பாடினார்:

மானிட இனத்தை ஆட்டி வைப்பேன், அவர் மாண்டுவிட்டால் அதைப் பாடிவைப்பேன். நான் நிரந்தரமானவன் அழிவதில்லை, எந்த நிலையிலும் எனக்கு மரணமில்லை.

ஆம், படைப்புத்திறன் மிக்க படைப்புக்களுக்கு மட்டுமல்ல, அவற்றைப் படைப்பவர்களுக்கும் மரணமில்லை. படைப்புத்திறனால் நிலைத்திருக்க வழிதேடுங்கள்.

15

சிந்தனைத் திறன்

மனிதர்கள் தம் உணவை வேட்டையாடியும் பின்னர் சேகரித்தும் திரிந்த காலத்தில் சிந்திக்க வேண்டிய தேவைகள் பெரிதாக இருந்திருக்காது. நதிக்கரைகளில் குடியேறி, வேளாண்மையில் ஈடுபட்டு, இனக்குழுக்களாகத் தங்களை நிறுவி வாழத் தொடங்கியபோதுதான், தீவிரமாகச் சிந்திக்கவும் தொடங்கியிருப்பார்கள்.

ஆனால் இன்றைய மனிதருக்கோ சிந்தித்தல் மிக மிக முக்கியமான செயல்பாடாக மாறியிருக்கிறது. இப்போது நாம் பெற்றிருக்கும் மொழிகள், இலக்கியங்கள், தத்துவங்கள், அறிவியல், நுண்கலைகள் என வாழ்வின் அனைத்துமே நம் சிந்தனைகளின் வெளிப்பாடுகள்தானே?

சிந்தித்தல் நமது மூளையில் நடக்கும் செயல்பாடு. 'சுவர் இருந்தால்தான் சித்திரம் வரைய முடியும்' என்பதுபோல, மூளை ஆரோக்கியமாக இருந்தால்தான் முனைப்போடு சிந்திக்க முடியும். மூளையை ஆரோக்கியமாக வைத்திருக்க, ஜான் மெடினா என்கிற உயிரியல் நிபுணர் சில ஆலோசனைகள் சொல்கிறார். முக்கியமான மூன்றை மட்டும் சொல்கிறேன்:

ஒன்று, நாம் நடந்து திரிந்த பிறவிகளாய் இருந்ததால் நமது மூளை இன்னும் அந்த அனுபவத்துக்காக ஏங்கித் தவிக்கிறது. உங்களின் நினைவாற்றல், கவனித்தல், பகுத்தறிதல், சிக்கல்கள் தீர்த்தல் என அனைத்துத் திறன்களும் மேலோங்கிச்

சிறக்க, உடற்பயிற்சி, குறிப்பாக நடைப்பயிற்சி, அவசியம். மூளை தலையில் இருக்கலாம், ஆனால் அதன் 'ஸ்விட்ச்' காலில் இருக்கிறது. எனவே இயலும்போதெல்லாம் நடக்க வேண்டும்.

இரண்டு, நம்மில் வெகுசிலர் ஒரே நேரத்தில் பல விடயங் களைச் செய்யும் (சதாவதானி போன்ற) கவனகர்களாகத் திகழ்ந்தாலும், பெரும்பாலானவர்களின் மூளை பெரும்பாலான நேரங்களில் ஒரே ஒரு விடயத்தில் மட்டும்தான் ஊன்றிக் கவனம் செலுத்துகிறது. எனவே பல விடயங்களை ஒரே நேரத்தில் இழுத்துப்போட்டுச் செய்வதற்குப் பதிலாக, ஒன்றே செய்யுங்கள், அதை நன்றே செய்யுங்கள்.

மூன்று, போதுமான தூக்கம் இருந்தால்தான், மூளை சிறப்பாக சிந்திக்கிறது. நமது மூளை தீவிரமான, தற்காலிக ஆபத்துக்களை மட்டுமே குறுகியகால அடிப்படையில் திறம்படக் கையாளும் தன்மைகொண்டது. அதைப் பகைமை, வெறுப்பு, கோபம் போன்ற நீண்டகால நிரந்தர ஆபத்துக்களுக்குள் தள்ளும்போது, அது நிலைகுலைந்து போகிறது. உங்கள் சிந்தனைத் திறன் தடம்புரண்டு விடுகிறது. எனவே மூளையை அழுத்தத்துக்கு உள்ளாக்காதீர்கள்.

சிந்திப்பது எனும் சொல் பல்வேறு அர்த்தங்களைக் கொண்டது. '(சிவகாமி மகனை, சண்முகனை) சிந்தனை செய் மனமே, செய்தால் தீவினை அகன்றிடுமே' எனும் கே. டி. சந்தானம் எழுதிய பாடலில், சிந்தனை செய்வதைப் பிரார்த்தனையோடு கூடிய தன்னாய்வு என்கிறது. 'சிந்தை யொன்றினி இல்லை, எது சேரினும் நலமெனத் தெளிந்து விட்டேன்' என்று பாரதியார் பாஞ்சாலி சபதத்தில் எழுதும்போது, சிந்தை மறுபரிசீலனையற்ற, தெளிவான முடிவையும் மனஉறுதியையும் குறிக்கிறது.

எத்தியோப்பியாவில் ஒருவர் அமைதியாக உட்கார்ந்து சிந்தித்துக்கொண்டிருந்தால், 'மின் தசபால' (எதைப் பற்றிக் கவலைப்படுகிறாய்?) என்று கேட்டு, அவரது மோனநிலையைத் தகர்ப்பது நண்பர்களின் கடமை என்றியங்குவார்கள். சிந்திப்பதை, கவலைப்படுவது என்று புரிந்துகொள்கிறார்கள் அவர்கள்.

நாம் இங்கே விவாதிக்கும் சிந்தனைத் திறன் எது? ஒரு குறிப்பிட்ட விடயத்தின் உண்மைத்தன்மையை, சரித்தன்மையை, மதிப்பை நிர்ணயிக்க முயல்வதும், முழு நிலைமையையும் உள்வாங்கி அதற்கான காரண காரியங்களையும் மாற்றுக்களையும் தேடிக்கண்டுபிடிப்பதும், தகுந்த ஆதாரங்களின் அடிப்படையில் நமது பார்வையை மாற்றிக்கொள்வதும்தான்.

இந்தச் சிந்தனைத் திறனில் விமரிசனமும் தர்க்கமும் பகுப்பாய்வும் கலந்திருப்பதால், சிந்திக்கும் திறனை விமரிசனச்

சிந்தனை, தர்க்கச் சிந்தனை அல்லது பகுப்பாய்வுச் சிந்தனை என்றெல்லாம் பலவாறாக அழைக்கிறோம்.

நம்மில் பலர் நமக்குப் பிடித்தமான குறிப்பிட்ட சாதி நிறுவனம், மதபீடம், கட்சி, அமைப்பு, நாளிதழ், ஆளுமை போன்றவர்கள் சிந்திப்பதை அப்படியே ஏற்றுக்கொண்டு அதே வழியில் சிந்திக்கிறோம். ஆனால் சுயசிந்தனை உடையவர்கள் சுதந்திரமாகச் சிந்திப்பதற்கு முனைகிறோம்.

அப்படி சிந்திப்பதற்கு நாம் பயன்படுத்தும் ஒரு சில உத்திகளைப் பார்ப்போம். முதலாவதாக, ஒரு துலாக்கோல் போல நாம் சிந்திக்கலாம். ஒரு குறிப்பிட்ட விடயத்தின் நிறை – குறைகளை, நன்மை – தீமைகளை, சாதக – பாதகங்களை, நேர்மறை – எதிர்மறைகளைச் சீர்தூக்கிப் பார்த்து, எது மிகுதியாக இருக்கிறதோ அதனடிப்படையில் அதனை ஏற்றுக்கொள்வதும் நிராகரிப்பதும் ஓர் எளிமையான, அடிப்படையான உத்தி.

வள்ளுவம் அழகாகச் சொல்கிறது:

குணம்நாடிக் குற்றமும் நாடி அவற்றுள்
மிகைநாடி மிக்க கொளல்.

இந்த அடிப்படைச் சூத்திரத்தோடு, இன்னுமொரு கருதுகோளையும் சேர்த்து, மேம்படுத்தப்பட்ட வேறொரு உத்தியையும் சொல்கிறார் வள்ளுவர்:

அழிவதூஉம் ஆவதூஉம் ஆகி வழிபயக்கும்
ஊதியமும் சூழ்ந்து செயல்.

என்னுடைய பார்வையில், ஒரு செயலைச் செய்யும்போது எவ்வளவு அழிவு நேருகிறது, எவ்வளவு ஆக்கம் நேருகிறது, அந்தச் செயல்முறை உருவாக்குகிற ஊதியம், தாக்கம் போன்றவற்றை ஆராய்ந்து ஒரு செயலைச் செய்யவேண்டும். அதேபோல, 'முடிவும் இடையூறும் முற்றியாங்கு எய்தும் படுபயனும்' எனும் மூன்று விடயங்களையும் பார்த்துச் செயல்படுங்கள் என்கிறார் தெய்வப்புலவர்.

இரண்டாவதாக, ஒரு நல்ல மருத்துவரைப் போல சிந்திக்கலாம். ஒரு மருத்துவரிடம் நாம் சென்றால், அவர் நம்மைப் பீடித்திருக்கும் நோய் எதுவென்று துல்லியமாக ஆராய்ந்துணர்கிறார். நோயைக் கண்டறிந்த பின்னர், இதனுடைய வருங்கால நீக்குப்போக்குகள் எப்படி இருக்கும் என்பது குறித்துச் சிந்திக்கிறார். அதன் பின்னர்தான் அந்த நோய்க்கான நிவாரணம் குறித்து ஒரு முடிவுக்கு வருகிறார். இந்த 'ஆராய்ந்துணர்தல் – முன்னறிவித்தல் – நிவாரணம்' எனும் மூன்று நிலைப் பகுப்பாய்வு முறையைச் சமூக – பொருளாதார –

அரசியல் பிரச்சினைகள் எதுவானாலும் புரிந்து, தீர்வுகாணப் பயன்படுத்தலாம்.

மூன்றாவதாக, அரசியலில் ராஜதந்திரத்தில் பயன்படுத்தப் படும் 'சுழிய விடை விளையாட்டு' (Zero Sum Game), 'சுழியமற்ற விடை விளையாட்டு' (Non-zero Sum Game) போன்ற அணுகுமுறை களைச் சார்ந்தும் சிந்திக்கலாம்.

'சுழிய விடை விளையாட்டு' என்றால், ஒரு விளையாட்டில் ஒருவர் வெற்றி பெறும்போது, இன்னொருவர் தோல்வி அடைவதால், விளையாட்டின் நிகர மொத்தம் சுழியமாக அமைகிறது என்பதாகும். அதாவது ஒருவரின் தோல்விதான் இன்னொருவரின் வெற்றியாக அமைய முடியும் என்று சிந்திப்பதும், செயல்படுவதும் இந்த அணுகுமுறையின் அடிப்படை. செஸ் விளையாட்டில் அல்லது இரு நாடுகளுக்கிடையேயான போரில் இந்த 'சுழிய விடை' மனப்பாங்கு உண்மையாக இருக்கலாம்; ஆனால் குடும்ப உறவுகளுக்குள் அல்லது ஓர் அலுவலக ஊழியர்கள் மத்தியில் இது பயனளிக்காது.

'சுழியமற்ற விடை விளையாட்டு' என்பது ஒரு விளையாட்டில் ஒருவரின் வெற்றி இன்னொருவரின் தோல்வியில்தான் அமைய வேண்டும் என்கிற நிலைமையின்மையைக் குறிக்கிறது. எடுத்துக்காட்டாக, 'மொனாபலி' விளையாட்டில் விளையாடுகிற அத்தனை பேருமே சொத்துக்கள் வாங்கிக் குவிக்கமுடியும். விளையாடுகிற அத்தனை பேருடைய வெற்றிகளும் தோல்விகளும் சேர்ந்து சுழியம் என்கிற விடையாக அமையாது. எல்லோருக்குமே கொஞ்சம் வெற்றி, கொஞ்சம் தோல்வி என நிலைமை அமைகிறது.

மனித வாழ்வை, வாழ்வின் விடயங்களை, உறவுகளை 'சுழிய விடை விளையாட்டு'க்களாகப் பார்க்காமல், 'சுழியமற்ற விடை விளையாட்டு'க்களாகப் பாருங்கள். இந்தக் கோணத்தில் சிந்திக்கத் தொடங்குங்கள். அன்றாட வாழ்வில், 'வெற்றி – வெற்றி தீர்வு' (Win-Win Solution) என்கிற ஓர் அணுகுமுறையைக் கைக்கொள்ளுங்கள். 'வெற்றி – வெற்றி – வெற்றி தீர்வு' என்பது எல்லாத் தரப்பையும் வெற்றியாளர்களாக மாற்றுவதாகும்.

நீண்டகாலமாக நீங்கள் அடைபட்டிருக்கும் அந்தப் பெட்டிக்கு வெளியே வந்து, மாற்றிச் சிந்தியுங்கள். உரிய உத்திகளுடன் நேர்த்தியாக, நேர்மறையாகச் சிந்தியுங்கள். ரெனே தெய்காத் சொன்னதை நினைவுகூர்வோம்: "நான் சிந்திக்கிறேன், எனவே நான் ஆகிறேன்!"

முந்தி இருப்பச் செயல்

16

மென்முறைத் திறன்

நாம் பிறவியிலேயே, இயல்பிலேயே வன்முறையாளர்கள், கொலைகாரக் குரங்குகள் (killer apes) என்கிற விழுமியம் சிலரால் முன்வைக்கப்படுகிறது. அது உண்மையானதா என்று நமக்கு நாமே ஒரு தேர்வு வைத்துக்கொள்வோம். நம்மில் எத்தனை பேர் ஒரு சக மனிதனைக் கொல்வதற்குக் கடிதில் தீர்மானித்திருக்கிறோம், திட்டமிட்டிருக்கிறோம், தீர்த்துக்கட்டியிருக்கிறோம்? இல்லையே?

நாம் மென்முறையாளர்களே எனும் வாதத்தை மகாத்மா காந்தி தெளிவான ஓர் எடுத்துக்காட்டோடு முன்வைக்கிறார். மானுட வரலாறு நம்மையெல்லாம் வழிநடத்தும் அன்பாற்றலின் போக்கில் ஏற்படும் குறுக்கீடுகள்தான் என்கிறார் அவர்:

"இரண்டு சகோதரர்கள் சண்டையிடுகிறார்கள். அவர்களுள் ஒருவர் மனம் வருந்தித் தனக்குள் புதைந்துகிடக்கும் அன்பினைப் புனருத்தாரணம் செய்து, இருவரும் சமாதானமாக வாழத் தொடங்குவதை யாரும் கண்டுகொள்வதில்லை. ஆனால் அந்தச் சகோதரர்கள் பிறரின் தலையீட்டோடு ஆயுதமேந்தி அடித்துக்கொள்ளும்போது அல்லது சட்டப் போராட்டத்தில் ஈடுபடும்போது, அவர்களின் நடவடிக்கைகள் ஊடகங்களில் செய்தி ஆகின்றன. அண்டை அயலார் அவர்களைப் பற்றிப் பேசுகிறார்கள்; வரலாற்றில்கூட அது இடம்பெறலாம்."

அசாதாரணமான நிகழ்வுதானே செய்தி ஆகிறது? அப்படியானால் வன்முறை அசாதாரணமானது என்றும், மென்முறைதான் சாதாரணமானது என்றும் நாம் அறியலாம்.

சுப. உதயகுமாரன்

ஒரு சில ஆண்டுகளுக்கு முன்னால் ஓணம் பண்டிகைக்காக நானும் என் குடும்பமும் ஆலப்புழாவிலுள்ள எனதருமை நண்பர் மாத்யூ பால் வீட்டுக்குச் சென்றோம். நண்பர் பேருந்து நிலையத்துக்கு வந்து தனது காரில் எங்களை அழைத்துச் சென்றார். ஒரு குறுகலான சாலையில் செல்லும்போது, சாலையின் குறுக்கே நான்குபேர் நின்றுகொண்டிருந்தார்கள். நண்பர் ஒலியெழுப்பி வழி கேட்டார். இதனால் கோபமடைந்த நால்வரில் ஒருவர் தனது மிதிவண்டியை எடுத்துவந்து, சாலையின் குறுக்கே நிறுத்திவிட்டு, 'இப்போது போகமுடியாது' என்றார்.

மென்முறை, அறவழி, அகிம்சை பற்றி மேலைநாடுகளில் வகுப்பெடுக்கும் நான் என்ன நடக்கப்போகிறது, எப்படி இந்தச் சிக்கல் தீர்க்கப்படப் போகிறது என்று அதீத ஆர்வத்துடன் கவனித்துக்கொண்டிருந்தேன். நண்பர் மகிழுந்தின் இஞ்சினை அணைத்துவிட்டு, எதுவுமே நடக்காததுபோல பின்னிருக்கையில் அமர்ந்திருந்த எனது மனைவியுடன் சுவாரசியமாகப் பேசிக்கொண்டிருந்தார்.

எனக்கு இருப்புக் கொள்ளவில்லை. ஆனாலும் அது புதிய ஊர் என்பதாலும், சாலையில் நின்றவர்கள் மது அருந்தியிருந்ததாலும், நண்பருக்குத் தர்மசங்கடத்தை உருவாக்கிவிடக் கூடாதென்று எண்ணியதாலும், அப்படியே வாளாவிருந்தேன். கொஞ்ச நேரம் அமைதியாக, பொறுமையாக, நிதானமாக இருந்த நண்பர் காரைச் சற்றே பின்னுக்குக் கொண்டுபோய், குறுகலான சாலையோரத்தில் இறக்கி, புதர்களை உரசியவாறே சென்று, அந்த நான்குபேரின் அருகே நிறுத்தி, கண்ணாடியை இறக்கி, "ஹாப்பி ஓணம்" என்று வாழ்த்துத் தெரிவித்தார்.

"இன்னாசெய் தாரை ஒறுத்தல் அவர்நாண
நன்னயஞ் செய்து விடல்"

எவ்வளவு மேன்மையான உத்தி என்பதைப் பார்த்து பூரிப்படைந்தேன் நான். இப்படி 'அகழ்வாரைத் தாங்கும் நிலம்போல' இகழ்வாரை, இழியோரை, இன்னல்கள் செய்வோரைப் பொறுத்து வாழ்வதுதான் மென்முறை, அறவழி, அகிம்சை ஆகும்.

தனிப்பட்ட வாழ்வைப் போலவே, பொதுவாழ்க்கையிலும் வன்முறையில் அதீத நம்பிக்கை உடையவர்களிடம், வன்முறைக் கட்டமைப்புக்களைக் கைவசம் வைத்திருக்கிறவர்களிடம் வன்முறையில் மோதுவது அறிவுடைமையும் ஆகாது, அது வெற்றியையும் பெற்றுத் தராது.

அப்படியானால், கோழைத்தனத்துடன், பதுங்கி, ஒதுங்கிச் செல்வதா மென்முறை? இல்லவே இல்லை. பாரதியார் குறிப்பிடும் "மனதில் உறுதியும், வாக்கினில் இனிமையும்,

நினைவு நல்லதும்" கொண்ட வீரத்துடன், அநீதிக்கு எதிராக போராடக் கைக்கொள்வதுதான் மென்முறை. வன்முறையால் ஓர் இரத்தக்களரியை உருவாக்கி அனைத்தையும், அனைவரையும் அழிப்பதைவிட, மென்முறையால் மனமாற்றங்களை உருவாக்கி, ஒரு கருத்துப்பரிமாற்றத்துக்கு இட்டுச்செல்வதுதான் சிறந்தது.

மகாத்மா காந்தியின் மென்முறை பிரிட்டிஷ்காரர்கள் நல்லவர்கள், நீதிமான்களாய் இருந்ததால்தான் பலித்தது என்றும், ஹிட்லரைப் போன்ற கொடுங்கோலர்களிடம் அது செல்லாது என்றும் சிலர் வாதிடுகிறார்கள்.

பிரிட்டிஷ்காரர்கள் அப்படியொன்றும் இறைத்தூதர்கள் அல்ல என்ற உண்மை காலனி ஆதிக்க வரலாற்றை மேலோட்டமாகப் படித்தாலே தெளிவாகப் புரியும். இனவெறியும் மேட்டிமைத்தனமும் அபகரிக்கும் தன்மையும் கொண்டிருந்தவர்கள் அவர்கள். ஏழை மக்களைக் கசக்கிப் பிழிந்தவர்கள், கொன்று குவித்தவர்கள்.

அதேபோல, கொடூரமான ஹிட்லரிடம்கூட மென்முறை அணுகுமுறை வேலைசெய்திருக்கிறது. 1943ஆம் ஆண்டு பிப்ருவரி 27 அன்று அதிகாலையில் 'கெஸ்டபோ' *(Gestapo)* எனும் நாசிப் படையினர் ஜெர்மன் பெண்களை மணந்த யூதர்கள், ஜெர்மானியர்–யூதர் கலப்புத்திருமண உறவில் பிறந்த ஆண்கள் என ஏறத்தாழ 2,000 பேரை 'ரோசன்ஸ்டிராஸ்ஸ' *(Rosenstrasse)* எனும் தெருவில் அமைந்திருந்த யூத சமூகக் கூடத்தில் அடைத்து வைத்தனர். அவர்களுடைய ஆவணங்களைப் பரிசோதித்துவிட்டு, அவர்களை வதைமுகாம்களுக்கு அனுப்புவதா, அல்லது கட்டாய வேலை முகாம்களுக்கு அனுப்புவதா என்று முடிவெடுக்க நினைத்திருந்தனர்.

கொஞ்ச நேரத்தில் இந்தத் தகவல் மெதுவாகக் கசிந்து நகரெங்கும் பரவியது. அந்தக் கைதிகளின் ஜெர்மானிய மனைவியரும் அம்மாக்களும் அங்கே கூடினார்கள். நாசிகளிடமிருந்து எந்தத் தகவலையும் பெறமுடியாத நிலையில், அந்தப் பெண்கள் நடுங்கவைக்கும் குளிரையும் பொருட்படுத்தாது, தினமும் அங்கே கூடுவதும், அமைதியாக அமர்ந்திருப்பதும், அவ்வப்போது "எங்கள் கணவர்களைத் திருப்பிக்கொடு" என்று முழக்கமிடுவதாக இருந்தனர்.

தொடக்கத்தில் வெறும் 150, 200 பெண்களாக இருந்த அந்தக் கூட்டம், நாளடைவில் பல ஆயிரங்களாக மாறியது. ஒருநாள் திடீரென எந்தவிதமான முன்னறிவிப்புமின்றி ஏராளமான நாசிப் படையினர் வந்திறங்கி, அந்தப் பெண்களுக்கு முன்னால் நிறைய தானியங்கித் துப்பாக்கிகளை வரிசையாக நிறுவினர்.

"இப்போதே நீங்கள் கலைந்து செல்லவில்லையென்றால், நாங்கள் சுடுவோம்" என்று உரக்கக் கத்தினர். ஒருகணம் நிலைகுலைந்து போன அப்பெண்கள் சற்றே பின்னுக்குச் சென்றாலும், நாசிக்கள் எப்படியும் சுடத்தான் போகிறார்கள் என்றுணர்ந்து, "கொலைகாரர்கள், கொலைகாரர்கள்" என்று அங்கேயே நின்று முழக்கமிட்டனர்.

இந்த மென்முறைப் போராட்டத்தை எதிர்கொள்ளத் தெரியாத நாசிப் பிரச்சார அமைச்சர் ஜோசப் கோயபெல்ஸ் திகைத்து நின்றார். ஜெர்மனியின் தலைநகரான பெர்லின் நகருக்கு மத்தியில் நூற்றுக்கணக்கான ஜெர்மானியப் பெண்களைப் படுகொலை செய்வது அத்தனை நன்றாக இராது என அவர் உணர்ந்தார். மேலும் நாசிப்படை ரஷ்ய ராணுவத்திடம் மோசமாகத் தோற்றுப் பின்வாங்கிக்கொண்டிருந்த நிலையில், இம்மாதிரியான செய்தி நாசிப்படையை மேலும் வலுவிழக்கச் செய்யும் என்றும் சிந்தித்தார். எனவே ஓரிரு வாரங்களுக்குப் பிறகு அவர்கள் கதைகளை முடித்துக்கொள்ளலாம் என்றெண்ணிய வாறே, 'அவர்களை விட்டுவிடுங்கள்' என்று ஆணையிட்டார்.

ஆஸ்க்விட்ஸ் வதைமுகாமுக்குக் கொண்டுபோகப்பட்டுக் கொல்லப்பட்ட 25 பேர் தவிர, ஏனையோர் விடுதலை செய்யப் பட்டார்கள். அபூர்வமான அந்த மென்முறைப் போராட்டம் ஒரு சிறு தற்காலிக வெற்றியை மட்டுமே அளித்தாலும், மக்கள்சக்தி முன்னால் நாசிப்படை மண்டியிட்டது ஒரு வரலாற்று நிகழ்வாகவே இன்றளவும் பேசப்படுகிறது.

தனிப்பட்ட வாழ்வில் மென்முறையைக் கடைப்பிடிப்பது எப்படி? *Watch your WATCH* எனும் ஓர் எளிய சூத்திரத்தைப் பின்பற்றலாம். நீங்கள் பயன்படுத்தும் வார்த்தைகளைக் கவனமாக அவதானித்து, அவற்றில் வன்முறையான வார்த்தைகள் அறவே இல்லாமல் பார்த்துக் கொள்ளுங்கள். அடுத்து, உங்கள் செயல்பாடுகளில் எந்தவிதமான வன்முறையும் தலைதூக்காமல் இருக்கும்படிச் செய்யுங்கள்.

மூன்றாவதாக, உங்கள் எண்ணங்களில் எந்தவிதமான வன்முறையும் படிந்துவிடாமல் இருக்கட்டும். நான்காவதாக, உங்களுடைய குணநலன்களிலும் வன்முறை தோய்ந்துவிடாமல் தடுத்துவிடுங்கள். இறுதியாக, உங்கள் இதயத்திலும் வன்முறை குடிபுகாமல் கவனமாகப் பார்த்துக் கொள்ளுங்கள்.

உங்களுடைய இந்த 'வாட்ச்' சரியாக வேலை செய்யும்போது, நீங்கள் மென்முறையின் வித்தகராகப் பரிணமிப்பீர்கள். மென்முறை மேன்மையான முறை; எனவே நீங்கள் மேன்மையுமடைவீர்கள்.

17

சிக்கல் தீர்க்கும் திறன்

நம்மில் பலருக்குள்ளும் நிலவும் ஓர் இக்கட்டான நிலைமையை மீனா சோமசுந்தரம் எழுதிய ஒரு புதுக்கவிதை துல்லியமாகக் கோடிட்டுக் காட்டுகிறது:

கணக்குக் கேட்டால்
ஒரு கிறுக்கல்
வழக்குப் போட்டால்
ஒரு வழுக்கல்
நேரே வாதாடினால்
ஒரு சறுக்கல்
எப்படிச் செய்தாலும்
ஒரு விலகல்
முடிவு என்று வந்தால்
ஓர் ஓட்டம்
தீர்வு என்பது இல்லை
தீர்க்கத் தெரியாததால்.

வாழ்வின் சிக்கல்களைத் தீர்க்கத்தெரிவது மிக முக்கியமான ஒரு திறன். உறவுகளைச் சாதுரியமாகக் கையாளுவதும், அவற்றிலெழும் சிக்கல்களைச் சாமர்த்தியமாகக் கட்டவிழ்ப்பதும், நாம் எதிர்கொள்ளும் தகராறுகளைத் திறம்பட மேலாண்மை செய்வதும் தலையாய வாழ்வியல் வித்தைகள்.

வாழ்வியல் சிக்கல்களைத் தீர்ப்பதற்குப் பயன்படும் பல்வேறு அடிப்படைத்திறன்களைத்தான் நாம் கோலப் புள்ளிகளாக ஆங்காங்கே வைத்திருக்கி றோம். இப்போது அந்தப் புள்ளிகளைக் கவனமாக

இணைத்தால், நாம் போட்டிருக்கும் அழகிய கோலம் கண்ணுக்குப் புலப்படும்.

ஆங்கிலத்தில் வழங்கும் 'அமைதிப் பிரார்த்தனை' ஓர் அற்புதமான கருத்தியலை முன்வைக்கிறது: 'இயற்கையே, என்னால் மாற்றவியலாத விடயங்களை ஏற்றுக்கொள்ளும் பக்குவத்தையும், என்னால் மாற்றவியலும் விடயங்களை மாற்றியமைக்கும் தைரியத்தையும், இவ்விரண்டுக்கும் இடையேயான வேறுபாட்டை அறியும் ஞானத்தையும் எனக்கு அருள்வாயாக!'

வாழ்க்கையில் பிறப்பு, இறப்பு உள்ளிட்ட சில மாயங்களை ஆய்ந்தறியும் அறிவோ ஆற்றலோ நமக்கு இல்லை. இந்த சூட்சுமத்தைக் கவிஞர் கண்ணதாசன் அழகாகச் சுருக்கிச் சொல்கிறார்:

> நடக்கும் என்பார் நடக்காது
> நடக்காதென்பார் நடந்துவிடும்.
> கிடைக்கும் என்பார் கிடைக்காது
> கிடைக்காதென்பார் கிடைத்துவிடும்.

மனித வாழ்வின் இந்த மாபெரும் சிக்கலை, 'காலம் வகுத்த கணக்கை இங்கே யார் காணுவார்' என்று கவிஞர் தீர்த்துவைக்கிறார்.

'காலம் வகுக்கும் கணக்கு' ஒருபுறம் இருக்கட்டும். நம் கட்டுக்குள்ளிருக்கும் சிக்கல்களை, பிரச்சினைகளை நம்மால் கட்டாயமாகத் தீர்த்துக்கொள்ள முடியும். புல்பூண்டுகளும் புதர்களும் மண்டிக்கிடக்கும் நம் வாழ்க்கைப் பாதையில் முன்னேறிச் செல்லும்போது, இடையூறுகளாய் இருக்கும் இவற்றை நீக்கிவிட்டுப் பயணப்படப் பழகிக்கொள்வோம்.

வாழ்வின் உறவுச் சிக்கல்களைத் தீர்க்க பசிபிக் பெருங்கடல் தீவுகளில் வசிக்கும் ஹவாய் பூர்வகுடி மக்கள் 'ஹோபோனோபோனோ' எனும் ஓர் அற்புதமான முறையைக் கையாள்கின்றனர். இந்த ஹவாய் மொழி வார்த்தையின் அர்த்தம் 'சீரமைத்தல்' ஆகும். குடும்ப உறவுகளை, குடும்பத்துக்கும் இயற்கைக்குமான உறவைச் சீரமைக்க ஒரு குறிப்பிட்ட முறையை இந்த மக்கள் கடைப்பிடிக்கின்றனர். குடும்பத்தின் மூத்த உறுப்பினர் அல்லது மதிப்பிற்குரிய விருந்தினர் ஒருவர் தலைமையில் இந்த நுட்பமான, நீண்ட சிக்கல் தீர்க்கும் நிகழ்வு நடக்கிறது.

முதலில் நிகழ்வின் தலைவர் கடவுளை, குடும்ப தெய்வங்களை வணங்கித் தங்களின் சிக்கல் தீர்க்கும் முயற்சியை

முந்தி இருப்பச் செயல்

வாழ்த்துமாறு பிரார்த்திக்கிறார். பங்கேற்கும் அனைவரும் உண்மையாகவும் நேர்மையாகவும் கலந்துகொள்ள வழிவகுக்கிறார். அனைவருக்குமான பொதுப் பிரச்சினைகளும், அங்கிருப்போரின் தனிப்பட்ட பிரச்சினைகளும் கூடுகையின் முன்னால் கொட்டப்படுகின்றன.

இரண்டாவதாக, பொதுப் பிரச்சினைகள் ஒவ்வோர் அங்கமாக விவாதிக்கப்படுகின்றன. அதன் பின்னர் தவறிழைத்தோருக்கும் தவறிழைக்கப்பட்டோருக்கும் இடையேயான குறிப்பிட்ட தகராறுகள் தலைவரின் மேலாண்மையோடு பேசப்படுகின்றன. அனைவரும் தத்தம் எண்ணங்களை, உணர்வுகளை முழுமையாகப் பகிர்ந்துகொள்கின்றனர். உணர்வுகள் மேலெழும்பிப் பதற்றநிலை எழுந்தால், தலைவர் உணர்வுகளைத் தணிவிக்கும்பொருட்டு முழு மவுன இடைவேளையை அறிவிப்பார்.

மூன்றாவதாக, தவறிழைத்தவர்கள் ஒப்புதல் வாக்குமூலங்கள் வழங்குவர். இதனையேற்றுப் பாதிக்கப்பட்டவர்கள் மன்னிப்பு வழங்குவர். இப்படியாக கசப்புணர்வுகளும் எதிர்மறை உறவாடல்களும் ஒவ்வொன்றாக விலக்கிக்கொள்ளப்படும்.

இறுதியாக, நடந்தவற்றையெல்லாம் விளக்கிச்சொல்லி, அக்குடும்பத்தின் பலங்களை, அழுத்தமான உறவுகளைக் கோடிட்டுக் காட்டி, கூட்டுப் பிரார்த்தனையும், ஒருவருக்கொருவர் நன்றி சொல்கிற நிகழ்வும் நடக்கும். விவாதிக்கப்பட்ட விடயங்கள் முடித்துவைக்கப்பட்டிருப்பதாகவும், அவை மீண்டும் விவாதிக்கப்படக்கூடாது என்றும் அறிவிக்கப்படும். முறைப்படியான இந்தச் சிக்கல் தீர்க்கும் நிகழ்வை அன்றாட வாழ்வுக்கு மாற்றிக்கொள்ளும் விதமாக விருந்தும் கேளிக்கையும் நடைபெறும். ஹவாய் மக்களின் இந்த 'ஹோபோனோபோனோ' முறையை நாமும் நம்முடைய குடும்பங்களில், சமூகத்தில் நடத்திப் பயனடையலாம்.

உங்கள் குடும்பத்தில், பணியிடத்தில், கோவிலில், ஊரில், சமூகத்தில் ஒரு பிரச்சினையா? 'அலட்டிக்கொள்ளாமல் அமைதியாகத் தூங்குங்கள்' என்கின்றனர் ஆய்வாளர்கள். நிலைகுலைந்து, நிம்மதியிழந்து, விழித்திருந்து வழிதேடுகிறவர்கள் பெரும்பாலும் தோற்றுப்போகிறார்கள். ஆனால் 'கவலைகள் கிடக்கட்டும் மறந்துவிடு' என்று நிம்மதியாகத் தூங்கி எழுகிறவர்களின் ஆழ்மனது சிக்கலின் அனைத்து அம்சங்களையும் அலசி ஆராய்ந்து அருமையான விடையைக் கண்டுபிடித்துச் சொல்கிறது என்கிறார்கள் அவர்கள்.

கல்வி, வேலைவாய்ப்புக்கான நுழைவுத் தேர்வுகளிலும் நேர்காணல்களிலும் சிக்கல் தீர்க்கும் திறன் பரிசோதிக்கப்படுகிறது. வார்த்தைகளால் விவரிக்கப்படும் சந்தர்ப்பங்களை நீங்கள் உள்வாங்கும் விதம், கணக்குப் பிரச்சினைகளுக்குத் தீர்வுகாணும் பாங்கு போன்றவற்றைப் பரிசீலிக்கிறார்கள். உங்களின் விழிப்புணர்வு, வேகத்தன்மை, புத்திசாலித்தனம் போன்றவை இங்கே உற்றுநோக்கப்படுகின்றன.

சரி, இந்தச் சிக்கல் தீர்க்கும் திறனை வளர்த்துக்கொள்வது எப்படி? மனப்பழக்கத்தால்தான், மனத்தைப் பழக்கிக்கொள்வதன் மூலம்தான்.

விடுகதைகள், புதிர்கள், திகைப்புக் கணக்குகள் போன்றவற்றுக்கு விடைகாணுங்கள்.

ஆழக் குழி தோண்டி
அதிலே ஒரு முட்டையிட்டு,
அண்ணாந்து பார்த்தால்
தொண்ணூறு முட்டை.
அது என்ன? (தென்னை மரம்!)

அதேபோல, பத்திரிகைகளில் வெளிவரும் சுடோக்கு, குறுக்கெழுத்து, 'ஆறு வித்தியாசங்கள்' போன்ற பயிற்சிகளைச் செய்யுங்கள். இவையெல்லாம் உங்கள் மனத்தைத் தயார் நிலையில் வைத்திருக்க மிகவும் உதவும்.

சிக்கல் தீர்க்கும் விளையாட்டுக்களை ஒரு குழுவாகச் சேர்ந்து விளையாடலாம். சிக்கல்களை அணுகும் பல்வேறு பார்வைகளும் அணுகுமுறைகளும் உங்களுக்குப் புலப்படும். எடுத்துக்காட்டாக, ஒரு மலையுச்சியில் மானொன்று நிற்கிறது. அதன் முன்னாலும் பின்னாலும் ஆழமான பள்ளத்தாக்குகள். திடீரென தனது வலது பக்கம் ஒரு புலி நடந்து வருவதையும், இடது பக்கம் ஒரு வேடன் தன்மீது அம்பெய்தத் தயாராவதையும் மான் பார்க்கிறது. அந்த மான் எப்படித் தப்பித்துக்கொள்ள முடியும்?

இம்மாதிரியான சிக்கல்களுக்குச் சரியான விடை, தவறான பதில் என்றெல்லாம் எதுவும் கிடையாது. நீங்கள் இந்தச் சந்தர்ப்பத்தை எப்படி உள்வாங்குகிறீர்கள், எங்ஙனம் இந்தச் சிக்கலைத் தீர்க்கிறீர்கள் என்றறிவதுதான் இதன் நோக்கம். வேடன் அம்பெய்ததும் மான் படக்கென்று கால்களைப் பரப்பித் தரையில் படுத்துவிட்டால் புலி சாகும், மான் தப்பி ஓடிவிடலாம்.

நேர்முகத் தேர்வு ஒன்றில் கேட்கப்பட்ட கீழ்க்காணும் புதிரை விடுவிக்க முயல்வோம்:

கொடுங்காற்றும் பேய்மழையும் பெய்துகொண்டிருக்கும் ஓர் இரவில், இரண்டு பேர் மட்டுமே பயணிக்க முடிகிற உங்கள் மகிழுந்தை நீங்கள் ஓட்டிச் செல்கிறீர்கள். ஒரு பேருந்து நிறுத்தத்தைக் கடந்துசெல்லும்போது, மூன்று பேர் அங்கே பேருந்துக்காகக் காத்திருப்பதைப் பார்க்கிறீர்கள்.

- எந்நேரமும் இறந்து போகலாம் என்கிற நிலையில் ஒரு வயதான பெண்மணி,
- முன்பொருமுறை உங்கள் உயிரைக் காப்பாற்றிய ஒரு பழைய நண்பன்,
- வாழ்க்கைத் துணையாக வரவேண்டும் என்று நீங்கள் கனவுகாண்பது போன்ற ஓர் அழகான இளம்பெண்.

ஒரே ஒருவருக்கு மட்டுமே காரில் இடம் கொடுக்கமுடியும் என்கிற நிலையில், இவர்களில் யாரை நீங்கள் அழைத்துச் செல்வீர்கள்?

அறிவார்ந்த ஒருவர் இந்தச் சிக்கலை இப்படித் தீர்த்தார்: "எனது கார் சாவியை எனது பழைய நண்பனிடம் கொடுத்து, அந்த வயதான பெண்மணியை மருத்துவமனையில் சேர்த்து விட்டு, அவரது வீட்டுக்குப் போகச் சொல்வேன். நான் அந்த இளம்பெண்ணுடன் பேருந்துக்காகக் காத்திருந்து, அவரின் நட்பைப் பெற்றுக்கொள்வேன்."

சிக்கல் தீர்க்கும் திறனின் அடிப்படை இதுதான்: யோசி, வேகமாக யோசி, மாற்றி யோசி!

18

தகராறு கடக்கும் திறன் – 1

மனிதருக்குள் தகராறுகளைச் சந்திக்காத தரப்பினர் இரண்டே இரண்டுபேர்தான்: இறந்து போனவர்களும் இன்னும் பிறக்காதவர்களும். மற்றவர்கள் அனைவருமே அன்றாட வாழ்வில் தகராறுகளைச் சந்தித்தேயாக வேண்டும். தகராறுகள் வாழ்வின் நித்திய யதார்த்தம் என்றால், அவற்றைத் திறம்படக் கையாள்வது ஓர் அத்தியாவசியத் திறன் ஆகிறது. ஆனால் இந்தத் திறனைப் பெறுகிற பாடத்திட்டத்தை அல்லது பயிற்சியைப் பள்ளிகளிலோ கல்லூரிகளிலோ வேலையிடங்களிலோ வழங்குகிறோமா என்றால், இல்லவே இல்லை.

யாரோ ஓர் அறிஞர் சொன்னதுபோல, 'சமாதானம் என்பது வாழ்வில் தகராறுகளே இல்லாத நிலையிலிருந்து வருவது அல்ல. மாறாக அவற்றைத் திறம்படக் கையாளும் திறனிலிருந்து முகிழ்ப்பது.' தகராறுகளைச் சாமர்த்தியமாகக் கையாள்வது அறிவார்ந்த முயற்சியினாலும் முறையான பயிற்சியினாலும் நாம் பெறுகிற மிக மிக முக்கியமான திறன்.

நான் ஐந்தாண்டுக் காலம் ஆய்வு உதவியாளராகவும், அதன் பின்னர் சக செயற்பாட்டாளராகவும், இணை நூலாசிரியராகவுமெல்லாம் இணைந்து பணியாற்றியிருக்கும் என்னுடைய பேராசிரியர் யொஹான் கால்டுங் அவர்கள், தகராறு என்பதை மிகத் துல்லியமாக விவரிக்கிறார்: 'உங்களுடைய இலக்குக்கும், உங்கள் எதிராளியுடைய

இலக்குக்கும் இடையே எழும் பொருந்தாத்தன்மை, சாதகமற்ற மனப்பாங்குகளையும் செயல்பாடுகளையும் முரண்பாடு களையும் உருவாக்கும்போது, ஒரு தகராறு உருப்பெறுகிறது. 'மனப்பாங்கு – செயல்பாடு – முரண்பாடு' எனும் மூன்று அம்சங்களும் ஒரு முக்கோண உறவு கொண்டிருப்பதை அவர் சுட்டிக்காட்டுகிறார்.

'மாமியார் உடைத்தால் மண் குடம், மருமகள் உடைத்தால் பொன்குடம்' என்பது போன்று, ஒருவரின் மனப்பாங்கு எதிர்மறையாக இருக்கும்போது, அவரின் செயல்பாடுகளில் பிரச்சினைகள் எழுந்து, வாழ்வில் முரண்பாடுகள் உருவாகலாம்.

அதேபோல, "மகன் செத்தாலும் பரவாயில்லை, மருமகள் தாலி அறுக்க வேண்டும்" என்பது போன்று, ஒருவரின் எண்ணங்கள், செயல்பாடுகள் வன்முறை வயப்பட்டவையாக இருந்தால், முரண்பாடுகள் எழுவது தவிர்க்க முடியாதது. அம்முரண்பாடுகள் கோபம், வெறுப்பு, பழிவாங்குதல் போன்ற எதிர்மறை மனப்பாங்குகளையே உருவாக்கும் என்பது தெளிவு.

ஒரு தகராறு மேற்குறிப்பிட்ட எந்தவொரு புள்ளியிலிருந்தும் துவங்கலாம் என்று பாரதியார் அழகாக விவரிக்கிறார்:

ஐந்துதலைப் பாம்பென் பான்–அப்பன்
ஆறுதலை யென்றுமகன் சொல்லி விட்டால்,
நெஞ்சு பிரிந்திடு வார்–பின்பு
நெடுநாள் இருவரும் பகைத்திருப்பார்.

முரண்பாடு ஒன்றினை நேரிட்டுக் கொண்டிருப்பவர்கள் எதிர்மறை மனப்பாங்குகளுக்கும், வன்முறை தோய்ந்த எதிர்மறைச் செயல்பாடுகளுக்கும் பலியாவதும் சாத்தியமே.

ஒரு குறிப்பிட்ட தரப்பு மக்களைப் பற்றி அல்லது ஒரு குறிப்பிட்ட பிரச்சினைப் பற்றி நீங்கள் தவறான மனப்பாங்கு கொண்டிருக்கும்போது, அது உங்களுடைய செயல்பாடுகளை வன்முறைமயமாக்கி, ஒரு பெரும் முரண்பாட்டுக்கு, பேரழிவுக்கு இட்டுச்செல்கிறது. யூதர்கள்தான் ஜெர்மானிய மக்களின் வீழ்ச்சிக்குக் காரணம் என்று கருதிய ஹிட்லர், யூதர்களை வெறுக்கத் தொடங்கி, லட்சக்கணக்கில் அவர்களைக் கொன்றொழித்து, ஒரு வரலாற்றுத் தகராறை உருப்பெறச் செய்தது ஓர் உலகளாவிய உதாரணம்.

அதேபோல, ஒருவரின் வன்முறை தோய்ந்த செயல்பாடுகள், ஒரு பெரும் முரண்பாட்டை எழச்செய்து, எதிர்மறை மனப்பாங்கு களை உருவாக்கலாம். சாதாரண ஒரு வரப்புச்சண்டையில்

ஒருவர் தன்னிலை இழந்து கைகலப்பில் ஈடுபட்டு, அதைக் குற்றவியல் பிரச்சினையாக மாற்றி, அண்டைவீட்டாரோடு தீராப்பகைமையில் வீழ்வது ஓர் எடுத்துக்காட்டு.

ஒருவரோடான ஒரு முரண்பாடு அவரைப் பற்றிய எதிர்மறை மனப்பாங்குகளை முகிழ்க்கச் செய்து, நாளடைவில் வன்முறை நடவடிக்கைகளில் ஈடுபட வைக்கலாம். உடன் வேலை செய்பவர்களோடு, உற்ற நண்பர்களோடு வாக்கு வாதத்தில் ஈடுபட்டு, அதனால் கோபத்துக்கும் வெறுப்புக்கும் ஆளாகி, வன்முறையைக் கைக்கொண்டு கொலைக் குற்றங்கள் புரியும் செய்திகளை நாம் அன்றாடம் கேள்விப்படுகிறோம்.

தகராறு, பல நிலைகளில் எழலாம். ஒரு தனிமனிதனுக்குள் எழும் ஒன்றைச் செய்வதா, வேண்டாமா எனும் குழப்பமும், தர்மசங்கடமும்கூட ஒருவிதத்தில் தகராறுதான். இரு நபர்களுக்கிடையே எழும் தகராறுகளைச் 'சிறுதகராறுகள்' (*micro-conflicts*) என்றழைக்கலாம். பால், தலைமுறை, வகுப்பு, இனம், மொழி, மதம், சாதி, தேசியம் போன்றவற்றின் அடிப்படையில் ஒரு சமூகத்தில் எழும் தகராறுகளைக் 'குறுந்தகராறுகள்' (*meso-conflicts*) எனக் கொள்ளலாம். இரு சமூகங்களுக்கிடையே அல்லது இரு நாடுகளுக்கிடையே எழும் தகராறுகளைப் 'பெருந்தகராறுகள்' (*macro-conflicts*) என்று குறிப்பிடலாம். இன்னும் ஆழமான இரு நாகரீகங்களுக்கிடையே எழும் தகராறுகளை 'மாபெரும் தகராறுகள்' (*mega-conflicts*) எனச் சொல்லலாம்.

அதேபோல தகராறுகளைக் கையாளுதலையும் பல்வேறு நிலைகளில் பார்க்கலாம். 'தகராறு தீர்வு' (*conflict resolution*) ஆனது ஒரு தகராறை முற்றிலுமாகத் தீர்த்துவைத்து, அதனை முழுமையாக மறையச் செய்துவிட முயல்கிறது. 'தகராறு மேலாண்மை' (*conflict management*) தகராறுகளைக் கட்டுப்படுத்தி, நேர்த்தியாக நிர்வகிப்பதில் கவனம் செலுத்துகிறது. ஆனால், 'தகராறு மாற்றியமைத்தல்' (*conflict transformation*) என்பது மேற்கண்ட முறைகளிலிருந்து மாறுபட்டு, ஒரு தகராறை எப்படி மாற்றியமைத்து அதனை நேர்மறையாகக் கடந்து செல்லலாம் எனப் பார்க்கிறது.

ஓர் எடுத்துக்காட்டைப் பார்ப்போம். உங்களின் மகனும் மகளும் ஓர் ஆரஞ்சுப் பழத்துக்காகச் சண்டையிடுகிறார்கள் என்று வைத்துக்கொள்வோம்; இந்தத் தகராறு நீதி பரிபாலனத்துக்காக உங்களிடம் வருகிறது.

நீங்கள் மேம்போக்கான தகராறைத் தீர்ப்பதிலே மட்டும் கவனம் செலுத்துபவராக இருந்தால், பழத்தை இரண்டு

துண்டுகளாக வெட்டி, ஆளுக்கொன்றைக் கொடுத்துப் பிரச்சினைக்குத் தீர்வுகண்டுவிட்டதாகக் கொள்வீர்கள். தகராறு மாயமாக மறைந்துவிட்டதாக எண்ணிக்கொள்ளும் நீங்கள், அந்த அண்ணன்–தங்கை உறவில் விழுந்துவிட்ட கீறல், விரிசல், அவநம்பிக்கை போன்றவற்றைப் பெரிதாக அலட்டிக் கொள்ளாமல் விட்டுவிடுகிறீர்கள்.

மாறாக, நீங்கள் காவல் நிலையம், நீதிமன்றம் போல சிந்தித்து, தகராறு மேலாண்மையில் மட்டும் நம்பிக்கை உடையவராக இருந்தால், உங்கள் அணுகுமுறை சற்றே வேறுபட்டிருக்கும். கடினமாக மேலாண்மை செய்ய வேண்டும் என்று நினைத்தால், பழத்தைப் பிடுங்கி நீங்களே வைத்துக் கொண்டு இருவரையும் துரத்திவிடுவீர்கள்; அல்லது மென்மையாக மேலாண்மை செய்ய விரும்பினால், இருவரில் ஒருவரிடம் பழத்தைக் கொடுத்துவிட்டு, இன்னொருவரை விட்டுக்கொடுக்க, விலகிச்செல்ல வற்புறுத்துவீர்கள்.

நீங்கள் இன்னும் கொஞ்சம் மேம்பட்ட நீதிமானாக இருந்தால், அந்த தகராறைப் படைப்புத்திறனோடு மாற்றியமைத்து, அதனை ஓர் அற்புதமான வாய்ப்பாக மாற்றி, மேற்படி சகோதரன்–சகோதரி உறவை ஆழப்படுத்தி, அந்தத் தகராறைக் கடந்துசெல்லவைப்பது எப்படி என்று சிந்திப்பீர்கள், செயல்படுவீர்கள்.

'வெற்றி – வெற்றி தீர்வு' சிந்தனையைக் கைக்கொண்டு, இரண்டு தரப்புக்கும் என்னென்ன தேவைகள் என நீங்களாகவே சில அனுமானங்களை ஏற்படுத்திக் கொண்டு அரைகுறைத் தீர்ப்பு ஒன்றை அவசரமாக வழங்காமல், தகராறுக் கட்சிகளிடமே ஒரு கருத்துப்பரிமாற்றம் நடத்தி, அவர்களின் உண்மைத் தேவை களைக் கேட்டறிவீர்கள்.

மகன் பழச்சாறு தயாரிக்க பழச்சுளைகள் வேண்டும் என்றும், மகள் பழக்கூழ் (ஜாம்) தயாரிப்பதற்கு பழத்தோல் வேண்டும் என்றும் கோருகிறார்கள் என்றால், பிரச்சினையின் தீர்வு மிக எளிதாக இருக்கிறது; இருவருமே வெற்றி பெறுகிறார்கள்.

ஒருவேளை இருவருமே ஒரே விடயத்துக்காகச் சண்டை யிட்டால், இரண்டு குழந்தைகளும் அந்தப் பழத்தைத் தங்களுக்குள் சமமாகப் பங்குவைத்துக்கொண்டு, இருவருமே சேர்ந்து அந்தப் பழத்தின் வித்துக்களுடன் ஒன்றிரண்டு ஆரஞ்சு மரங்களையே வளர்க்கச் செய்வது இன்னும் உயர்ந்த தீர்வாக அமையும். அண்ணன்–தங்கை உறவு உறுதிப்படுத்தப்படுவது மட்டுமல்ல, உயர்ந்தோங்கி வளரவும் செய்யும்.

சுப. உதயகுமாரன்

சீன மொழியில் தகராறைக் குறிக்க இரண்டுக் குறியீடுகள் கொண்ட ஒரு வார்த்தையைப் பயன்படுத்துகிறார்கள். அவற்றுள் முதல் குறியீடு 'அபாயம்'; இரண்டாவது குறியீடு 'வாய்ப்பு' மனித உறவு ஒன்றில் ஒரு தகராறு எழுந்து, அது சரியாக நிர்வகிக்கப்படாதபட்சத்தில், அவ்வுறவு முறிந்துபோகும் ஆபத்து எழுகிறது. மாறாக, அந்தத் தகராறைச் சாதுர்யமாகக் கையாண்டு, தொடர்புடைய அனைவருக்கும் திருப்தியளிக்கும் விதத்தில் தீர்வுகண்டு, அதனைக் கடந்துசென்றால், அந்த உறவு இன்னும் பலப்படும் வாய்ப்பினை அது உருவாக்குகிறது.

19

தகராறு கடக்கும் திறன் – 2

தகராறு, தவறானது அல்ல. உண்மையைச் சொல்லப் போனால், மனித வாழ்க்கைக்குத் தகராறு மிகவும் இன்றியமையாதது. எந்த உறவு ஆழமானதோ, நெருக்கமானதோ, அதில்தான் தகராறுகள் எழும், எழ வேண்டும். தகராறுகள் அந்த உறவுகளை இறுக இணைக்கும் பாலமாக, பசையாகப் பயன்படுகின்றன. எடுத்துக்காட்டாக, ஒரு பேருந்தில் பயணம் செய்துகொண்டிருக்கி றோம். அருகிலே அமர்ந்திருப்பவருடன் ஒரு தகராறு வருகிறது. அதை நம்மில் பெரும்பான்மையோர் பெரிதாக எடுத்துக்கொள்வதில்லை, எடுத்துக் கொள்ளவேண்டியதில்லை.

காரணம் அவருக்கும் நமக்கும் கடந்தகாலம் என்று ஒன்று இருக்கவில்லை. அந்தப் பயணம் முடிவடையும்போது, அவருக்கும் நமக்கும் எந்தத் தொடர்பும் இருக்கப் போவதுமில்லை. அவருக்கும் நமக்கும் ஒட்டோ உறவோ, உணர்வார்ந்த பிணைப்போ எதுவுமே கிடையாது. ஊர், பேர் கூடத் தெரியாத நிலையில் அவரவர் திசையில் அப்படியே பிரிந்து போவது மிக எளிதானது.

இம்மாதிரியான தகராறுகளில் நாம் ஒரு கழுகாக இருக்கவேண்டும், இயங்கவேண்டுமென்று அண்மையில் எங்கோ படித்தேன். சக்திமிக்கக் கழுகுடன் சாதாரண காகம் நேரடியாக மோதாமல், அதன் மீதேறி அமர்ந்துகொண்டு கழுத்தில்

கொத்தித் தாக்குதல் நடத்துமாம். ஆனால் கழுகோ காகத்தைக் கண்டுகொள்ளாமல், எதிர்த்தாக்குதல் நடத்தித் தன் கவனத்தையும் ஆற்றலையும் வீணடிக்காமல், வேறோர் உத்தியைக் கையாளுமாம்.

அதாவது காக்கை முதுகில் ஏறி உட்கார்ந்ததும், கழுகு உயரஉயரப் பறக்கத் தொடங்குமாம். அதற்கு தெரியும் "உயர உயரப் பறந்தாலும், ஊர்க்குருவிப் பருந்தாக முடியாது" எனும் உண்மை. கழுகு உயரத்திற்குப் போகப்போக, காக்கை மூச்சு விடச் சிரமப்பட்டு, உயிர்காற்று குறைவானவுடன் தடுமாறிக் கீழே விழுமாம்.

மனிதர்களாகிய நாம் இதிலிருந்து ஒன்றைப் புரிந்து கொள்ளலாம். சாதாரணக் காக்கைகள் உங்களைத் தொந்தரவு செய்தால், நீங்களும் இன்னொரு காகமாக மாறாமல், 'நான் ஒரு கழுகு' என்று எப்போதும் நினைத்துக் கொள்ளுங்கள். காகங்களோடு சமமாக நின்று சண்டை போடாதீர்கள். உங்கள் உயரத்துக்கு தாவிச் செல்லுங்கள். காகங்கள் நிலை தடுமாறிக் கீழே விழுந்து காணாமல் போய்விடும்.

நேர்மாறாக, உங்கள் பெற்றோர், உடன்பிறந்தோர், வாழ்க்கைத் துணை, குழந்தைகள் அல்லது உடன் பணிபுரிபவரோடு ஒரு பிணக்கு வந்தால், மேற்கூறியபடி தூக்கி எறிந்துவிட்டுப் போய்விட முடியாது. ஏனென்றால் ஒருவருக்கொருவர் உறுதியான தொடர்பு இருக்கிறது. உங்களிருவரின் பின்னே ஒரு வரலாறு இருக்கிறது, நினைவுகள் இருக்கின்றன, உணர்வுகள் இருக்கின்றன. உங்கள் முன்னால் ஒரு நீண்ட எதிர்காலம் பரந்து விரிந்து கிடக்கிறது.

உதாரணமாக, கணவன்-மனைவி உறவினை எடுத்துக் கொள்வோம். இது ஓர் ஆழமான அன்னியோன்னியமான உறவு. அனுபவங்கள், ஆசைகள், கனவுகள், நம்பிக்கைகள், குழந்தைகளின் எதிர்காலம், குடும்ப உறவுகள் என எத்தனையோ விடயங்களை இருவருமாக இணைந்து கையாளும் இந்த உறவுக்குள் தகராறுகள் எழுவது எளிது, இயற்கை, மரபு.

கணவன்-மனைவிக்குள் தகராறு ஏதும் நிகழவில்லை யென்றால்தான் பிரச்சினை. ஒரு கணவன் தன் மனைவியோடு தகராறு எதுவும் எழாமல் பார்த்துக்கொண்டு, அம்மணி சொல்வதற்கெல்லாம் 'ஆமாம்' போட்டாரென்றால், ஏதோ மாற்று ஏற்பாடு செய்துவிட்டார் என்றே கொள்ளவேண்டும்.

வாழ்வின் தகராறுகளைப் பொறுத்தவரை, நம்மில் பலருடைய அணுகுமுறை கீழ்க்காணும் ஐந்து தீர்வுநிலை களில் ஒன்றாக இருக்கும். ஒன்று, எதிர்த்தரப்பு மிக உறுதியாக

முந்தி இருப்பச் செயல்

இருப்பதைப் பார்த்துப் பயந்தோ அல்லது பிரச்சினை வேண்டாம் என்றோ ஒதுங்கிப் போவது. இரண்டு, ஏதாவதொரு கட்சி வன்முறையைப் பிரயோகித்துத் தகராறைத் தனக்குச் சாதகமாகத் தீர்த்துக்கொள்வது. மூன்று, காவல்துறையின் கட்டளைக்கு அல்லது நீதிமன்றத்தின் தீர்ப்புக்கு அடிபணிந்து, அவர்கள் ஆணைப்படி வழக்கினை முடித்துக்கொள்வது. நான்கு, ஒருவருக்கொருவர் விட்டுக்கொடுத்துத் தகராறைச் சமரசமாய் முடிவுக்குக் கொண்டுவருவது.

ஐந்தாவது, தகராறை மாற்றியமைத்து அதனைக் கடந்து செல்வது. இது மேற்காணும் நான்கு நிலைகளிலிருந்து முற்றிலும் மாறுபட்டதாகும். தகராறுக் கட்சிகள் ஒரு நேரடிக் கருத்துப்பரிமாற்றத்தில் ஈடுபட்டு, தங்கள் இலக்குகளை ஒன்றோடொன்று பரிமாறிக்கொண்டு, ஆழமான புரிதலோடு தகராறை மாற்றியமைத்துக் கடந்து செல்வது ஓர் அற்புதமான தீர்வு.

வாழ்வியல் தகராறுகளை அலசி ஆராய்ந்து புரிந்துகொண்டு முறையாகத் தீர்வுகாண, அறிஞர் யொஹான் கால்டுங்க் 'ஆராய்ந்துணர்தல்–முன்னறிவித்தல்–நிவாரணம்' (Diagnosis-Prognosis-Therapy) எனும் ஓர் அணுகுமுறையை முன்மொழிகிறார். ஒரு தேர்ந்த மருத்துவர் போன்று சிந்தித்துச் செயல்படுவதை, கால்டுங்க் "ஆ–மு–நி அலசல்" (DPT Analysis) என்றழைக்கிறார்.

இந்த நார்வே நாட்டு அறிஞரோடு நான் மாணவனாக, நண்பனாக, இணை எழுத்தாளராக இணைந்து செயல்பட்ட போது, நமது திருக்குறள் வழங்கும் அறிவுரைகளை அவரிடம் சொல்லிப் பெருமைப்பட்டிருக்கிறேன். தனிமனித உடல் நலத்துக்கான மருத்துவ அணுகுமுறைகள் பற்றி திருவள்ளுவர் பல இடங்களில் குறிப்பிடுகிறார்.

மிகினும் குறையினும் நோய்செய்யும் நூலோர்
வளிமுதலா எண்ணிய மூன்று.

மருத்துவ நூலோர் கணித்துள்ள காற்று முதலான மூன்று முக்கியமானவற்றுள் ஒன்று அளவுக்கு அதிகமானாலும் குறைந்தாலும் நோய் உண்டாகும்.

அப்படி நோய்வாய்ப்படும்போது, நான்கு முக்கியமான கூறுகளின் மீது நாம் கவனம் செலுத்தவேண்டும்.

உற்றவன் தீர்ப்பான் மருந்துழைச் செய்வானென்று
அப்பால் நாற்கூற்றே மருந்து.

நோயாளி, மருத்துவர், மருந்து, அருகிருந்து மருந்து கொடுப்பவர் என மருத்துவம் நான்கு வகையாக அமைந்துள்ளது.

அந்த நோய்க்கான சிகிச்சையின்போது, என்னென்ன விடயங்களை நாம் கவனிக்கவேண்டும் என்றும் வள்ளுவர் அறிவுரை செய்கிறார்.

உற்றான் அளவும் பிணியளவும் காலமும்
கற்றான் கருதிச் செயல்.

நோயாளியின் வயது, நோயின் தன்மை, மருத்துவத் தலையீட்டிற்கான நேரம் போன்றவற்றைக் கருத்திற்கொண்டு மருத்துவம் கற்றவர் செயல்பட வேண்டும்.

பரந்துபட்ட சிகிச்சையின்போது, நாம் கருத்திற்கொள்ள வேண்டியவற்றையும் குறளாசான் குறிப்பிடுகிறார்.

நோய்நாடி நோய்முதல் நாடி அதுதணிக்கும்
வாய்நாடி வாய்ப்பச் செயல்.

நோய் இன்னதென்று கண்டறிந்து, நோயின் காரணத்தை ஆராய்ந்து, அதைத் தணிக்கின்ற வழியைத் தேர்ந்து, உடலுக்குப் பொருந்தும்படியாக சிகிச்சை செய்ய வேண்டும்.

ஒருவரின் உடல் நோயை, உள நோயைப் போலவே, நம்முடைய வாழ்வியல் தகராறுகளையும் நீங்கள் கண்ணுறலாம். அவற்றை ஒரு நோயாகப் பாவித்து, குறள்வழியில் ஆய்ந்தறிந்து, தீர்க்கும் வழிகளைத் தேடிக்கொள்ளலாம்.

அந்தப் பிரச்சினையில் ஏதாவதொன்று அளவுக்கு அதிகமாகவோ அல்லது குறைவாகவோ இருக்கிறதா என்று பாருங்கள். அதுபோல நோயாளி, மருத்துவர், மருந்து, அருகிருந்து மருந்து கொடுப்பவர் போன்ற விவரங்களை கவனத்தில் எடுத்துக்கொள்ளுங்கள். நோயாளியின் தன்மைகள், நோயின் தன்மைகள், தலையீட்டிற்கான நேரம் போன்றவற்றை அறிந்து, நோயைக் கண்டறிந்து, அதற்கான காரணத்தைக் கண்டுபிடித்து, அதற்கான நிவாரணத்தைத் தேர்ந்து, உடலுக்குப் பொருந்தும்படியாகச் சிகிச்சை செய்யுங்கள்.

இந்த மருத்துவரின் ஆ–மு–நி. அலசல் முறையைப் போலவே, ஒரு வேளாண் வல்லுநராகவும் சமூக–பொருளாதார–அரசியல் தகராறுகளை நாம் பகுத்தறியலாம். பண்படுத்தி, உழுது, உரம், இலைதழை, இடுபொருட்கள் போட்டு, நீர்ப்பாய்ச்சி ஒரு விளைநிலம் விவசாயத்துக்குத் தயார்படுத்தப்படுவதுபோல, மனித உரிமைகள், கண்ணியம், அன்பு, அறம் போன்றவற்றால், ஒரு சமூகம் சமாதானகரமான வாழ்வுக்கு அணியமாக்கப்பட வேண்டும். தேர்ந்த, வீரியமான விதைகளை விதைத்துப் பயிர் முளைக்கச் செய்வதுபோல சமத்துவம், சமூகநீதி, சகோதரத்துவம்,

சமாதானம் போன்ற விழுமியங்களைச் சமூகத்தில் விதைத்து, உயிர் தழைக்கச் செய்ய வேண்டும். கரை உயர்த்தி, களைப்பிடுங்கி, கண்ணீரால் காத்து நிற்கும் விவசாயி போல, சமூகம் உயரிய சட்டத் திட்டங்களோடு அரசியல் மேலாண்மை செய்யப்பட வேண்டும். 'பண்படுத்தல், பயிரிடுதல், பாதுகாத்தல்' எனும் இம்மூன்று நிலைகளைத் தனிப்பட்ட வாழ்விலும் சமூக வாழ்விலும் போற்றி நிற்போம்.

20

தகராறு கடக்கும் திறன் – 3

கிளவுன் சுந்தரம் எழுதி, 'சக்கரவர்த்தி திருமகள்' திரைப்படத்தில் இடம்பெற்ற ஒரு போட்டிப் பாடலில் வரும் கேள்வியும்–பதிலும் உங்களுக்குத் தெரிந்திருக்கும்:

உலகத்திலே பயங்கரமான ஆயுதம் எது?

நிலைகெட்டுப்போன நயவஞ்சகரின் நாக்குதான் அது.

அண்மையில் நா. இரவீந்திரன் எழுதிய ஹைக்கூ கவிதை இப்படிச் சொல்கிறது:

நா அடக்கம்
வாழ்க்கைக்கும்
வயிற்றுக்கும் நல்லது!

நாக்கும் அந்த நாக்கு அமைந்திருக்கும் வாயும் மிகவும் ஆபத்தானவை. ஏனென்றால், பெரும்பாலான வேளைகளில், வாய் வழியாகத்தான் நோய் வருகிறது; வாய்க்கொழுப்பின் மூலமாகவே வாழ்வியல் பிரச்சினைகளும் எழுகின்றன.

கொரோனா பீடித்த இன்றைய உலகில், நாமெல்லாம் முகக்கவசம் அணிவதால், தேவையின்றி வாயைத் தொடுவதும், தேவையற்ற உணவுகளை உண்பதும், தேவையில்லாமல் பேசுவதும் ஓரளவு குறைந்திருக்கின்றன. 'வாயைக் கட்டுவது வாழ்க்கைக்கு நல்லது' என்பதுதான் கொரோனா நமக்குப் பயிற்றுவிக்கும் முக்கியமான பாடம்.

வாய்த் தகராறு ஒரு பெரும் சமூக அவலமாக மாறியிருக்கிறது. தூத்துக்குடி அருகேயுள்ள பேரூரணி என்கிற கிராமத்தில் ஒரு திருமணம் நடந்தது. வெளியூர் இளைஞர்கள் இரண்டு பேர் அந்தத் திருமணத்திற்காக வந்திருக்கின்றனர். அவர்கள் புதுமணத் தம்பதிக்கு வாழ்த்து தெரிவிப்பதற்காக ஒரு டிஜிட்டல் பதாகை வைக்கும்போது, உள்ளூர் இளைஞர் ஒருவரோடு வாய்த் தகராறு ஏற்பட்டிருக்கிறது. "வெளியூர்க்காரர்கள் எப்படி இங்கே பதாகை வைக்கலாம்" என்று தகராறு செய்தாராம் அந்த உள்ளூர் நபர். ஊர்ப் பெரியவர்கள் தலையிட்டு இவர்களைப் பிரித்துவிட்டிருக்கிறார்கள். ஆனால் அன்றிரவு மொட்டை மாடியில் படுத்துத் தூங்கிய மேற்கண்ட இரண்டு இளைஞர்களும் முகங்கள் அடித்து நொறுக்கப்பட்டு, கழுத்து அறுக்கப்பட்டுக் கொல்லப்பட்டனர்.

அதேபோல, குமரி மாவட்டம் இரணியல் அருகே உள்ள நுள்ளிவிளை கிராமத்தைச் சேர்ந்த ஒரு தொழிலாளி தனது மகனின் முதல் பிறந்தநாளைக் கொண்டாட உறவினர்கள், நண்பர்களை அழைத்திருந்தார். அவர்களில் சிலர் வீட்டுக்கு வெளியே அமர்ந்து பேசிக் கொண்டிருந்தபோது, அதே பகுதியில் வசிக்கும் ஒருவர் "நாங்கள் இரவில் தூங்க வேண்டாமா? இப்படி சத்தம் போடுகிறீர்களே" என்று கேட்டிருக்கிறார். வாய்த் தகராறாகத் தொடங்கி, கைகலப்பாக மாறி, கும்பல் தாக்குதலாகத் தொடர்ந்த அந்தப் பிரச்சினை, நள்ளிரவு 12 மணியளவில் இரண்டு உயிர்களைக் காவு வாங்கியது.

வாய்த் தகராறு என்பது வாழ்வின் நிஜங்களுள் ஒன்று. உயிரோடிருக்கும் எந்த மனிதரும் யாரோடாவது ஒரு வாய்த் தகராறு போடாமல் வாழ முடியாது. கணவன்–மனைவிக்கு இடையே, பெற்றோர்–குழந்தைகளுக்கு இடையே, நண்பர்களுக்குள்ளே, உறவுகள் மத்தியில் அல்லது பொது வெளியில் நிச்சயம் கருத்து வேறுபாடுகள் எழும். அது வாய்த் தகராறாக மாறலாம். ஆனால் அது கொலைபாதகமாக முடிய வேண்டிய தேவை இல்லவே இல்லை.

ஏன் இந்த நிலை எழுகிறது? மக்கள்தொகை அதிகரிப்பு, நலிந்துவரும் பொருளாதாரம், அருகிவரும் வேலை வாய்ப்புக்கள், நகரமயமாதல், புலம்பெயர்தல், மாறிவரும் சமூகச் சூழல், மனஅமைதியற்ற மக்கள் கூட்டம், ஏழ்மை, வறுமை, வெறுப்பரசியல் போன்ற பற்பல விடயங்களால், குற்றங்கள் அதிகரிக்கின்றன.

முதலில், சில மனிதர்கள் கையாள்வதற்குக் கடினமானவர்கள் எனும் உண்மையை உணர்ந்து, அதற்கேற்ப நாம்

சுப. உதயகுமாரன்

வாழப் பழகியாக வேண்டும். ஜெர்மனி நாட்டில் நண்பர்கள் கூட்டமொன்று ஓர் ஆவணப்படத்தைத் திறந்தவெளியில் திரையிட்டார்கள். பக்கத்து வீட்டின் பின்புறச் சுவரின் மீது அந்தப் படக்காட்சி விழும்படி ஏற்பாடு செய்தனர். ஆனால் அந்த வீட்டின் உரிமையாளர் காவல்துறைக்குத் தகவல் தந்து அதை ஒரு பிரச்சினையாக்கினார்.

அங்கே வந்து விசாரித்த காவலர்கள், "உங்கள் வீட்டின் பின்புறச்சுவர்மீது சன்னல்களோ கதவுகளோ அல்லது கண்ணாடிகளோ எதுவுமேயில்லை; எனவே உங்களுக்கு ஒலிமாசு அல்லது ஒளிமாசு ஏற்படும் வாய்ப்பே இல்லை. பிறகு ஏன் தகராறு செய்கிறீர்கள்?" என்று கேட்டார்கள். அந்தப் பெருந்தகையாளரோ, "என் வீட்டுச் சுவரை இவர்கள் எந்தவிதத்திலும் பயன்படுத்தக்கூடாது!" என்று பிடிவாதமாக வாதிட்டார். சட்டப்படி அவர் நிலைப்பாடு சரியென்றாலும், மாந்தநேயப்படி அவர் வாதம் முற்றிலும் தவறானது. கையாள முடியாதவர்களைக் கைக்கழுவி விட்டுவிடுவதுதான் அறிவுடைமை.

இரண்டாவது, ஒரு வாய்த் தகராறு எழும் சூழலில், குறிப்பிட்ட அந்த மனிதரோடான உறவு முக்கியமானதா என்று பாருங்கள். அந்த மனிதர் பரிச்சயமற்றவர், அவரோடான உறவு எந்த நெருக்கமோ நீடித்த நிலைத்த தன்மையோ அல்லது எதிர்காலமோ உடையதல்ல என்றால், அவரோடு மோதுவதில் அர்த்தமேயில்லை. 'துஷ்டனைக் கண்டால் தூர விலகு' என்று உள்ளுக்குள் சொல்லிக்கொண்டே, விலகிப்போய்விடுவதே விவேகமானது.

மூன்றாவது, பிரச்சினையின் தன்மைபற்றிச் சிந்திப்பதும் மிகவும் அவசியம். ஓரிரு ஆண்டுகளுக்கு முன்னால் நெல்லை மாவட்டம் இராதாபுரம் அருகேயுள்ள சமூகரெங்கபுரம் எனும் ஊரில் ஒரு வினோதமான பிரச்சினை எழுந்தது. அந்த ஊரின் பேருந்து நிறுத்தம் அருகே ஒரு முக்கியமான தலைவரின் ஆளுயரச் சிலை அமைக்கப்பட்டிருந்தது. அதனை நிறுவியிருந்த ஒரு குறிப்பிட்ட அரசியல் கட்சியினர் அவருடைய பிறந்தநாளன்று அந்தச் சிலையைச் சுத்தம் செய்து, வர்ணம் பூசி, மாலை அணிவித்து மரியாதை செலுத்தினர்.

அதே நாள் சற்று நேரம் கழித்து இன்னொரு அரசியல் கட்சியினர் அந்தச் சிலைக்கு மரியாதை செலுத்த வந்தார்கள். சிலையின்மீது வரையப்பட்டிருந்த வேட்டி, துண்டிலிருந்த கரையின் நடுவே சாக்பீஸால் ஒரு கோடு வரைந்து, அதைத் தங்கள் கட்சியின் கரையாக மாற்றினார்கள். வெடித்தது விபரீதம்; பிரச்சினை வாய்த் தகராறாகி, கும்பல் மோதலாகி, புகார்,

வழக்கு என்று நீண்டு, நெடுநாள் நீடித்தது. இதுபோன்ற உப்புசப்பில்லாத பிரச்சினைகளை ஊதிப்பெரிதாக்கிக் கொண்டிராமல், வாழ்வின் இன்றியமையா இலக்குகளை நோக்கி நாம் பயணம் செய்வதே சிறப்பானது.

இறுதியாக, தனிப்பட்ட முறையில் மக்களில் பெரும் பான்மையருக்குப் பொறுமையும் நிதானமும் விட்டுக்கொடுக்கும் மனப்பான்மையும் குறைந்து வருகின்றன. கருத்து வேறுபாடுகளை முதிர்ச்சியோடு பேசித் தீர்க்கும் பக்குவம் மறைந்து வருகிறது. இவற்றை மீட்டெடுக்க ஆவன செய்தாகவேண்டும். பள்ளிக் கல்வி முதல் பணியிடப் பயிற்சிகள் வரை, இவற்றை மீட்டுருவாக்கம் செய்யும் முயற்சிகளில் நாம் ஈடுபட்டாக வேண்டும்.

மனிதருக்குள்ளே கருத்து வேறுபாடுகளும் சித்தாந்த மோதல் களும் எழுவது இயற்கை. இந்த வேறுபாடுகளும் மோதல்களும் உண்மையான மனித உறவுகள் இன்னும் உறுதிபெற உதவுகின்றன. ஆனால் அவை ஆக்கசக்தியைக் குறைத்து, அழிவுச்சக்தியை அதிகரிக்கும்பட்சத்தில், சம்பந்தப்பட்ட நபர்களையும் சந்தர்ப்பங்களையும் தவிர்த்துவிடுவதுதான் சாலச்சிறந்தது.

தவிர்க்க முடியாதென்றால், அவற்றைத் திறம்படக் கையாள வேண்டும். செயற்கைத் தீர்வுகளான அழித்தொழித்தல், ஆள்வைத்துக் கொலை செய்தல் போன்றவை கூடுதல் துன்பத்தை யும் துயரத்தையும்தான் தரும் என உணர வேண்டும்.

தீயவை தீய பயத்தலால் தீயவை
தீயினும் அஞ்சப் படும்

எனும் எளிய உண்மையை வாழ்வின் அனைத்து நிலைகளிலும் தளங்களிலும் நாம் ஒருவருக்கொருவர் கற்பித்தாக வேண்டும்.

வாய்த் தகராறுகளெல்லாம் கொலைக் குற்றங்களாக உருவெடுத்தால், விரைவில் வீதிக்கொருவர், வீட்டுக்கொருவர் கொலையுண்டுபோகும் கொடூரம் நிகழலாம். இயற்கை மனிதத்தைச் செயற்கையாகக் கொல்ல அனுமதிப்பது தவறு. 'ஒரு சின்ன நூல்கண்டா நம்மைச் சிறைப்படுத்துவது?' என்று எழுத்தாளர் சிவசங்கரி ஒருமுறை கேட்டதுபோல, ஒரு சின்ன வாய்த் தகராறா நம்மைக் கொலையாளி ஆக்குவது என்று இப்போது நாம் கேட்டுக்கொள்ள வேண்டியிருக்கிறது.

21

தகராறு கடக்கும் திறன் - 4

இம்மண்ணுலகின் மீது ஏராளமான தகராறுகளோடும், தற்காப்புத் தேவைகளோடும், தண்ணீரோடும் வாழும் நாமனைவரும் தவறாது பெற்றிருக்க வேண்டிய மூன்று முக்கியமான திறமைகள் இவைதான்: தகராறுகளைக் கடந்து செல்லல், முதலுதவி சிகிச்சை அறிந்திருத்தல், நீச்சல் கலை தெரிந்திருத்தல். ஆனால் இவை மூன்றையுமே நம் இளைய தலைமுறைகளுக்கு நாம் பயிற்றுவிப்பதில்லை.

சண்டைச் சச்சரவுகளே இல்லாத சொர்க்கலோக அமைதி சாசுவதமானதல்ல. வன்முறை வெறிபிடித்து அடித்து உதைத்து, இரத்தம் சொட்டச்சொட்டக் கொன்றொழிப்பது மனித இயல்பல்ல. இவ்விரு துருவ நிலைகளையும் நிராகரித்து, எதிர்த்தரப்புக் கருத்துக்களை ஆழமாகக் கேட்டு, இனிய சொற்களோடு ஒரு பரிவான கலந்துரையாடல் நடத்தி, எதிர்மறை உணர்வுகளை வெளிக்கொணர்ந்து, யாரும் வேதனைப்படாத வண்ணம், எல்லோரும் நிறைவடையும் விதத்தில் சண்டை செய்வதே சிறந்தது.

அழிவுசக்தியாக இருக்கும் ஒரு தகராறை ஆக்கசக்தியாக மாற்றுவதும், வன்முறைகளிலிருந்து அதனை வழிமாற்றிச் செல்வதும், மனிதம், சமூக மேம்பாடு நோக்கி அதனை இட்டுச்செல்வதும் நம் நோக்கங்களாக இருக்க வேண்டும். இதற்கான முக்கிய கருவி கருத்துப்பரிமாற்றம்தான்.

முந்தி இருப்பச் செயல்

ஒரு தகராறைக் கடப்பதற்கு முன், அதனை மாற்றிய மைக்க வேண்டும். அதாவது ஒரு குறிப்பிட்ட சட்டகத்துக்குள் சிக்கியிருக்கும் பிரச்சினையைப் பிடுங்கி வெளியே எடுத்து, ஒரு புதிய சட்டகத்துக்குள் நிறுவவேண்டும். தகராற்றை மாற்றியமைத்தல் என்பது தகராறுச் சூழலை மாற்றியமைப்பதாகும்.

அதாவது ஒரு புதிய யதார்த்தத்தை உருவாக்கி, ஒரு புதுத் தோற்றத்தினை எழச்செய்வது. அப்போது இதுவரை ஒவ்வாதிருந்த சூழல் ஒத்திருக்கத்தக்கதாய் மாறுகிறது. தகராறுக் கட்சிகள் சந்தேகம், கோபம், வெறுப்பு கலந்த ஒரு குறிப்பிட்ட பாத்தியில் நட்டு வளர்த்திருக்கும் தகராறுச் செடியைப் பிடுங்கி, மேம்பட்ட பண்படுத்தப்பட்ட ஒரு புதிய நிலத்தில் நடுவது போன்றது இது.

ஒரு தகராறில் நேரடியாகவும் மறைமுகமாகவும் தொடர்பு கொண்டிருக்கும் கட்சிகள் அனைத்தையும், அவற்றின் இலக்குகள் அனைத்தையும் தெரிந்துகொண்டு, அந்தத் தகராறின் பரந்துபட்ட நிலையை உணர்ந்து, அந்த இலக்குகளைப் படைப்பாற்றலுடன் மாற்றியமைத்து, கட்சிகள் அனைத்துக்கும் ஏற்புடைய விதத்தில் தீர்வு செய்வதே தகராறு மாற்றியமைத்தலின் நோக்கம்.

இதனைச் செய்வதற்குக் குறிப்பிட்ட தகராறின் ஆழத்தையும் அகலத்தையும் அதிகரிக்க வேண்டும். அப்படிச் செய்வது அந்தத் தகராறில் நேரடியாகவும், மறைமுகமாகவும் தொடர்புடைய அனைத்துக் கட்சிகளையும் இலக்குகளையும் இணைத்துக்கொள்வது.

எடுத்துக்காட்டாக ஒரு கணவன்–மனைவி தகராறுக்குப் பின்னால் மாமியார், நாத்தனார் என்று பலரும் பல பிணக்கு களும் மறைந்து கிடக்கின்றன. அதேபோல சமூக–பொருளாதார– அரசியல் தகராறுகள், சுற்றுச்சூழல் பிரச்சினைகள் போன்ற வற்றில் எண்ணற்ற கட்சிகளும் சிக்கல்களும் இணைந்திருக்கின்றன. இவையனைத்தையும் கருத்தில் கொள்ள வேண்டும்.

அதாவது மேல்மட்டத் தகராறை (Meta conflict) மட்டும் கண்ணோடாது, அதன் அடி ஆழத்துக்குச் சென்று பிரச்சினை யின் வேர்களை (Root conflict) கண்டுபிடிக்க வேண்டும். அந்த அடிப்படைத் தகராறுகளைக் கவனமாக அலசி ஆராய வேண்டும்.

அப்படி கூர்மையாகப் பார்த்தால்தான், மேல்மட்டத்தில் கொரில்லாப்படைத் தாக்குதலாகத் தெரியும் ஒரு பிரச்சினையின்

அடி ஆழத்தில் உறைந்திருக்கும் வேற்றுப்படுத்துதல், அடக்கி யாளுதல், வறுமையில் வாடுதல் போன்ற உண்மைப் பிரச்சினைகள் அனைத்தும் உலகுக்குத் தெரியவரும்.

வேர்களோடு பிடுங்கி நடப்படும் செடி மட்டுமே புத்துயிர் பெறுவது போல, முழுப் பரிமாணங்களுடன் புரிந்துகொள்ளப் படும் தகறாரைத்தான் மாற்றியமைக்க முடியும், வெற்றிகரமாகக் கடந்து செல்லவும் முடியும்.

முதலாவதாக, 'நான் – நீ' என்கிற இருதுருவ நிலையைக் கைவிட்டுவிட்டு, 'நாம் – நாம் அனைவரும் எதிர்நோக்கி நிற்கும் பிரச்சினை' என்கிற மாற்று நிலையில் தகராறுகளைப் பார்க்கப் பழகவேண்டும்.

மகாத்மா காந்தி, 'இந்தியர்கள் – பிரிட்டிஷ்காரர்கள்' என்று சிந்திக்கவே இல்லை. மாறாக, 'நாம்–நம் அனைவரையும் பிடித்தாட்டும் காலனியாதிக்க முறை' என்றுதான் பார்த்தார். தொழிலாளர் தரப்பு ஒன்றாய் நின்று முதலாளிகளைக் கொல்வோம் என்று அவர் சொல்லவில்லை; மாறாக, நாமனைவருமாகச் சேர்ந்து முதலாளித்துவத்தைக் கொல்வோம் என்றார்.

இரண்டாவதாக, நமது தன்னலப் பார்வை, நாம் பயன்படுத்தும் மொழி போன்றவற்றை மறுகட்டமைப்புச் செய்தாக வேண்டும். எடுத்துக்காட்டாக, மனித – மிருகத் தகராறுகளை எடுத்துக்கொள்வோம். ஒரு யானை ரயிலில் அடிபட்டுச் சாகும்போது, ஒரு கரடி ஊருக்குள் நுழையும்போது, ஒரு சிறுத்தை வயலுக்குள் புகும்போது, நாம் சிந்திக்கும் விதத்தை, பயன்படுத்தும் மொழியை, கைக்கொள்ளும் அணுகுமுறைகளைக் கவனியுங்கள். நாம் ஒரு மனிதனாக, மனித ஆதிக்கச் சிந்தனையோடுதான் அதனைப் பார்க்கிறோம்.

ஒரு பத்திரிகையின் அண்மை செய்தியை அப்படியே தருகிறேன்: "களக்காடு மேற்குத் தொடர்ச்சி மலையடி வாரத்தையொட்டி கொழுந்துமாமலை வனப்பகுதிக்கு அருகே கரிசல்பட்டி கிராமத்தில் விவசாயி மன்னார் (பெயர் மாற்றப்பட்டுள்ளது) என்பவருக்குச் சொந்தமான தோட்டம் உள்ளது.

கடந்த ஒரு மாதமாக இத்தோட்டத்தில் கரடி ஒன்று புகுந்து மா, பலா, சப்போட்டா ஆகிய மரங்களின் மகசூலைச் சேதப்படுத்தி வருவதாக . . . திருநெல்வேலியில் உள்ள களக்காடு–முண்டன்துறை புலிகள் காப்பக கள இயக்குநரிடம்

மன்னார் புகார் தெரிவித்தார்." பின்னர் நடந்தவற்றைத்தான் நீங்கள் யூகித்துக்கொள்ள முடியுமே?

மலையடிவாரத்தில் வனப்பகுதிக்கு அருகே உங்கள் தோட்டம் இருந்தால், அது உங்கள் குற்றமா அல்லது கரடியின் பிரச்சினையா? தோட்டம், தனியார் சொத்து, மகசூல், சேதம் என்பனவெல்லாம் கரடிகளுக்குக் கிடையாதே? திருநெல்வேலியில் உள்ள புலிகள் காப்பக கள இயக்குநர் உங்களுக்குப் பெரிய அதிகாரியாக இருக்கலாம். ஆனால் கரடிகளுக்கு யார் அதிகாரி, எது அதிகாரம்? கேடுகள் அனைத்தையும் விலங்குகளுக்கும் பறவைகளுக்கும் செய்பவர்கள் மனிதர்களாகிய நாம்தான்.

மூன்றாவதாக, ஓர் உண்மையான ஆத்மப்பரிசோதனையில் ஈடுபட்டு, உள்ளார்ந்த மாற்றங்களைக் கொணர்ந்து, எதிர்த் தரப்பின் இடத்திலிருந்து பிரச்சினையைப் பார்க்க முயல்வோம். மேற்குறிப்பிட்ட மனித – மிருகத் தகராறில், ஒரு மனிதனாகச் சிந்திப்பதை விடுத்து, ஒரு விலங்காகச் சிந்தித்துப் பாருங்கள்.

வேட்டையாடுவதைப் பற்றி வேட்டைக்காரர்கள் எழுதுவதைத்தான் நாம் படித்திருக்கிறோம். வேட்டையாடப் படும் விலங்குகள், பறவைகளுக்கு எழுதத் தெரிந்தால், அவை எப்படி எழுதும் என்று சிந்தித்துப் பாருங்கள். பாரதியாரின் குருவிப் பாட்டு அருமையாகக் குத்திக் காட்டுகிறது:

கேளடா மானிடவா – எம்மில்
கீழோர் மேலோர் இல்லை
களவுகள் கொலைகளில்லை – பெருங்
காமுகர் சிறுமையில்லை
இளைத்தவர்க்கே வலியர் – துன்பம்
இழைத்துமே கொல்லவில்லை.

அப்படி எதிர்த்தரப்பின் பார்வையிலிருந்து பார்க்கும் போது, அவர்களின் நிலைப்பாட்டையும் இலக்கையும் எளிதாகப் புரிந்துகொள்ள முடியும்.

நான்காவதாக, மாற்றுக் கதையாடல்களும், மாளாக் கருத்துப்பரிமாற்றங்களும், தொலையா மாந்தநேயமும், தொய்வில்லா முயற்சிகளுமாகவே நாம் தொடர்ந்தாக வேண்டும்.

ஓர் எடுத்துக்காட்டைப் பார்ப்போம். ஒரே மொழி பேசும், ஒரே இனத்தவரான வட கொரிய மக்களும், தென் கொரிய மக்களும் கீரியும் பாம்புமாக வாழ்ந்துகொண்டிருக்கிறார்கள். சீனா, வட கொரியாவை ஆதரிக்கிறது. ஜப்பான், தென் கொரியாவோடு இணக்கமாக இருக்கிறது. சீனாவுக்கும்

ஜப்பானுக்கும் ஆகவே ஆகாது. அமெரிக்கா, ரஷ்யா உள்ளிட்ட வெளிநாடுகளும் இப்பிரச்சினையில் மூக்கை நுழைக்கின்றன.

இந்தத் தகராறைக் கடந்து சென்று, அப்பிராந்திய மக்கள் வாழ்வில் அமைதியை ஏற்படுத்துவது எப்படி? ஒவ்வொரு 'ஹீரோ-வில்லன்' இணையரையும் தனித்தனியாகக் கையாண்டு தடுமாறிப் போவதைவிட, அனைத்துக் கொரியர்களும் ஜப்பானியர்களும் சீனர்களுமாகச் சேர்ந்து ஒரு கிழக்கு ஆசியச் சமூகத்தை எப்படி நிறுவலாம், என்னென்ன பரந்து பட்ட உயர் இலக்குகளை அவர்கள் அமைத்துக்கொள்ளலாம் என்று சிந்திப்பது அந்தத் தகராறைக் கடந்து செல்லும் உன்னத வழியாக இருக்கும்.

22

தகராறு கடக்கும் திறன் – 5

'இளங்கன்று பயமறியாது' என்பதற்கிணங்க, இளைஞர்களாகிய நீங்கள் தகராறுகளைக் கண்டு ஓடி ஒளியமாட்டீர்கள். ஆனாலும் அறிவு பூர்வமான அணுகுமுறையைக் கைக்கொள்வது மிகவும் முக்கியம். உங்கள் தனிப்பட்ட வாழ்வில் தகராறுகளை எதிர்கொள்ளும்போது, கீழ்க்காணும் வழிமுறைகளை மேற்கொள்ளுங்கள்:

முதலில், உங்களிடமே ஐந்து கேள்விகளைக் கேட்டுக்கொள்ளுங்கள்:

- இந்தத் தகராறில் எது என்னைக் கரிசனம் கொள்ளச் செய்கிறது?
- இது எப்படி என்னைப் பாதிக்கிறது?
- இது ஏன் எனக்கு முக்கியமானதாக இருக்கிறது?
- எதிர்த்தரப்பைப் பற்றி நான் சந்தேகங் களையும் அனுமானங்களையும் கொண் டிருக்கிறேனா? அவை என்னென்ன?
- இந்த நிலைமையை எது எனக்கு ஏற்புடையதாகச் செய்யும்?

இரண்டாவது, உங்களோடு தகராறு கொண்டிருப்பவர் நெருக்கமானவராக இருந்து, அந்த உறவு முக்கியமானதாக இருந்தால், நேரடி கருத்துப் பரிமாற்றத்தில் ஈடுபடுங்கள். அவரிடம் உங்களின் நோக்கங்களைத் தெளிவாக

எடுத்துரையுங்கள். ("இதனை நான் புரிந்துகொள்ள விரும்புகிறேன்," "இந்த உறவு தொடர்ந்து நீடிக்க வேண்டுமென நான் ஆசைப்படுகிறேன்" போன்ற நேர்மறை வாக்கியங்களை, அணுகுமுறையைப் பயன்படுத்துங்கள்).

மூன்றாவது, மேற்படி கருத்துப்பரிமற்றத்தின்போது உங்கள் உள்ளக்கிடக்கையைக் கோபம், வெறுப்பு, அச்சம் ஏதுமின்றி மென்மையான மொழியில் விவரித்த பிறகு, உங்கள் ஈடுபாடுகளை, இலக்குகளைத் தெளிவாக எடுத்துரைத்து விட்டு, எதிர்த்தரப்பைப் பேச அனுமதியுங்கள். அவர் பேசும்போது இடைமறிக்காது, கவனமாகக் கேளுங்கள். அவருடைய ஈடுபாடுகளை, இலக்குகளைக் கண்டறியுங்கள். தேவைப்பட்டால் மட்டும், இரு தரப்பாரின் அனுமானங்களை, சந்தேகங்களை, விழுமியங்களை விரிவாக விவாதியுங்கள்.

நான்காவது, மேற்படி கருத்துப்பரிமாற்றத்தின் காரணமாக, உங்களிருவரிடையே ஒரு புதிய புரிதல் ஏற்பட்டால், அதனை ஒருவருக்கொருவர் சுருக்கமாக விவரித்துச் சரிபார்த்துக் கொள்ளுங்கள்.

ஐந்தாவது, உங்கள் முன்னிருக்கும் பல தெரிவுகளைக் கண்டுணர்ந்து, ஒவ்வொன்றின் சாதக பாதகங்களையும் ஆய்வு செய்யுங்கள். இவற்றுள் உங்களுக்கும் எதிர்த்தரப்புக்கும் ஏற்புடையதாக இருக்கும் குறிப்பிட்ட, தெளிவான, நியாயமான தீர்வைத் தேர்ந்தெடுங்கள்.

ஒருவேளை நீங்கள் எதிர்கொள்வது சாதாரண குடும்ப, சமூக, பணியிடத் தகராறாக இல்லாமல் நுண்மங்களும் சிக்கல்களும் பகைமையும் நிறைந்த ஒரு நீண்டநாள் தகராறாக இருந்தால் என்ன செய்வது? அதேபோல, எந்தவிதமான நீதி நியாயங்களுக்கும் கட்டுப்படாத, ஒரு சமூகவிரோதியோடு எப்படி கருத்துப் பரிமாற்றத்தில் ஈடுபடுவது?

இம்மாதிரியான சந்தர்ப்பங்களில் தகராறுக் கட்சிகள் துருவ நிலைகளுக்குத் தள்ளப்படுவதோடு, மனிதநேயம் மறுக்கப்படுவதும் நிகழ்கிறது. உங்களின் உயர்ந்த விழுமியங்களை, உன்னதமான அணுகுமுறைகளை ஏறெடுத்தும் பார்க்காமல் ஒரு துருவம் நோக்கி உங்களை உந்தித்தள்ளும்போது, அந்த சூழ்ச்சிக்குப் பலியாகிவிடாதீர்கள். உங்கள் விழுமியங்களில் நீங்கள் உறுதியாக நிற்பது மிக முக்கியம்.

இப்போது உங்களுக்குத் தேவை பரிவுணர்வு, மென்முறை, படைப்புத்திறன் எனும் மூன்று அம்சங்களே. இவற்றோடு

சிக்கலான தகராறு ஒன்றை மாற்றியமைப்பதற்கு உரிய கால அவகாசமும் பொறுமையும் தொடர் முயற்சிகளும் அவசியம்.

எதிர்மறை உணர்வுகளுக்கு, குறிப்பாக கோபத்துக்கு ஆளாகாமல் பார்த்துக்கொள்ளுங்கள்.

இணர்எரி தோய்வன்ன இன்னா செயினும்
புணரின் வெகுளாமை நன்று.

பல சுடர்களை உடைய பெருநெருப்பில் தோய்வது போன்ற துன்பத்தை ஒருவர் செய்தபோதிலும், கூடுமானால் அவர் மேல் சினங்கொள்ளாதிருத்தல் நல்லது. கோபத்திற்குள்ளாகும் போது தவறான வார்த்தைகளைப் பேசிவிடுகிறோம் அல்லது தவறான நடவடிக்கைகளைக் கைக்கொண்டு விடுகிறோம்.

யதார்த்தத்தில் கோபப்படாமல், கொதிப்படையாமல், அன்பின் வடிவமாய், அமைதியின் சிகரமாய் விளங்க, நாம் உணர்வற்ற கற்களோ, புற்களோ அல்ல; புத்தபிரானாய் உயர்ந்தவர்களும் அல்ல. கோபத்தை வெளிப்படுத்தும் தேவை எழுந்தால், ஒரு கடிதத்தை அல்லது அறிக்கையை எழுதுங்கள். அல்லது நெருங்கிய நண்பர்களிடம், உறவுகளிடம் உள்ளத்து உணர்வுகளைக் கொட்டித்தீருங்கள்.

ஆனால் எக்காரணம் கொண்டும் உங்கள் கோபம் விபரீதமாய் வெடிக்க விட்டுவிடாதீர்கள்:

அறிவினுள் எல்லாந் தலையென்ப தீய
செறுவார்க்கும் செய்யா விடல்.

தம்மை வருத்துவோர்க்கும் தீய செயல்களைச் செய்யாமலிருத்தலை, அறிவு எல்லாவற்றிலும் தலையான அறிவு என்று கூறுவர். பிறரைத் தண்டிக்கும் அல்லது பழி வாங்கும் உணர்வுகளைத் தவிர்த்துவிட்டு, தொடரும் இந்தப் பிரச்சினையை எப்படி முடிவுக்குக் கொண்டுவருவது என்பது பற்றி மட்டும் தொடர்ந்து சிந்தியுங்கள்.

ஒத்துழைக்காத ஒரு நபரோடு, ஒவ்வாத ஒரு சூழலோடு உழலும்போது, உங்கள் பொறுமையைப் பலவீனமாகவோ, பயந்தாங்கொள்ளித்தனமாகவோ எதிர்த்தரப்பு கருதினால், அது தவறான புரிதல் என்று தவறாமல் எடுத்துச் சொல்லுங்கள். உங்களுக்காக நீங்கள் எழுந்து நிற்பது, குரல்கொடுப்பது உங்கள் உரிமை மட்டுமல்ல, கடமையும் ஆகும்.

எதிர்த்தரப்பு தனக்கு வேண்டியதைத் தான்தோன்றித் தனத்துடன் எடுத்துக்கொள்வதற்காகச் செய்யும் தகிடுதத்தங் களைக் கவனமாக அவதானியுங்கள். அதற்கு எக்காரணம்

கொண்டும் ஒத்துழைப்பதில்லை என்ற முடிவில் உறுதியாக இருங்கள்; தேவைப்பட்டால் அதற்குத் தடை போடுங்கள்.

உங்கள் எதிர்வினை தீர்க்கமானதாக, ஆனால் தீயதாக இல்லாமல் பார்த்துக்கொள்ளுங்கள். பிரச்சினையின் நீடித்த நிலைத்த தீர்வுக்கு வன்முறை உதவாது என நீங்களும் உணர்ந்து, பிறரையும் புரிந்துகொள்ளச் செய்யுங்கள்.

எதிர்த்தரப்பை நேரடியாகச் சந்தித்து, கருத்துப்பரிமாற்றம் நடத்தி, நிவர்த்திசெய்ய முடியாத தகராறுகளை, மூன்றாம் நபர் தலையீட்டோடுதான் மேலாண்மை செய்தாக வேண்டும். ஊர்ப் பஞ்சாயத்து, சமூகப் பெரியவர்கள், அரசியல் தலைவர்கள், காவல் நிலையம், நீதிமன்றம் எனப் பல்வேறு தலையீட்டு வழிமுறைகள் நம் நாட்டில் பயன்படுத்தப்படுகின்றன. இவற்றோடு சில வேளைகளில் கட்டப்பஞ்சாயத்தும் கலக்கப்படு கிறது. இவற்றுள் அரசின் சட்டத்திட்டங்களுக்கு உட்பட்ட வழிமுறைகளே சாலச் சிறந்தவை.

அடுத்து, பொதுவாழ்வில் ஈடுபட்டு, சமூக-பொருளாதார- அரசியல் தகராறுகளை எப்படிக் கையாள்வது என்று சிந்திப்போம். இவை அவதூறுகளையும் அதிரடியான வழக்குகளை யும் துன்பங்களையும் துயரங்களையும் கொண்டுவந்து சேர்க்கின்றன. இம்மாதிரி அறவழிப் போராட்டங்களில் ஈடுபடுகிறவர்கள் பிரச்சினைகளை உருவாக்குகிறவர்கள் அல்ல; மாறாக சமூகத்தில் புதைந்துகிடக்கும் பிரச்சினைகளை வெளிக்கொணர்கிறவர்கள் என்று வாதிடும் டாக்டர் மார்ட்டின் லூதர் கிங் ஜூனியர், இம்மாதிரியான பொதுவாழ்வுத் தகராறுகளை வேனல் கட்டிகளோடு ஒப்பிடுகிறார்.

வேனல் கட்டிகள் மூடிப் பொதியப்பட்டிருந்தால், வலியும் துன்பமும் அதிகரிக்கும். எனவே அவற்றை வெட்டிப் பிளந்து, உள்ளிருக்கும் அழுக்குகளை வெளிக்கொணர்ந்து, இயற்கை மருந்துகளான வெளிச்சத்தையும் காற்றையும் அவற்றின்மீது பாய்ச்சுகிறோம். அதேபோல, சமூக அநீதிகளைப் பட்டவர்த்தனமாக்கி, மனித மனசாட்சி எனும் வெளிச்சத்தையும், மக்கள் கருத்து எனும் காற்றையும் அவற்றின் மீது விழச்செய்ய வேண்டும் என்கிறார் டாக்டர் கிங்.

பன்முகத்தன்மையும் பெருத்த வேறுபாடுகளும் கொண்ட நமது இந்தியச் சமூகத்தில், அனைத்துத் தரப்பு மக்களுக்கும் தகராறு கடக்கும் பயிற்சி அளிப்பது மிகவும் முக்கியமானது. குறிப்பாக, பல்வேறு தகராறுகளும் படைபலப் போட்டியும் அணுவாயுதங்களும் ததும்பி வழியும் நமது தெற்காசியப்

பிராந்தியத்தில், நமது நாளைய தலைவர்களுக்குத் தகராறு கடக்கும் கலையைக் கற்றுகொடுத்தே ஆகவேண்டும். 'புதியதோர் உலகம் செய்வோம், கெட்ட போரிடும் உலகத்தை வேரொடு சாய்ப்போம்" எனும் பாவேந்தர் பாரதிதாசனின் கனவு நனவாக, தகராறுக் கல்வி ஒன்றே உரிய வழி.

தகராறுகளைக் கடந்து செல்வதானது ஓரிரு வாரங்களில் படித்து முடிக்கும் முதலுதவி சிகிச்சையோ அல்லது நீச்சல் பயிற்சியோ அல்ல; வாழ்நாள் முழுக்கத் தொடர்ந்து பயிலும் வாழ்வியல் முறை.

உங்களை நீங்களே பயிற்றுவிக்க ஒரு சில வழிகளைப் பார்ப்போம். ஒரு தகராறை நீங்கள் எப்படி அணுகுகிறீர்கள், கையாள்கிறீர்கள் என்பது குறித்த கட்டுரைகளை எழுதி, ஓரிரு நாட்கள் கழித்து அவற்றைப் படித்துப் பாருங்கள். உங்களின் தனிப்பட்ட தகராறு கலாச்சாரத்தை மேம்படுத்துவது குறித்துச் சிந்தியுங்கள்.

அதேபோல, உங்கள் வாழ்வில் நடந்திருக்கும் அல்லது உங்கள் பகுதியில் நடந்து உங்களை ஆழமாகப் பாதித்திருக்கும் தகராறுகளைப் பற்றிச் சிறு கட்டுரைகள் எழுதி, உங்கள் நண்பர்களோடு விவாதியுங்கள்.

23

பேரப் பேச்சுத் திறன் – 1

'பேசி வாங்கி இருப்பது' எனும் சொற்றொடர் உறவுகளுக்குள் நிகழும் இயல்புத்தன்மையைக் குறிப்பதுபோல பேச்சுக்கால், பேச்சுவார்த்தை போன்ற சொற்கள் குறிப்பிட்ட நோக்கங்களுக்காக நடத்தப்படும் கருத்துப் பரிமாற்றங்களைக் குறிக்கின்றன.

ஒரு தகராறில் தொடர்புடைய கட்சிகள் நேருக்கு நேர் சந்தித்து, ஒன்றோடொன்று நேரடியாகப் பேசி, தமது ஈடுபாடுகள் பற்றி விவாதித்து, தங்கள் இலக்குகளில் ஏற்பட்டிருக்கும் வேறுபாடுகளைத் தீர்த்துக்கொள்வதைப் பேரப் பேச்சு *(negotiation)* என்றழைக்கிறோம்.

தகராறுக் கட்சிகள் நேருக்கு நேர் பேச முடியாத நிலையில், மூன்றாவது நபர் ஒருவர் தகராறு கட்சிகளோடு தனித்தனியாகப் பேசி, அவர்களிடையே ஒரு தொடர்புப் பாலமாகச் செயல்பட்டு, தகராறுக்குத் தீர்வுகாண உதவுவதை சமரசப்பேச்சு *(mediation)* என்று குறிப்பிடுகிறோம்.

பேரப் பேச்சு, 'நெறிப்படுத்தப்பட்டக் கருத்துப்பரிமாற்றம்' *(structured dialogue)* என்றும், சமரசப்பேச்சு, (மூன்றாம் நபர்) 'உதவியோடு நடத்தப் படும் பேரப்பேச்சு' *(assisted negotiation)* என்றும் கொள்ளலாம்.

சமரசப்பேச்சு பல்வேறு வழிகளில் நடத்தப்படு கிறது. தலையீடு செய்யும் தகராற்று வல்லுநர் எந்த அதிகாரத்தையும் தன்வசம் வைத்துக்கொள்ளாது,

தகராறு கட்சிகள் ஒருவரோடு ஒருவர் பேசி இணக்கமாகிக் கொள்ளத் தேவையான சூழ்நிலையையும் ஒழுங்குமுறைகளை யும் உருவாக்கிக் கொடுத்து, இணக்கம் ஏற்படுத்துவதை 'இணக்கமுறை' (conciliation) என்கிறோம்.

அதேபோல, தகராறுக் கட்சிகள் தங்கள் தரப்பு வாத-பிரதிவாதங்களை நடுவர் மன்றத்தில் எடுத்துவைக்க, நடுவர் அவற்றைக் கவனமாக அலசி ஆராய்ந்து, உரிய தீர்ப்பு வழங்குவதை 'நடுவர்மன்றத் தீர்வு' (arbitration) என்றழைக்கிறோம்.

அடுத்து, தகராறுக் கட்சிகள் தம் சார்பாக வாதாடுவதற்கு வழக்குரைஞர்களை நியமித்து, அவர்கள் மூலம் வழக்காடு மன்றத்தை அணுகி, தீர்வு பெறுவதை 'வழக்காடுமன்றத் தீர்வு' (litigation) என்கிறோம். இந்தத் தீர்ப்புக்கு எதிராக உயர்நீதிமன்றங்களில் மேல்முறையீடு செய்யலாமேயொழிய, தீர்ப்பை ஏற்றுக்கொள்ளாமல் புறந்தள்ள முடியாது.

மேற்குறிப்பிட்ட முறைகளுள், நேரடிப் பேச்சுவார்த்தை யில் மட்டுமே தகராறுக் கட்சிகள் தங்கள் சுதந்திரத்தை, இறையாண்மையைத் தக்கவைத்துக் கொள்ள முடியும். இந்தப் பேரப் பேச்சு 'பேரம் பேசுவதை' (bargaining) அடிப்படையாகக் கொண்டது.

பொதுவாக, ஒரு பொருளுக்கான விலையை அல்லது நமக்குத் தேவையான ஏதாவதொன்றை, நம்முடைய விதிமுறைகள், நிபந்தனைகளின் அடிப்படையில் பெறுவதற்காக நடத்தும் இழுபறிப் பேச்சுவார்த்தையைப் 'பேரம் பேசுதல்' என்று குறிப்பிடுகிறோம்.

இரண்டு பேர் அல்லது அதற்கும் மேற்பட்டோரிடையே ஒரு பிரச்சினை குறித்து இணக்கமான முடிவெடுப்ப தற்காக, உடன்பாடு காண்பதற்காக, தீர்வு செய்வதற்காக, நடத்தப்படும் கலந்துரையாடல்தான் பேரப்பேச்சு. இந்தப் பேரப்பேச்சுத் திறன் இன்றைய நவீன வாழ்வின் அடிப்படை யாக அமைகிறது.

வாழ்க்கையில் நாம் பெறும் கல்வி வாய்ப்புக்களோ, வேலை வாய்ப்புக்களோ, சம்பள உயர்வோ, பணியிட மாற்றமோ, சிறு-பெரு வெற்றிகளோ, எதுவாக இருந்தாலும், நமது தகுதி களையும் திறமைகளையும் மட்டுமே அடிப்படையாகக்கொண்டு எளிதில் கிடைக்கப்பெறுவன அல்ல; மாறாக, நம் பேரப் பேச்சுத் திறனை நேர்த்தியாகப் பயன்படுத்தி நாம் கடிதில் ஈட்டிக் கொள்வன. 'மரத்தை நட்டவன் தண்ணீர் விடுவான்' அல்லது 'எனக்கு விதித்தது எனக்குக் கிடைக்கும்' என்றெல்லாம்

வசனம் பேசிக்கொண்டு, நீங்கள் வாளாவிருந்தால், போட்டியும் பொறாமையும் நிறைந்த இன்றைய உலகில் உங்களுக்கு எதுவுமே கிடைக்காது.

தகராறைப் பொறுத்தவரை, பேரப் பேச்சு அதற்கான தீர்வைத் தேடும், நெறிப்படுத்தப்பட்ட பேரம் எனக் கொள்ளலாம். தகராறுக் கட்சிகள் தீர்வுக்கான வாய்ப்புக்களைக் கண்டுணர்ந்து, தங்களுக்கு ஏற்புடைய ஓர் ஒப்பந்தத்தை எட்டிப் பிடிப்பதற்காக நடத்தப்படும் கருத்துப்பரிமாற்றம்தான் பேரப்பேச்சு.

இரண்டு பேரோ அல்லது அதற்கு மேற்பட்டோரோ கலந்துரையாடும்போது, அவர்களுள் யாராவது ஒருவரின் மனத்தில் ஓர் இலக்கு இழையோடிக் கொண்டிருந்தால், அங்கே ஒரு பேரப் பேச்சு நடக்கிறது என்கிறார் பிராட் மெக்ரே எனும் அறிஞர்.

எதிர்த்தரப்பை நமது கோணத்திலிருந்து பார்க்க வைத்து, இருவரின் இலக்குகளையும் சற்றே மாற்றியமைத்து, அவர் செய்யத் தயங்கும் அல்லது மறுக்கும் ஒரு விடயத்தைச் செய்யவைத்து, ஓர் உடன்பாட்டுக்கு வருவது அத்தனை எளிதான வேலையல்ல.

பேரப் பேச்சில் மதிப்பீடுகளை (values) உருவாக்குவதும், மதிப்பீடுகளைக் கோருவதும் என இரண்டு விடயங்கள் நடக்கின்றன. ஒருவருக்கொருவர் மனம்விட்டுப் பேசித் தன்னுடைய தேவைகளை, ஈடுபாடுகளைத் தெளிவாக விவரித்து, அடுத்தவரின் தேவைகளை, ஈடுபாடுகளைக் கவனமாகக் கேட்டறிந்து, உள்வாங்கி, இவையனைத்தையும் ஒருங்கிணைக்கும் வழிமுறைகளைத் தேடும்போது, சில மதிப்பீடுகளை உருவாக்குகிறோம்.

தனது இலக்குகள், ஈடுபாடுகள் குறித்த தெளிவான புரிதலைப் பெறுதல், அதற்குத் தொடர்புடைய தகவல்கள் அனைத்தையும் திரட்டுதல், தன்னுடைய நிலைப்பாட்டைத் தெளிவாக விவரித்தல், அதனை விளக்கிச் சொல்லுதல், தொடர்ந்து அதனில் உறுதியாக நிற்றல், எதிர்த்தரப்பைத் தாக்காமல் – புண்படுத்தாமல் இருத்தல், தனது தேவைகளை, ஈடுபாடுகளை நிறைவேற்றிக் கொள்ளுதல் போன்றவை மதிப்பீடுகளை உருவாக்குகின்ற கோருகின்ற திறன்களாகக் கொள்ளப்படுகின்றன.

தகராறுக் கட்சிகள் பேரப் பேச்சில் ஈடுபடுவதற்குப் பல்வேறு காரணங்கள் உள்ளன. தங்களின் மனப்பக்குவம், முதிர்ச்சியின் அடிப்படையில், பிரச்சினையை ஆபத்தானதாக

மாறவிடாமல், பேசித் தீர்த்துக்கொள்வோம் என்று நினைக்க லாம்; அல்லது அவர்களின் தகராறு இருவரையுமே பாதிக்கிற ஒரு தேக்க நிலையை எட்டியிருந்தால், அவர்கள் ஒரு பேரப் பேச்சில் ஈடுபடலாம்; அல்லது பேரப் பேச்சைத் தவிர பிற தெரிவுகள் சாத்தியமற்றவையாக இருக்கும் போதும், அவர்கள் பிரச்சினையைப் பேசித் தீர்த்துக்கொள்ள விரும்பலாம்.

பேரப் பேச்சுக்களில் தயாரித்தல், கலந்துறவாடல், முடிவெடுத்தல் எனும் மூன்று படிநிலைகள் உள்ளன. இவை ஒவ்வொன்றிலும் பற்பல அம்சங்கள் புதைந்திருக்கின்றன.

தயாரித்தல் நிலையில் எதிர்த்தரப்பின் தேவைகள், ஈடுபாடுகள், விழுமியங்கள் போன்றவை பற்றிய தகவல்களைச் சேகரித்தல், பேரப் பேச்சு தவிர்த்த பிற தெரிவுகளை அலசி ஆராய்தல், எதிர்க்கட்சியோடு தொடர்பு ஏற்படுத்திக் கொள்ளுதல் போன்றவை அடங்கும்.

அதேபோல, கலந்துறவாடும் கட்டத்தில் நேரடிச் சந்திப்பு, தத்தம் பார்வைகளைப் பகிர்ந்துகொள்ளல், தெரிவுகளை உருவாக்குதல், பரஸ்பரம் ஏற்புடைய தெரிவைத் தேர்வு செய்தல் எனும் அம்சங்கள் இடம்பெறும்.

முடிவெடுத்தல் நிலையில், ஒப்பந்தத்தை இறுதிசெய்தல், அதனை அமல்படுத்த கால அட்டவணை தயாரித்தல், தொடர் நடவடிக்கைகளை முடிவுசெய்தல் போன்றவை அமையும்.

நம் நாட்டில் இதனை மேற்கத்திய முறையாகவும், மிகவும் முறைப்படுத்தப்பட்ட – கட்டமைக்கப்பட்ட அமைப்பாகவும் பார்க்கிறோம். நம்முடைய பேச்சுவார்த்தைகளில் பெரும்பாலும் மூன்றாம் நபர்களை இணைத்துக்கொள்கிறோம், நிறைய பேசுகிறோம், வாய்வழி உடன்பாடுகளை ஏற்றுக்கொள்கிறோம்.

நம்முடைய நிலைப்பாட்டில் பிடிவாதத்துடன் நின்று, உரக்கப் பேசுவதும், வாக்குவாதத்தில் ஈடுபடுவதும்தான் பேரப் பேச்சு என்று தவறாக நினைக்கிறோம். ஒரு போட்டி மனப்பான்மைக்குள் விழுந்து, வாய்த்தகராறில் ஈடுபடு கிறோமே தவிர, மறுதரப்பு சொல்வதைக் கவனமாகச் செவிமடுப்பதோ, கருத்துப்பரிமாற்றத்தில் ஈடுபடுவதோ இல்லை.

எனவே பேரப் பேச்சு தோல்வியடைந்து, ஒரு தேக்க நிலையை அடைந்துவிடுகிறது. நாம் வெற்றி – தோல்வி எனும் வழமையான துருவநிலைகளுக்குத் தள்ளப்படுகிறோம். இவ்வா றாக பேரப் பேச்சு மிகுந்த மன அழுத்தத்தை உருவாக்கும் ஒரு மோசமான அனுபவமாக மாறுகிறது.

காலனியாதிக்க பிரிட்டிஷாரைப் பேச்சுவார்த்தைக்கு அழைத்த மகாத்மா காந்தி இப்படி வேண்டுகோள் விடுத்தார்: "சமமானவர்களுக்கு இடையேயான நேர்மையான கருத்துப் பரிமாற்றத்துக்கு வழிகோலும்படி உங்களை மிகுந்த மரியாதையுடன் நான் அழைக்கிறேன்."

இந்த வாக்கியத்தைக் கவனமாகப் படியுங்கள். சமத்துவம் பேணுவது, எதிராளிக்கு மதிப்பளிப்பது, அவரை ஒரு முயற்சி எடுக்க அனுமதிப்பது, அதே நேரத்தில் தன்னையும் உறுதியாக நிறுவிக்கொள்வது, தன்னுடைய நோக்கத்தில் குறிப்பாய் இருப்பது என ஓர் உன்னதமான பேரப்பேச்சின் பல்வேறு அம்சங்களை இந்த அழைப்பு அழகாகக் கோடிட்டுக் காட்டுகிறது. இந்த நுணுக்கமான அணுகுமுறைதான் வன்முறையைப் புறந்தள்ளிவிட்டு, மாந்தநேயத்தை ஏற்றெடுக்க மகாத்மா காந்திக்கு உதவியது.

24

பேரப் பேச்சுத் திறன் – 2

சில தகராறுகளைப் பேரப் பேச்சின் மூலம் மட்டுமே தீர்க்கமுடியும். அண்மையில் ஒடிசா மாநிலத்திலுள்ள கோராபுட் கிராமத்தில் ஒரு தகராறு எழுந்தது. கமலா முதுலி என்கிற பெண்மணி நாக்மணி என்று பெயரிடப்பட்ட தனது பசுமாட்டை வேறொருவர் பிடித்துச் சென்று தனது தொழுவத்தில் கட்டிவைத்திருக்கிறார் என்று உள்ளூர் காவல் நிலையத்தில் புகார் தெரிவித்தார். அதே நேரம், பிரமோத் ரவுத் என்கிற ஒருவர் லட்சுமி என்று பெயரிடப்பட்ட பசுமாடு தன்னுடையது என்றும், ஒரு பெண்மணி அதன்மீது தவறாக உரிமை கொண்டாடுகிறார் என்றும் முறையிட்டு அதே காவல் நிலையத்தை அணுகினார்.

காவல்துறையினர் விசாரித்தபோது, இரண்டு பேருமே ஒரே மாட்டைப் பற்றித்தான் முறையிடு கிறார்கள் என்பது புரிந்தது. இரண்டு தகராறுக் கட்சிகளும் பூனையும் நாயும்போல சண்டைப் போட்டுக் கொண்டிருந்த நிலையில், காவல்துறை அதிகாரி அந்த மாட்டிடமே கேட்டுவிடலாம் என்றெண்ணி, மாட்டைக் காவல் நிலையத்துக்குக் கொண்டுவரப் பணித்தார்.

"மாட்டை அவிழ்த்துவிடுவோம், அது தன்னுடைய தொழுவத்தை தானாகவே தேடிச் சென்றுவிடும்" என்று தீர்ப்பளித்தார் அதிகாரி. ஆனால் மாடோ, காவல் நிலையத்தைவிட்டு எங்குமே நகரமாட்டேன் என்று அங்கேயே நின்றுகொண்டு இருந்தது.

பின்னர், உரிமைகோரும் இரண்டுபேரையும் மாட்டைப் பெயர் சொல்லி அழைக்கச்செய்தார் அதிகாரி. 'லட்சுமி' என்று பிரமோத் அன்போடு அழைத்ததும், பசு வாஞ்சையோடு எதிர்வினை ஆற்றியது. பிரச்சினை தீர்ந்தது என்று அனைவரும்

118 சுப. உதயகுமாரன்

நிம்மதிப் பெருமூச்சுவிட்ட தருணத்தில், கமலா 'நாக்மணி' என்று பிரியத்துடன் அழைத்தார். பசுவோ அதே பாசத்துடன் எதிர்வினை ஆற்றியது.

"எனக்கேன் இப்படியெல்லாம் நடக்கிறது?" என்று காவல்துறை அதிகாரி மண்டையைப் பிய்த்துக்கொண்டார். வேறு என்ன செய்வது என்று ஒன்றும் தோன்றாத நிலையில், உள்ளூர் கால்நடை மருத்துவர்கள் இருவரைக் காவல் நிலையத்துக்கு அழைத்தார் அதிகாரி.

பிரச்சினையை அவர்கள் தீர்த்துவைப்பார்கள் என்று அனைவரும் எதிர்பார்த்த நிலையில், அவர்கள் மேலும் குழப்பினார்கள். அதே பசுமாட்டுக்குத் தாங்கள் இருவருமே மேற்படி நபர்கள் இருவரின் தொழுவங்களிலும் மருத்துவம் பார்த்திருக்கிறோம் என்று இரண்டு மருத்துவர்களும் சொன்னார்கள்.

ஒரே குழந்தைக்காக இரண்டு அம்மாக்கள் தகராறு செய்தபோது, அரசர் சாலமன் அந்தக் குழந்தையை இரண்டு துண்டுகளாக வெட்டி இருவருக்கும் கொடுக்கும்படித் தீர்ப்புச் சொல்லி, அதை நிராகரித்த பெண்தான் உண்மையான தாய் என்று கண்டுபிடித்த கதையை நாமெல்லாம் அறிவோம். ஆனால் அப்படி ஒரு முடிவெடுக்க முடியாத காவல்துறை அதிகாரி அந்தப் பசுவை மூன்றாமவர் ஒருவரிடம் தற்காலிகமாக ஒப்படைத்துவிட்டு, மேற்படி நபர்கள் இருவர்மீதும் வழக்குப் பதிந்து விசாரித்துக்கொண்டிருக்கிறாராம்.

இந்தப் பிரச்சினையைத் தொடர்புடையோர் நேரடியாக நடத்தும் பேரப் பேச்சின் மூலமாக மட்டுமே தீர்க்க முடியும். பேரப் பேச்சில் கலாச்சாரமானது ஒரு மிக முக்கியமான ஓர் அம்சமாக இருக்கிறது. இந்தியாவில் தனது தரப்பை நூறு விழுக்காடு சரியானது என்றும், எதிர்த்தரப்பை நூறு விழுக்காடு தவறானது என்றும் பார்க்கும் போக்குத்தான் பரவலாகக் காணப்படுகிறது.

தன்னுடைய தவறுக்கு எள்ளளவும் பொறுப்பேற்காமல், ஒட்டுமொத்தப் பழியையும் பிறர் மீது போட்டுவிட்டுத் தப்பிக்க முனைவது அல்லது அப்படிச் செய்துவிடுவேன், இப்படிச் செய்துவிடுவேன் என்று மிரட்டுவது அல்லது அவரைத் தெரியும், இவரைத் தெரியும் என்று சிபாரிசுக்கு ஆள் சேர்ப்பது அல்லது கொஞ்சம் காசு தருகிறேன் என்று தட்டிக்கழிப்பது என இப்படித்தான் நம்முடைய செயல்பாடுகள் அமைகின்றன.

நமது திரைப்படங்களில்கூட கதாநாயகன் தனது எதிரிகளோடு பேரப் பேச்சில் ஈடுபடுவதில்லை. தன் எதிரிகளை அடி அடி என்று அடித்து, மிதி மிதி என்று மிதித்து, ரத்தம்

பீறியெழப் பிய்த்தெறிந்து தான் பிரச்சினையைத் தீர்க்கிறார். இப்படி கதாநாயகன் எதிரிகளை அடித்துப் போட்டதால்தான், கதாநாயகிகூட அவர்மீது காதல்கொள்கிறார்.

எனது பன்னிரண்டு ஆண்டுகால அமெரிக்க வாழ்வில் நான் கண்டுணர்ந்த விடயம் அந்த மக்களிடம் ஒரு நயமை இருக்கிறது. பிரச்சினைகளைப் பேசித்தீர்க்கத் தெரியாமல், சிலர் துப்பாக்கியால் சுட்டுக்கொல்வது ஒருபுறம் நடந்தாலும், பெரும்பாலான அமெரிக்கர்கள் நியாயமாக நடந்து கொள்வார்கள். தம்முடைய தவறுகளை ஏற்றுக்கொள்வார்கள்; எதிர்த்தரப்பின் உண்மைகளையும் அங்கீகரிப்பார்கள். எனவே அவர்களோடு பேரப் பேச்சு நடத்துவது பெருமளவு எளிதானது.

இந்தக் கலாச்சாரத்தை அடிப்படையாகக் கொண்டு ரோஜர் பிஷ்ஷர், வில்லியம் யூரி எனும் இரு அமெரிக்க வல்லுநர்கள் 1981ஆம் ஆண்டு உலகப்புகழ் பெற்ற ‘கெட்டிங் டு எஸ்’ *(Getting to Yes)* எனும் புத்தகம் ஒன்றை வெளியிட்டார்கள். பேரப் பேச்சுக்களில் கடைப்பிடிக்கவேண்டிய நடைமுறை களின் அடிப்படையில், மூன்று முக்கியமான அறிவுரைகளை அவர்கள் தெரிவிக்கிறார்கள்.

ஒன்று, ஒவ்வொரு பேரப் பேச்சையும் ஒன்றிணைந்த தேடலாக வடிவமையுங்கள். எடுத்துக்காட்டாக, ஒரு வீடு வாங்கத் திட்டமிடுகிறீர்கள் என்று வைத்துக்கொள்வோம். விற்பவருக்குக் கூடுதல் விலை வேண்டும்; ஆனால் வாங்குகிற உங்களுக்கோ குறைந்த விலை வேண்டும். நீங்கள் இருவருமே எதிரெதிர் ஈடுபாடுகள் கொண்டிருந்தாலும், இலக்கு ஒன்றேதான். அது நியாயமான விலையை நிர்ணயிப்பது. எனவே இருவருக் கும் பாதகமில்லாத ஏற்றுக்கொள்ளத்தக்க ஒரு விலையை நிர்ணயிப்பதுதான் உங்கள் பேரப் பேச்சின் குறிக்கோள்.

இதற்கு எம்மாதிரியான தரநிலை ஏற்புடையதாக இருக்கும்? நீங்கள் இருவரும் ஒன்றிரண்டு அளவுகோல்களை நிர்ணயித்துத் தொடங்கலாம். அந்தக் குறிப்பிட்ட பகுதியில் இம்மாதிரி வீடுகளின் அண்மை விலைமதிப்பை மதிப்பீட்டாளர் ஒருவரின் உதவியோடு அறிந்துகொண்டு விலையை நிர்ணயிக்க லாம்; அல்லது குறிப்பிட்ட வீட்டின் பயன்பாட்டுக் காலத்தின் அடிப்படையில் வீட்டின் தற்போதைய விலையைக் கணக்கிடலாம். வீட்டை விற்பவர் இருபது லட்சம் ரூபாய் என்று விலை நிர்ணயித்தால், அந்தத் தொகையை அவர் எப்படிக் கண்டடைந்தார் என்று கேட்டறியலாம். இருவரும் எந்தெந்தக் கொள்கையின் அடிப்படையில் இயங்குகிறீர்கள் என்று தெரிந்துகொள்வது மிகவும் நன்மை பயக்கும்.

இரண்டு, நீங்கள் ஏற்றெடுக்கும் தரநிலையை எப்படிக் கடைபிடிப்பது? வீடு வாங்குவதில் சந்தை மதிப்பு, மதிப்பிறக்கம் எனும் இரண்டு தரநிலைகளைக் காணலாம். இரண்டுமே வெவ்வேறு விலைகளை நிர்ணயிக்கும். இம்மாதிரியான குழப்ப மான தருணங்களில் இரண்டு விலைகளுக்கும் பொதுவான ஒரு விலையைத் தேர்வது அல்லது அவற்றுக்கிடையே எழும் வேறுபாட்டை இருவருமாகப் பகிர்ந்துகொள்வது என முடிவெடுக்கலாம்.

கொள்கைரீதியான பேரப் பேச்சில் ஈடுபடுகிறவர்கள் திறந்த மனத்துடன் இயங்குவதாலும், நியாயமான முறையில் தீர்வுகாண்பதில் குறிப்பாக இருப்பதாலும், அந்தப் பேரப் பேச்சு ஏற்றுக்கொள்ளத் தக்கதாகவும், செயலூக்கம் உடையதாகவும் அமைகிறது.

மூன்று, எந்தவிதமான அழுத்தங்களுக்கும் அடிபணி யாதீர்கள்; உங்கள் கொள்கைக்கு மட்டுமே மதிப்பளியுங்கள். எடுத்துக்காட்டாக, ஒரு புதிய வீடு கட்டுகிறீர்கள் எனக் கொள்வோம். அஸ்திவாரம் போடும்போது, உங்கள் ஒப்பந்தக்காரரிடம் பேரப் பேச்சு நடத்துகிறீர்கள். அவர் உங்கள் மைத்துனருக்கு வேலை தருகிறேன், அஸ்திவாரத்தின் ஆழத்தை ஓரடி குறைத்துக்கொள்வோம் என்று சொன்னால், நீங்கள் சம்மதிக்க மாட்டீர்கள்.

அதேபோல, ஒப்பந்தக்காரர் திடீரென கட்டுமானத் தொகையை அதிகரிக்கப்போகிறேன் என்று தெரிவித்தால், பிற ஒப்பந்தக்காரர்கள் எவ்வளவு தொகை வசூலிக்கிறார்கள் என்று விசாரித்துவிட்டு, “நீங்கள் உங்களுக்காகும் செலவைச் சொல்லுங்கள், உரிய லாபத்தையும் சேர்த்து எவ்வளவு தொகை என்பதைத் தீர்மானிப்போம்” என்று அவரிடம் தெரிவிப்பீர்கள். “என்னை நீங்கள் நம்பவில்லையா?” என்று அவர் மழுப்பினால், “நம்பிக்கை வேறு, வீட்டின் பாதுகாப்பை நிர்ணயிக்கும் அஸ்திவாரத்தின் ஆழம் வேறு” என்று பதிலிறுப்பீர்கள்.

பேரப் பேச்சில் அழுத்தமானது லஞ்சமாக, மிரட்டலாக, மழுப்பலாக, ஒத்துழையாமையாக அமையலாம். இன்னோரன்ன தருணங்களில், கொள்கைரீதியான பேரப் பேச்சில் ஈடுபடுகிற நீங்கள் என்ன செய்ய வேண்டும்? எதிர்த்தரப்பின் காரணங் களை அறிந்துகொள்ளுங்கள். நீங்கள் தேர்வு செய்யும் புறநிலை அளவுகோல்களைத் தெளிவாக எடுத்துரையுங்கள். வேறு எதற்கும் சம்மதிக்கமாட்டேன் என்று உறுதிபடத் தெரிவியுங்கள். அழுத்தத்துக்கு அடிபணியாது, கொள்கைக்கு அடிபணியுங்கள்.

25

பேரப் பேச்சுத் திறன் – 3

மார்ஷல் ரோசன்பர்க் எனும் அமெரிக்க அறிஞர் பெத்லகேமில் உள்ள ஒரு மசூதியில் பாலஸ்தீன ஆண்களுக்கு ஒரு பயிற்சி வகுப்பினை நடத்தினார். அமெரிக்கர்கள்மீது கடும் கோபம் கொண்ட ஒருவர், ரோசன்பர்க்கைப் பார்த்துக் 'கொலைகாரர்' என்று கத்தினார். வேறு சிலர் 'குழந்தையைக் கொன்றவர், சதிகாரர்' என்றெல்லாம் திட்டினார்கள். எந்த விதத்திலும் எதிர்வினை யாற்றாது அமைதிகாத்த ரோசன்பர்க், கூச்சலிட்டவர் களின் உணர்வுகள் பற்றியும், அவர்களின் தேவைகள் குறித்தும் சிந்தித்த வண்ணம் நின்றிருந்தார்.

ஓர் உணர்ச்சிகரமான, ஆபத்தான சூழலை எப்படி ஒரு பேரப் பேச்சுத் தருணமாக அவர் மாற்றுகிறார் என்பதைக் கவனியுங்கள். கூச்சல் குழப்பத்துக்கிடையே ரோசன்பர்க் ஒருசில கேள்விகளை எழுப்பினார்:

கேள்வி: *எங்கள் நாடு (அமெரிக்கா) எங்களுடைய தேசிய வளங்களை, அதிகாரங்களை உரிய வழியில் உபயோகிக்கவில்லை என்று கோபப்படுகிறீர்களா?*

பதில்: *ஆமாம், நாங்கள் கோபத்தில் இருக்கிறோம். அமெரிக்காவில் தயாரித்த கண்ணீர் புகைக்குண்டு எங்களுக்குத் தேவையில்லை. எங்களுக்கு வீடு வேண்டும்! எங்களுக்குத் தனிநாடு வேண்டும்!*

கேள்வி: உங்கள் வாழ்க்கைத் தரம் உயரவேண்டும், நீங்கள் அரசியல் சுதந்திரம் பெறவேண்டும் என்று விரும்புகிறீர்கள். அதனால்தானே கோபம் வருகிறது?

பதில்: எனது குடும்பத்துடன், குழந்தைகளுடன் நான் கடந்த 27 வருடங்களாக வாழும் துன்பகரமான வாழ்வைப் பற்றி உங்களுக்கு ஏதாவது தெரியுமா?

கேள்வி: நீங்கள் நம்பிக்கை இழந்திருக்கிறீர்கள். உங்கள் வாழ்க்கையை பற்றி யாராவது புரிந்துகொள்ள மாட்டார்களா என்று வேதனைப்படுகிறீர்கள், அப்படித்தானே?

ரோசன்பர்க் தனிப்பட்ட நிலைப்பாடு ஒன்றினை ஏற்றெடுக்காமல், வன்முறை தோய்ந்த மொழியினை, மென்முறை உணர்வுகளின் மொழியாக மாற்றுகிறார். அவர் சொல்கிறார்: "கோபமாகக் கத்தியவர் அவரது நிலையினை நான் புரிந்துகொள்கிறேன் என்று அறிந்ததும், நான் விளக்கியவற்றை மிகவும் பொறுமையாகக் கேட்டார். என்னைக் 'கொலைகாரர்' என்று திட்டியவர் ஒரு மணிநேரம் கழித்து ரமதான் விருந்து சாப்பிடுவதற்காகத் தன் வீட்டிற்கு அழைத்தார்."

இப்படி ஒருவரையொருவர் வெற்றிகொள்வதற்காக அன்றிப் புதிய கருத்துக்களை உருவாக்குவதற்காக, நல்லுணர்வும் நல்லுறவும் ஏற்படுத்துவதற்காக நடத்தப்படுவதை 'மென்முறைப் பேச்சுவார்த்தை' எனலாம். இந்திய விடுதலைக்காக நடத்தப் பட்ட பேச்சுவார்த்தைகளை 'வட்டமேசை மாநாடு' என்றழைக்கி றோம். மென்முறைப் பேச்சுவார்த்தைகள் மேசையைச் சுற்றி நடப்பதால், மேசைதான் இதன் குறியீடு.

எதிராளியை நச்சரித்து, எச்சரித்து, உருட்டி, மிரட்டி, எப்படியாவது வெற்றி பெறுவது என்ற ஒரே இலக்குடன் நடத்தப் படுவதைக் 'கடினப் பேச்சுவார்த்தை' என்று கொள்ளலாம். 'அகநக நட்பது' நடக்கவில்லை என்றாலும் பரவாயில்லை, 'முகநக நட்பது'கூட இங்கே நடப்பதில்லை. முக தாட்சண்யம் ஏதுமின்றி, முக முறிவு ஏற்படும் வகையில் நடத்தப்படுவதுதான் கடினப் பேச்சுவார்த்தை. முகம்தான் இங்கே முக்கியக் குறியீடு.

பிரச்சினையைப் பேசித் தீர்க்காமல் எதிராளியோடு முட்டி, மோதி, அடித்துத் தீர்த்துக்கொள்வது வன்முறை. வன்முறை யால் பிரச்சினை தீராது; மாறாக கோபமும் வெறுப்பும் வன்மமும் பகைமையும் கொண்ட இன்னோர் ஆபத்தான வடிவத்தை அது பெறும். கத்தியும் இரத்தமுமே வன்முறையின் முக்கியக் குறியீடுகள்.

முந்தி இருப்பச் செயல்

இரத்தம் தோய்ந்த கத்தியா, கத்திப் பேசும் முகமா, முகங்கொடுத்துப் பேசும் மேசையா, எது உங்கள் தெரிவு?

'தீயினாற் சுட்ட புண்'ணைவிட, 'நாவினாற் சுட்ட வடு' மோசமானது என்று குறள் சுட்டிக்காட்டினாலும் கடினமான, புண்படுத்தும் வார்த்தைகள் ரத்தம் சிந்துவதில்லை, உயிருக்குச் சேதம் விளைவிப்பதில்லை. எனவே வன்முறையைவிட கடினப் பேச்சுவார்த்தை பரவாயில்லைதான்.

ஆனாலும் முகத்தில் அடிப்பதும், 'முகத்தில் அடித்தாற் போன்று' பேசுவதும் ஒன்றேதான். பேச்சுவார்த்தைகளில் முகம் முக்கியமான பங்காற்றுவதற்குக் காரணம், முகம் மானத்தோடு தொடர்புபடுத்தப்படுகிறது. எதிர்த்தரப்பு தன்னுடைய முகத்தை இழக்கச்செய்யாமல் கண்டடையும் தீர்வே நீடித்த நிலைத்த தன்மைகொண்டதாக இருக்கும்.

இந்த மென்முறையை நாமக்கல் கவிஞர் வெ. ராமலிங்கம் தன் ஆற்றல்மிக்க வார்த்தைகளில் அழகாகச் சுட்டிக் காட்டுகிறார்:

> கத்தியின்றி ரத்தமின்றி யுத்தமொன்று வருகுது
> சத்தியத்தின் நித்தியத்தை நம்பும் யாரும் சேருவீர்!
> எதிரியென்று யாருமில்லை எற்றும் ஆசையில்லதாய்
> கோபமில்லை தாபமில்லை சாபங்கூறல் இல்லையே!
> கண்டதில்லை கேட்டதில்லை சண்டையிந்த மாதிரி

கவிஞர் 'இல்லை, இல்லை' என்று குறிப்பிடுபவை எவையும் இடம்பெறாமல் நடத்தப்படுவதுதான் மென்முறைப் பேச்சுவார்த்தை.

சண்டையை விட சமாதானம் மேன்மையானதென்றால், அந்த மேன்மையைப் பெறும் இடம் மேசையாக மட்டுமே இருக்க முடியும். சர்வதேச அளவில் இருநாட்டு அல்லது பன்னாட்டுப் பேரப் பேச்சுக்களைத் 'தடம் ஒன்று' *(Track One)* பேரப் பேச்சு என்றழைக்கிறோம். அரசுகளுக்கு இடையேயான அறிவிக்கப்படாத இரகசியப் பேச்சுவார்த்தைகளைத் 'தடம் ஒன்றரை' *(Track One and a Half)* பேரப் பேச்சு என்று குறிப்பிடுகிறோம்.

அரசுகளின் பேச்சுவார்த்தைக்கு ஒத்தாசையாக, உறுதுணையாக நடக்கும் பிற பேச்சுவார்த்தைகளைத் 'தடம் இரண்டு' *(Track Two)* பேரப் பேச்சு என்றும், மக்கள் தரப்புப் பேச்சுவார்த்தைகளைத் 'தடம் மூன்று' *(Track Three)* பேரப் பேச்சு என்றும் பெயர்களிட்டு அழைக்கிறோம்.

பிறரைக் கட்டுப்படுத்தும், தான் நினைத்ததை நடை முறைப்படுத்தும் ஆற்றல்கொண்ட நாற்காலிகளுக்காகச்

சண்டையிடும் இவ்வுலகில், மேசைகள் நோக்கி முன்னேறுவதே மேன்மையானது. நாற்காலி ஒருவருக்கானது, ஆனால் மேசை பலருக்கானது. நாற்காலி ஒரு குரலை மட்டுமே அங்கீகரிக்கும் நிலையில், மேசை பல குரல்களை ஆமோதிக்கிறது.

(போலீஸ்) ஸ்டேஷனுக்குப் போவோம், கோர்ட்டுக்குப் போவோம், ஐ.நா.வுக்குப் போவோம் என்றெல்லாம் சொல்வதை விட, 'மேசைக்குப் போவோம்' என்றே சொல்லிப் பழகுவோம். மேசைக்குப் போவது மென்முறைப் பேச்சுவார்த்தை நடத்துவதற்கு! யாரால், எங்கே, எப்போது, யார் யார், எப்படி, என்னென்ன பேச்சுவார்த்தை நடத்துவது போன்ற கேள்விகளுக்குத் தெளிவான பதில்களைக் கொண்டிருப்போம்.

மேசைப் பேச்சு வெறும் மேடைப் பேச்சல்ல என்பதால், அதற்குக் கவனமான முன்தயாரிப்புக்களும் சிரத்தையான முன்னெடுப்புக்களும் தேவைப்படுகின்றன. மேசைக்குப் போகும் வழியைக் கவனமாகத் தேர்வுசெய்தாக வேண்டும். தொடர்புடையோரின் நேரடிப் பேச்சு, ஒருவர் ஒருங்கிணைக்கும் பேச்சுவார்த்தை, தூதர் அல்லது தரகர் வழியாக நடத்தப்படும் பேச்சுவார்த்தை, அறிவார்ந்தோரின் மாநாடு எனப் பற்பல வழிகளில் மேசையை நோக்கிச் செல்லலாம்.

இன்றைய அரசியல் இராஜதந்திரத் தளங்களில், பலமான நிலையிலிருந்தவாறு பேரப் பேச்சில் ஈடுபடுங்கள் என்று அறிவுறுத்துகிறார்கள். அதாவது நாம் பல்வேறு ஆயுதங்களைத் தயாரித்து அல்லது வாங்கிக் குவித்து, எதிராளியைப் பலவீனமான நிலையில் வைத்துப் பேசும்போது, நாம் உறுதியாக வெற்றி பெறலாம் எனும் சிந்தனை மேலோங்கி நிற்கிறது. அப்படிச் செய்யும்போது, நேர்மையான கருத்துப்பரிமாற்றமோ உண்மையான தேடலோ நடக்க வாய்ப்பேயில்லை.

ஊர்ப் பஞ்சாயத்து முதல், உயரே நடக்கும் அரசப் பேச்சுவார்த்தைகள் வரை பெண்களுக்கு உரிய இடமோ அங்கீகாரமோ அளிக்கப்படுவதில்லை. அவர்களுக்குப் போதிய அறிவோ திறமையோ தொடர்புகளோ இல்லை என்று சாக்குப்போக்குச் சொல்லி, கீழ்மட்டம் முதல் மேல்மட்டம் வரையான அனைத்துப் பேரப் பேச்சுக்களிலும் பெண்கள் பெரிதும் ஒதுக்கப்படுகின்றனர் அல்லது மட்டம் தட்டப்படுகின்றனர். பெண் தலைவர்கள், சமூக ஆளுமைகள், வழக்கறிஞர்கள் போன்றோர் பெருமளவில் உருவாகிக் கொண்டிருக்கும் இக்காலத்தில், பல்வேறு பேரப் பேச்சுக்களில் பெண்களும் ஈடுபடும் வகையில் அவர்களுக்கு உரிய முக்கியத்துவமும் வாய்ப்புக்களும் வழங்கப்பட வேண்டும்.

முந்தி இருப்பச் செயல்

பேச்சுவார்த்தைக் கலாச்சாரத்தை நமது வீடுகளில், குடும்பங்களில், வீதிகளில் அன்றாடம் செயல்படுத்தி வாழ்ந்து காட்ட வேண்டும். பேரப்பேச்சுத் திறனைப் பெற்றோர் குழந்தைகளுக்குச் சிரத்தையுடன் கற்பிக்க வேண்டும். பள்ளிகள், கல்லூரிகள், பணியிடங்கள், வழிபாட்டுத்தலங்களில் எல்லாம் இதனை முறையாகப் பயிற்றுவிக்க வேண்டும்.

26

பேரப் பேச்சுத் திறன் – 4

பேரப்பேச்சு 1: உலகப்புகழ் பெற்ற பேராசிரியர் யொஹான் கால்டுங் 'தகராறு கடக்கும் திறன்' பற்றிய ஆங்கிலப் புத்தகம் ஒன்றை 200ஆம் ஆண்டு வெளியிட்டார். தமிழ் மொழியில் இது குறித்துப் புத்தகங்கள் ஏதுமில்லாத நிலையில், அந்த நூலை மொழிமாற்றம் செய்து தமிழ்நாட்டில் வெளியிட வேண்டுமென்பது எனது பெரு விருப்பமாக இருந்தது.

ஆனால் அவரது எழுத்துக்களும் பேச்சுக்களும் பெரும் விலையுள்ளவை என்பதாலும், அவரது பதிப்பாளர்கள் அவ்வளவு எளிதில் பதிப்புரிமையைப் பிறருக்குத் தரமாட்டார்கள் என்பதாலும் கேட்கத் தயங்கினேன். மேலும் பேராசிரியர் முடியாது என்று சொல்லிவிட்டால் மனது புண்படுமே, அவரோ டான உறவு சீர்குலைந்துவிடக் கூடாதே என்றும் அஞ்சினேன்.

ஆஸ்திரியா நாட்டிலுள்ள ஐரோப்பிய சமாதானப் பல்கலைக்கழகத்தில் நாங்கள் இருவருமே ஒரே நேரத்தில் கற்பிக்கச் சென்றிருந்தபோது, அவரிடம் மெதுவாகப் பேச்சுக் கொடுத்தேன்.

"யொஹான், உங்கள் ஆங்கில நூலை என் தாய்மொழி தமிழில் மொழிபெயர்த்து வெளியிட்டால் நன்றாக இருக்குமென்று நினைக்கிறேன்."

"அதற்குச் சில வழிமுறைகள் இருக்கின்றனவே?"

"அதனால்தான் உங்களிடம் கேட்கிறேன். ஐரோப்பியப் பதிப்பகத்தார் கோரும் அதிகப்படியான

பணத்தை என்னால் கொடுக்க முடியாது. ஆனால் உங்களுக்குச் சில விடயங்களை என்னால் செய்ய முடியும்.”

“என்னென்ன?”

“கட்டணம் ஏதுமின்றி நான் தமிழில் மொழிபெயர்க்கிறேன். புத்தகத்தை நானே வெளியிடுகிறேன். உங்கள் கருத்துக்களை, சிந்தனைகளை பன்னிரண்டு கோடித் தமிழர்களிடம் கொண்டு சேர்க்கிறேன். ஈழத்தில் நடந்துகொண்டிருக்கும் நீண்டகாலத் தகராறில் உங்கள் விழுமியங்களை விதைக்கிறேன்.”

சற்றே சிந்தித்த பேராசிரியர் கால்டுங் தன்னுடைய பதிப்பாளரிடம் பேசிவிட்டு இசைவு தெரிவித்தார். எனக்கு இன்னும் கொஞ்சம் கேட்டுப் பெறலாம் என்று தோன்றியது.

“நூலில் என்னுடைய முன்னுரை ஒன்றையும், ஒரு பேட்டியையும் சேர்த்துக்கொள்கிறேன்.”

“என்னுடைய புத்தகத்தில் இன்னொருவரின் பேட்டியா? யாரது?”

“திருவள்ளுவர். தகராறு மேலாண்மை எங்களுடைய தொன்மைமிக்கப் பண்பாட்டிலும் கலாச்சாரத்திலும் இருக்கிறது என்று நிறுவுவதற்காகத்தான்.”

பெரிய விவாதம் ஏதுமின்றி இசைவு தெரிவித்தார். கடந்த 2007ஆம் ஆண்டு நானும் 2013ஆம் ஆண்டு ‘விகடன் பிரசுரமும்’ வெளியிட்ட அந்தப் புத்தகம் தமிழ்நாட்டில் எதிர்பார்த்த வரவேற்பைப் பெறவில்லை என்பது வேறு கதை.

பாடம்: ஒரு பேரப் பேச்சு நடப்பதற்கு, நடத்துவதற்குப் பெரும் தடையாக இருப்பவை எதிர்த்தரப்புக் குறித்து நாமாகவே உருவாக்கிவைத்துக்கொள்ளும் தவறான கற்பிதங்களும் நமது தயக்கமும்தான். இம்மாதிரித் தருணங்களில் பேசிவிடுவதும், பேரப் பேச்சின் முடிவுகளை மனமுவந்து ஏற்றுக்கொள்வதும் தான் சிறந்தது.

பேரப் பேச்சு 2: தியோடர் ரூஸ்வெல்ட் 1912ஆம் ஆண்டு அமெரிக்க அதிபர் தேர்தலில் குடியரசுக் கட்சியின் சார்பாகப் போட்டியிட்டார். தேர்தல் இழுபறியாக இருந்த நிலையில், வாக்குப்பதிவுக்கு ஓரிரு நாட்களுக்கு முன்னால், ஓர் உறுதிமொழித் துண்டறிக்கையை முப்பது லட்சம் நகல்களாக அச்சிட்டு, நாடு முழுவதும் எடுத்துச்சென்று ஒரு சூறாவளி சுற்றுப்பயணம் மேற்கொள்ளத் திட்டமிட்டார் ரூஸ்வெல்ட். அவருடைய கம்பீரமான வண்ணப்படத்துடன் கூடிய

துண்டுப்பிரசுரம் அச்சாகி வந்துவிட்டது. பயணத் திட்டம் தயாராயிற்று; ஏற்பாடுகள் முடிந்துவிட்டன.

திடீரென தேர்தல் குழுவிலிருந்த ஒருவர் ஒரு பிரச்சினையைச் சுட்டிக்காட்டினார். துண்டறிக்கையிலிருந்த ரூஸ்வெல்ட் படத்தின் கீழே 'மஃப்ஃபட் ஸ்டுடியோஸ், சிகாகோ' என்று எழுதப்பட்டிருந்தது. அதாவது அந்தப் புகைப்படத்தின் பதிப்புரிமை மேற்படி நிறுவனத்துக்கு மட்டுமே உரியது என்று அர்த்தம்.

ரூஸ்வெல்ட் அணி திகைத்துப் போயிற்று. அந்த துண்டறிக்கையைப் பயன்படுத்தினால், நகலுக்கு ஒரு டாலர் வீதம் முப்பது லட்சம் டாலர் அந்த ஸ்டுடியோ உரிமையாளருக்குக் கொடுக்க வேண்டும். பிரச்சினைக்குரிய படத்தை நீக்கிவிட்டு, வேறொரு துண்டறிக்கையை அச்சிடுவதற்குப் போதிய நேரம் இருக்கவில்லை. துண்டறிக்கை ஏதுமில்லாமல் மக்களைச் சந்திப்பதும் உரிய பயனளிக்காது. குறிப்பிட்ட அந்த உறுதிமொழிகளை மக்களுக்குக் கொடுப்பது மிகவும் முக்கியம் என்றெண்ணினார் ரூஸ்வெல்ட்.

மஃப்ஃபட் ஸ்டுடியோ உரிமையாளரோடு பேசவேண்டிய தேவை எழுந்தது. அவரைப் பற்றி விசாரித்ததில், ஓய்வுபெறும் நிலையில் இருந்த மஃப்ஃபட் பெரும் பணத்தேவைகளோடு இருக்கிறார் என்று தெரிய வந்தது. எனவே எளிதில் விடமாட்டார் என்பதும் புரிந்தது. செய்வதறியாது விழிபிதுங்கி நின்ற ரூஸ்வெல்ட் குழுவினர் அவர்களுடைய தேர்தல் பொறுப்பாளர் ஜார்ஜ் பெர்கின்ஸ் என்பவரிடம் விடயத்தைச் சொன்னார்கள்.

பேரப் பேச்சு அனுபவமிக்க பெர்கின்ஸ் கணமும் தாமதிக்காமல் களத்தில் இறங்கினார். மஃப்ஃபட்டுக்கு ஒரு தந்தி அனுப்பினார்: "நாங்கள் ரூஸ்வெல்ட் அவர்களின் படத்துடன் பல லட்சம் துண்டறிக்கைகள் அச்சடித்து நாடு முழுவதும் விநியோகிக்கப் போகிறோம். நாங்கள் தேர்வு செய்யும் படத்தின் உரிமையாளருக்கு ஆகப்பெரிய விளம்பரம் கிடைக்கும். உங்கள் ஸ்டுடியோ படத்தை நாங்கள் பயன்படுத்தினால், எங்களுக்கு எவ்வளவு பணம் தருவீர்கள்? உடனடியாகப் பதில் சொல்லுங்கள்."

மஃப்ஃபட்டிடமிருந்து பதில் பறந்து வந்தது. "நாங்கள் இம்மாதிரி எதையும் இதற்கு முன்னால் செய்ததில்லை. ஆனாலும் இந்தச் சூழலில் 250 டாலர் தருகிறோம்." மேலதிக பேரப் பேச்சு ஏதுமின்றி, பெர்கின்ஸ் இசைவு தெரிவித்துத் தந்தி அனுப்பினார். பிரச்சினை முடிந்தது.

புகைப்படத்தின் கீழிருந்த பெயரைப் பார்க்காமல் விட்டு விட்டோமே, மூன்று மில்லியன் டாலர் வேண்டுமே, பணம்

இல்லையே, வேறொன்றை அச்சடிக்க நேரம் இல்லையே, துண்டறிக்கை இல்லாமல் தோற்றுப் போவோமே என்றெல்லாம் உங்கள் பிரச்சினைகள் பற்றி மட்டுமே சிந்தித்துக் குழம்பிக் கொண்டிருக்காமல், எதிர்த்தரப்பைப் பற்றியும் சிந்தியுங்கள்.

'மஃப்ஃபட்டுக்கு இப்படி ஒரு பிரச்சினை இருப்பதே தெரியாது. அவர் எதையும் இழக்கவுமில்லை. நாமே இதைப் பெரிதுபடுத்தி, அவரையும் அப்படியே எதிர்வினையாற்றச் செய்து, நமக்கு நாமே ஒரு பிரச்சினையை ஏற்படுத்திக் கொள்ளத் தேவையில்லை' என்றே சிந்தித்தார் பெர்கின்ஸ்.

அவர் முழு உண்மையைச் சொல்லாமல் மறைத்தது, அச்சடித்த பிறகு அனுமதி வாங்க முயன்றது போன்ற பல்வேறு நியாயமற்ற செயல்கள் இதில் படிந்திருந்தாலும், பேரப் பேச்சு நடத்துபவர்களுக்கு இந்தச் சம்பவத்தில் ஒரு பாடம் இருக்கிறது.

பாடம்: பேரப் பேச்சில் சூழல்தான் உத்திகளை நிர்ணயிக் கிறது. எதிர்த்தரப்புக்கு என்ன வேண்டும் என்று கண்டு பிடித்து, அதை அவர் அடைய உதவிசெய்தால், பேரப் பேச்சு வெற்றியடையும். ஆனாலும் 'முடிவுதான் வழியைத் தீர்மானிக் கிறது' என்றில்லாமல், நீதி நியாயங்களைக் கடைப்பிடிப்பதும் இன்றியமையாதது.

பேரப் பேச்சில் ஈடுபடும் முன்னர் உரிய முன் தயாரிப்புக் களை முழுமையாகச் செய்துகொள்ளுங்கள். பேரப் பேச்சின் போது, உரிய கேள்விகளைக் கேளுங்கள். அதற்குப் பிறகு, ஏற்படுத்தும் உடன்படிக்கையைத் தவறாது நிறைவேற்றுங்கள்.

உலக வர்த்தக நிறுவனத்தில் நடக்கும் வியாபாரத் தகராறுகள், சர்வதேச நிதி மையத்தில் எழும் கடன் பிரச்சினைகள், பன்னாட்டு நிறுவனங்களில் உருவாகும் சிக்கல்கள் என உலகளாவிய பேரப் பேச்சுக்கள் ஓராயிரம் நடக்கின்றன ஒவ்வொரு நாளும்.

தேர்தலில் போட்டியிட 'சீட்' வாங்க வேண்டுமா? உங்கள் கட்சியிலுள்ள பிற போட்டியாளர்களிடம் நீங்கள் பேரப் பேச்சு நடத்த வேண்டும். கட்சித் தலைமையிடம் பேரப் பேச்சு நடத்தி 'சீட்' வாங்க வேண்டும். பல்லாயிரக்கணக்கான வாக்காளர் களிடம் பேரப் பேச்சு நடத்தி வாக்குச் சேகரிக்கவேண்டும்.

நமது வாழ்க்கைத்துணையோடு, குழந்தைகளோடு, உறவினர்களோடு, உடன் பணிபுரிவோரோடு என வாழ்க்கை முழுவதும் பேரப் பேச்சு நடத்துகிறோம். கடைகளில், காவல் நிலையங்களில், பணியிடங்களில், படுக்கையறையில் என விழித்தெழும் நேரம் முதல் உறங்கிவிழுவதுவரை அன்றாடம்

எத்தனை எத்தனை பேரப் பேச்சுக்கள், எத்தனை விதமான பேரப் பேச்சுக்கள் நடத்துகிறோம். அந்தப்பேச்சின்றி வாழ்க்கையில் பெறுவது எதுவுமே இல்லை.

ஆனாலும் மறந்தும்கூட, மருந்துக்குக்கூட இதைப் பற்றி ஒரு பாடமோ படிப்போ எங்குமே நடப்பதில்லை; ஒரு பாடப்புத்தகமோ பயிற்றுவிப்பவரோ எவருக்கும் தெரியாது. கருத்தரிப்பதற்குக்கூட மருத்துவமனைகள் வந்துவிட்ட இக்காலத்தில், பேரப் பேச்சு போன்ற அடிப்படை வாழ்க்கைத் திறன்களின் கல்விக்கென பள்ளிக்கூடங்களும் பாடத் திட்டங்களும் வந்தாக வேண்டும்.

27

சமரசப்பேச்சுத் திறன் — 1

மூன்றாவது நபர் ஒருவரால் வழிநடத்தப் படும் பேரப் பேச்சுத்தான் சமரசப்பேச்சு (mediation) அவர் தகராறுக் கட்சிகளோடு தனித்தனியாகப் பேசி, அவர்களிடையே ஒரு தொடர்புப் பாலமாகச் செயல்பட்டு, தேவைப்படும்போது அவர்களோடு அமர்ந்து சமரசம் பேசி, தகராறுக்குத் தீர்வுகாண உதவுகிறார்.

சமரசம் பேசுபவர் எந்தத் தரப்பையும் சாராதவராக இருப்பார். அவருக்குத் தகராறில் எந்தத் தொடர்பும் இருக்காது. அவருக்கு யாரையும் கட்டுப்படுத்தும் அதிகாரம் கிடையாது. எந்த முடிவையும் அவர் எடுக்க மாட்டார்; யார் குற்றவாளி, யார் நிரபராதி என்று முடிவுசெய்வதும் அவருடைய வேலை அல்ல.

நமது கலாச்சாரத்தில் ஊர்ப் பஞ்சாயத்து நாட்டாமை செய்வதும், ஊர்ப் பெரியவர், அரசியல் தலைவர், மதகுரு அல்லது மூத்தக் குடும்ப உறுப்பினர் என யாராவது ஒருவர் தலையிட்டு மத்தியஸ்தம் பேசுவதும் வழக்கம். ஆனால் அமெரிக்கா போன்ற நாடுகளில் 'அருகமை நீதி மையங்கள்' (Neighborhood Justice Centers) போன்ற முறைப்படுத்தப்பட்ட 'மாற்றுத் தகராறுத் தீர்வு' (Alternative Dispute Resolution) முறைகள் பயன்படுத்தப்படுகின்றன.

முறைப்படுத்தப்பட்ட சமரசப்பேச்சில் ஐந்து நிலைகள் உள்ளன:

சுப. உதயகுமாரன்

1. **தொடக்கம்:** தகராறுக் கட்சிகளை மேசைக்கு அழைத்து வந்து, மத்தியஸ்தர் தன்னை அறிமுகப்படுத்திக் கொள்கிறார். சமரசப்பேச்சின் நடைமுறைகளையும் நிபந்தனைகளையும் தெளிவாக விளக்குகிறார்.

2. **தகவல்கள் சேகரித்தல்:** இரண்டு கட்சிகளின் கதையாடல்களைக் கவனமாகக் கேட்கிறார்; விளக்கங்கள் கோருகிறார். ஒருவர் பேசும்போது இன்னொருவர் இடைமறிக்காதிருக்க வேண்டுகிறார். அவர்கள் முன்வைக்கும் வாதங்களின் சாரங்களை எடுத்துச்சொல்லி, கேள்விகள் கேட்டு, தகவல் பரிமாற்றம் முறையாக நடக்கச்செய்து, பரஸ்பரம் ஒரு புரிதல் எழச்செய்து, இருவருக்குமிடையே ஒரு பரிந்துணர்வை ஏற்படுத்த ஆவன அனைத்தும் செய்கிறார்.

3. **பிரச்சினைகளைக் கண்டுணர்தல்:** மறைந்துகிடந்த பிரச்சினைகளை வெளிக்கொணர்ந்து, கட்சிகளின் ஈடுபாடுகளைக் கண்டுபிடித்து, தகராறை மறுஉருவாக்கம் செய்து, முரண்பாடுகளைப் பட்டியலிட்டு, ஒவ்வொன்றாகக் கையிலெடுத்துப் பேசவைக்கிறார்.

4. **உடன்பாடு ஏற்படுத்தல்:** இருவரும் பல்வேறு தெரிவுகளை உருவாக்கவும், சிக்கல்களைத் தீர்க்கவும் உதவுகிறார். கூட்டாகவோ தேவைப்பட்டால் தனித்தனியாகவோ பேசிச் சமரசம் செய்கிறார். தகராறுக் கட்சிகள் தேக்கநிலையைக் கடக்க உதவுகிறார். உடன்பாடு காணும்போது, ஒப்பந்தத்தை எழுத உதவுகிறார். அதில் காணும் ஓட்டைகளை அடைக்கிறார்.

5. **முடித்துக் கொள்ளுதல்:** தகராறுக் கட்சிகளைப் பாராட்டி, எதிர்காலத்தில் மீண்டும் பிரச்சினைகள் எழாதிருக்கக் கேட்டு, சமரசப்பேச்சை முடித்துவைக்கிறார்.

நேரடிப் பேரப் பேச்சில் மட்டுமே தகராறுக் கட்சிகள் தங்கள் சுதந்திரத்தை, இறையாண்மையைத் தக்கவைத்துக்கொள்ள முடியும் என்பதையும், மூன்றாம் நபர் ஒருவரைத் தலையிட அனுமதிக்கும்போது, தகராறு அக்கட்சிகளின் கட்டுக்குள்ளிருந்து விடுபட்டு இன்னொருவர் ஆதிக்கத்துக்குள்ளாகிறது என்பதையும் நாம் ஏற்கெனவே விவாதித்திருக்கிறோம்.

தங்களுக்குப் புதிதாய்ப் பிறந்த குழந்தைக்குப் பெயர் சூட்டுவதில் தகராறு எழுந்தது. கணவனும் மனைவியும் தத்தம் தந்தையர் பெயரையே குழந்தைக்குச் சூட்ட வேண்டுமென வாதிட்டனர். இருவரும் ஓர் உடன்பாட்டினை எட்டமுடியாத நிலையில், பக்கத்துவீட்டுக்காரர் தலையிட்டார்.

முந்தி இருப்பச் செயல்

கணவனின் தந்தையார் பெயர் சிவன் என்றும், மனைவியின் தந்தையாரின் பெயர் கிருஷ்ணன் என்றும் கேட்டறிந்த அந்த மத்தியஸ்தர், குழந்தைக்கு 'சிவராமகிருஷ்ணன்' என்று பெயர் சூட்டிவிட்டு, அடுத்த வேலையைப் பாருங்கள் என்று அறிவுரைத்தார். நீண்டகாலப் பெயர் பிரச்சினை நொடிப் பொழுதில் தீர்க்கப்பட்டதால் தம்பதியர் பெரிதும் நிம்மதியடைந்தனர். ஆனாலும் இருவர் மனங்களிலும் ஒரு கேள்வி எழுந்தது.

அவர்கள் மத்தியஸ்தரிடம் கேட்டார்கள்: "சிவனும் கிருஷ்ணனும் எங்கள் தந்தையர் பெயர்கள்; ஆனால் அந்த ராமன் பெயர் எப்படி வந்தது?" மத்தியஸ்தர் சட்டென்று பதில் சொன்னார்: "அது என்னுடைய தந்தையார் பெயர்!"

மூன்றாவது நபரின் தலையீடு தகராறை அவரது ஆதிக்கத்திற்குள் கொண்டுவருவதால், இயன்றவரை அதைத் தவிர்க்க விழைகிறோம். இதனால்தான் கஷ்மீர் பிரச்சினையில் அமெரிக்கத் தலையீட்டை இந்தியா தொடர்ந்து தவிர்க்கிறது, எதிர்க்கிறது.

தவறான மூன்றாவது நபர் ஒருவரிடம் ஒரு தகராறு சிக்கும்போது, அந்தத் தகராறு இன்னும் சிக்கலாகிப் போவதால் தான், "சாட்சிக்காரன் காலில் விழுவதைவிட, சண்டைக்காரன் காலில் விழுவதே மேல்" என்றெல்லாம் அறிவுரைக்கிறோம்.

ஆனாலும் தகராறுக் கட்சியினர் ஒருவரோடொருவர் நேரடியாகப் பேசிக்கொள்ளும் சூழ்நிலை இல்லாத நிலையில், சமரசம் பேச, தேர்ந்த நடுநிலையாளர் ஒருவரைப் பயன்படுத்திக் கொள்வதில் தவறேதுமில்லை; உண்மையில் இதைத் தவிர வேறு வழியுமில்லை.

நமது சமூகத்தில் 'கண்ட வழக்கு,' 'காணா வழக்கு' என வகைப்படுத்துகிறோம். எல்லா வழக்குகளையும் நாம் நேரில் கண்டு, சரி—தவறு என்பவற்றைச் சரியாக உணர்ந்து, சமரசப்பேச்சு நடத்திப் பேசித்தீர்க்க முடியாது. ஆனால் 'காணா' வழக்குகளை யும் மனக்கண்ணால் பார்த்து, மாந்தநேயத்தில் தோய்த்து, நடுவு நிலைத் தவறாது, 'கண்ட' வழக்குகளாக மாற்றிக் கையாள்வது சிறப்பு.

சமரசப்பேச்சில் ஈடுபடுவோர் நீதிமான்களாகவும் நியாய உணர்வு கொண்டவர்களாகவும் இருப்பது மிகவும் அவசியம். அய்யா வைகுண்டர் அழகாகச் சொல்கிறார்:

> வலியோருக்கு ஓர் வழக்கு வைத்து நீ பேசாதே,
> மெலியோருக்கு ஓர் வழக்கு வீணாய்ப் பறையாதே!

பணம் படைத்தவர்களும் அதிகாரம் மிக்கவர்களும் வலிமை யுடையவர்கள் என்றும், ஏழ்மையில் தவிப்பவர்களும் அதிகாரம் குன்றியவர்களும் வலிமையில்லாதவர்கள் என்றும் பாகுபாடு பார்க்காமல் நடுநிலைமை வகுத்தே வழக்குப் பேசவேண்டும் என்கிறார் அய்யா.

என்னுடைய தந்தையார் பொதுவாழ்வில் மிகத் தீவிரமாக ஈடுபட்டிருந்த காலத்தில், எங்கள் வீட்டிற்கு ஏராளமான வழக்குகள் வந்துசேரும். சிறு பிள்ளையான நான் தகராறுக் கட்சிகளின் வாத–பிரதிவாதங்களையும், அப்பாவின் சமரசப்பேச்சையும் வேடிக்கை பார்ப்பது வழக்கம். அப்போதெல்லாம் நான் ஒன்றைக் கவனித்தேன். யார் அப்பாவிடம் வழக்கை முதலில் கொண்டுவந்தார்களோ, அவரையே எதிர்த்தரப்பின் முன்னால்வைத்துக் கடுமையாகச் சாடுவார் அப்பா. "இவரை அணுகி உதவி கேட்டவரையே இப்படித் திட்டுகிறாரே அப்பா?" என்று எனக்குள்ளேயே நான் குழம்பியது உண்டு. போகப்போகத்தான் அந்தச் சூட்சுமம் எனக்கு விளங்கியது.

முதலில் அணுகி உதவிக் கேட்டவருக்கு இவர் சார்பாகத் தான் இல்லை என்கிற நம்பிக்கையை எதிர்த்தரப்பின் மனத்தில் ஏற்படுத்தவும், நியாயமாகப் பேசுகிறார் என்கிற நம்பிக்கையை உருவாக்கவும், சமரசப்பேச்சை வெற்றிபெறச் செய்யவும் இந்த உத்தி அப்பாவுக்கு உதவி செய்வதைக் கண்டுணர்ந்தேன்.

இம்மாதிரி மத்தியஸ்தங்களில் தலையிடுகிறவர்களுக்கு ஆபத்துக்களும் எழுகின்றன. பேச்சுக்காலில் ஈடுபடுவோர் ஒரு தரப்புக்குச் சார்பாக, அநியாயமாக வழக்குப் பேசினால், விபரீத விளைவுகள் ஏற்படலாம்:

ஆரா மீனுக்கும் அயிர மீனுக்கும்
நடு ஏரியிலே சண்ட,
வெலக்கப் போன வெறா மீனுக்கு
ஒடஞ்சுப் போச்சாம் மண்ட!

எனும் சொலவடை இதனை அழகாக விளக்குகிறது.

அப்படியெல்லாம் நடக்காமல் இருப்பதற்காகத்தான் இம்மாதிரி வாழ்வியல் வித்தைகளையெல்லாம் 'இளமையில் கல்' என்கிறோம். எனது மனைவி நடத்தும் உயர்நிலைப் பள்ளியில் 'சரியிணை சமரசம்' (peer mediation) எனும் ஒரு நடவடிக்கையை மேற்கொள்கிறார். அதாவது பள்ளிக் குழந்தைகளில் ஒரு சிலரைத் தேர்ந்தெடுத்து, அவர்களை விசேட அங்கி ஒன்றை அணியச்செய்து, அவர்களைச் சமரசப்பேச்சு நிபுணர்கள் என்று அறிவிக்கிறார்.

பள்ளிக் குழந்தைகள் தங்கள் தகராறுகளை இந்த நிபுணர்களிடம் எடுத்துச் செல்லலாம். இவர்கள் இரு தரப்பினரையும் அழைத்துப் பேசி, நல்லிணக்கத்தை, நல்லுறவைப் பாதுகாக்கின்றனர்.

இந்தச் சரியிணை சமரச முறையில் பல்வேறு பயன்கள் உள்ளன. குழந்தைகளின் உலகில் ஓர் ஓங்கி வளர்ந்த, உரக்கப் பேசுகிற பெரியவரின் தலையீடும் மிரட்டல் தொனியும் முற்றிலும் தவிர்க்கப்படுகின்றன. குழந்தைகள் தங்கள் தரப்பு நியாயங்களைக் கோரி, பேரப் பேச்சு நடத்தும் ஆற்றலைப் பெறுகின்றனர். தகராறுகள் பேசித் தீர்க்கப்படக் கூடியவை எனும் மனப்பாங்கை இளம் வயதிலேயே உள்வாங்குகின்றனர். மேற்படி சமரச நிபுணர்கள் மிகுந்த தன்னம்பிக்கையோடு, தலைமைத்துவத்தோடு, சிறந்த நாளையத் தலைவர்களாக முகிழ்க்கின்றனர்.

28

சமரசப் பேச்சுத் திறன் – 2

சமரசப்பேச்சில் இருவேறு அணுகுமுறைகள் உள்ளன. முதலாவது, சிக்கல் தீர்க்கும் வழிமுறை. அதாவது இருதரப்புக்கும் இடையே பேச்சுவார்த்தை நடத்தி, பரஸ்பரம் ஏற்புடைய தெரிவுகளை உருவாக்கி, பிரச்சினையைத் தீர்வை நோக்கிச் செலுத்தும் வழிகாட்டும் முறை. இதுதான் இன்று உலகெங்கும் பரவலாகக் கடைபிடிக்கப்படுகிறது.

இன்னொரு அணுகுமுறை, பிரச்சினைக்குத் தீர்வுகாண்பதைவிட, தகராறுக் கட்சியினரை அங்கீகரித்து, அதிகாரப்படுத்தி, அவர்களுக்கு இடையேயான உறவை மாற்றியமைப்பதை இலக்குகளாகக் கொண்டியங்குவது.

நியூ யார்க் நகரில் சட்ட நிறுவனம் ஒன்றை இணைந்து நடத்திக்கொண்டிருந்த இரண்டு புகழ்பெற்ற வழக்கறிஞர்களுக்கிடையே ஒரு மனமாச்சரியம் எழுந்து, 1997ஆம் ஆண்டு தங்கள் நிறுவனத்தைக் கலைத்துவிடுவது என்று முடிவு செய்தனர். ஆனால் தீரா கோபம், கசப்புணர்வு, பகைமை போன்ற வற்றால், பிரச்சினை நீதிமன்ற வழக்காகி நீண்டகாலம் நீடித்தது. வழக்கை விசாரித்த நீதிபதி சார்ல்ஸ் ஹைட் ஜூனியர் மேற்படி வழக்கறிஞர்கள் இருவரிடமும் சொன்னார்:

"வெறும் பணத்தை மட்டும் பார்க்காதீர்கள். வாழ்க்கைத் தரம் என்றும் ஒன்று இருக்கிறது. உங்கள் பகைமையைக் கடந்துசென்றால், அது எவ்வளவு பெரிய ஆசீர்வாதமாக இருக்கும்,

உங்கள் வாழ்க்கையில் எவ்வளவு பெரிய நிம்மதியை அது உருவாக்கும், உங்கள் வாழ்க்கைத் தரம் எவ்வளவு உயரும் என்பதையெல்லாம் கொஞ்சம் எண்ணிப்பாருங்கள். இந்த வழக்கு இப்படியே நீண்டுகொண்டிருந்தால், நீங்கள் இருவருமே வெற்றி பெற முடியாது."

வழக்கறிஞர்கள் இருவரும் ஓர் உடன்பாட்டை அடைய ஒத்துக்கொண்டார்கள்.

கடந்த 2006ஆம் ஆண்டு மதுரையில் நீதிபதி தினகரன், நீதிபதி பத்ருடு ஆகியோரின் முன்னால் ஆட்கொணர்வு மனுவின் அடிப்படையில் ஆறு வயது சிறுவனும் மூன்று வயது சிறுமியும் ஆஜர்படுத்தப்பட்டனர். வழக்கமான நீதிமன்ற வழிமுறைகளையும் வழக்குக்கட்டையும் ஒதுக்கிவைத்து விட்டு, நீதிபதிகள் இரண்டு குழந்தைகளுக்கும் சாக்லேட் வாங்கிக் கொடுத்தார்.

அந்த இரண்டு அமெரிக்கக் குழந்தைகளிடமும் பேச்சுக் கொடுத்தனர் நீதிபதிகள். கதை இதுதான்; அமெரிக்காவில் வாழ்ந்துகொண்டிருந்த தம்பதியருக்கிடையே ஒரு தகராறு எழ, மனைவி அந்தக் குழந்தைகளை இந்தியாவுக்கு அழைத்து வந்து தன்னுடைய பெற்றோரிடம் ஒப்படைத்துவிட்டு, வேலைக்குத் திரும்பிச்சென்றுவிட்டார். கணவர் திருச்சியில் வாழ்ந்த தனது மாமனார்-மாமியாரை நேரில் அணுகி, குழந்தைகளைத் தரும்படி கேட்க, அவர்கள் மறுத்துவிட்டனர். தங்கள் மகளைக் கொடுமைப்படுத்துகிறார் என்று அவர்கள் குற்றம்சாட்ட, இவரோ தன்னுடைய மனைவி திமிரோடு நடப்பதாக முறையிட்டார்.

குழந்தைகளின் வாழ்க்கையைப் பற்றிக் கவலையுறுவ தாகச் சொன்ன நீதிபதிகள், மனுதாரரிடம் தன்னுடைய மனைவியைத் தொலைபேசியில் அழைத்து, நிபந்தனையற்ற மன்னிப்புக் கேட்கும்படிப் பணித்தார்கள். "இருதரப்பிலுமே தவறுகள் இருக்கலாம்; ஆனால் நீங்கள் மன்னிப்புக் கேட்பதால் எதையும் இழக்கப் போவதில்லை, மாறாக எல்லாவற்றையும் பெறப் போகிறீர்கள்" என்று அறிவுரை செய்தார்கள்.

மனுதாரரும், அவரது பெற்றோரும், மாமனார்-மாமியாரும், குழந்தைகளும் அன்றிரவு ஒன்றாகத் தங்கியிருந்து, மனைவியோடு தொலைபேசியில் பேசிவிட்டு, மறுநாள் வரும்படி ஆணையிட்டார்கள். பிரச்சினை தீர்ந்ததும், மனைவியை இந்தியாவுக்கு வரவழைத்து, இங்கேயே அனைவரும் சமாதான மாக வாழுங்கள் என்று அறிவுரை செய்து அனுப்பினார்கள்.

சுப. உதயகுமாரன்

பிணக்குகளைத் தீர்ப்பது மட்டுமே குறிக்கோளாக இல்லாமல், உறவுகளை மேம்படுத்துவதும் சமரசப்பேச்சின் சாரமாக இருப்பது சிறந்தது. இது தனிமனித உறவுகளுக்கு மட்டுமல்ல, பன்னாட்டு உறவுகளுக்கும் பொருந்தும்.

பன்னெடுங்காலமாக நடந்துவரும் நுண்மங்களும் சிக்கல்களும் நிறைந்த மத்திய–கிழக்குப் பெருந்தகராறில் சமரசம் ஏற்படுத்த அமெரிக்க அதிபர் ஜிம்மி கார்ட்டர் (1977–1981) தலைப்பட்டார். இஸ்ரேல், எகிப்து நாடுகளின் தலைவர்களுடன் பல மாதங்களாகப் பேசி, மனமிளகச் செய்து, மனமாற்றம் கொணர்ந்து, பகீரதப் பிரயத்தனங்களுக்குப் பிறகு, 1978ஆம் ஆண்டு செப்டம்பர் மாதம் மேரிலாண்ட் மாநிலத்திலுள்ள கேம்ப் டேவிட் எனும் தனது ஓய்விடத்தில் சமரசப் பேச்சுவார்த்தையை நடத்தினார் கார்ட்டர்.

கீரியும் பாம்புமாக அடித்துக்கொண்டிருந்த இஸ்ரேலியப் பிரதமர் மேனாக்கம் பெகின், எகிப்து நாட்டின் அதிபர் அன்வர் சாதத் இருவருக்குமிடையே சமரசப்பேச்சு நடத்துவதற்கு முன்னர் கார்ட்டர் ஓர் ஓய்வுப் பயணம் சென்றார். அவர் சொல்கிறார்:

“அப்போது பெகின், சாதத் பற்றி அமெரிக்க உளவுத்துறையிலுள்ள மனோதத்துவ நிபுணர்கள் தயாரித்தளித்திருந்த இரண்டு விரிவான விவரக்குறிப்புக் கையேடுகளை உடன் எடுத்துச் சென்றிருந்தேன். அவை நான் பேச்சுவார்த்தை நடத்தவிருக்கும் இரண்டு தலைவர்களின் குணநலன்கள், குடும்பப் பின்னணி, அரசியல் பின்புலம், கடமைகள், நண்பர்கள், எதிரிகள், சமரசப் பேச்சின் வெற்றியால் அவர்களுக்கு எழவிருக்கும் விளைவுகள் பற்றியெல்லாம் விலாவாரியாக எடுத்துரைத்தன. கேம்ப் டேவிட் சென்றடையும்போது, அவர்களே கற்பனை செய்ய முடியாத அளவுக்கு பெகின், சாதத் பற்றி நான் ஆழமாக அறிந்திருந்தேன். இருவேறுபட்ட மனிதர்களை ஒரு பேச்சுவார்த்தையில் இணைத்து வழிநடத்துவதற்கு அது எனக்கு மிகவும் உதவிற்று.”

கார்ட்டர் முதலில் பெகினைச் சந்தித்துப் பேசினார்; பின்னர் சாதத்துடன் பேசினார். எவ்வளவு நெகிழ்வுத் தன்மையுடன் இருக்க முடியுமோ, எவ்வளவு படைப்புத் திறனுடன் தீர்வுகள் பற்றிச் சிந்திக்க முடியுமோ, அப்படிச் செய்யும்படி இருவரையும் கேட்டுக்கொண்டார்.

சாதத்தைப் பொறுத்தவரை, இஸ்ரேல் ஆக்கிரமித்திருக்கும் எகிப்தின் பகுதிகளைத் திரும்பப் பெறுவது, பாலஸ்தீனியர்களுக்கு இறையாண்மை வழங்குவது, பிற அரபு நாடுகளுடனான

இஸ்ரேலிய உறவை மேம்படுத்துவது போன்றவை முக்கியமான விடயங்களாக இருந்தன. பெகினுக்கு இஸ்ரேலின் பாதுகாப்பு ஒன்றே பெரும் சிரத்தையாக இருந்தது.

கார்ட்டர் இரண்டு தலைவர்களையும் மாறி மாறிச் சந்தித்து, பேச்சுவார்த்தையின் பொதுவான கொள்கைகளையும் கடினமான நுணுக்கங்களையும் விலாவாரியாக விவாதித்தார். இருவரின் கருத்துக்களையும் ஆலோசனைகளையும் பெற்று, பரந்துபட்ட முன்மொழிவுகளைத் தயாரித்தார். பேச்சுவார்த்தையின் இரண்டாவது, மூன்றாவது நாட்களில் பெகினும் சாதத்தும் நேரில் சந்தித்துக்கொண்டார்கள்.

இரு தலைவர்களோடும் தனிப்பட்ட முறையில் உறவாடுவதுதான் கார்ட்டரின் சக்திமிக்க அணுகுமுறையாக இருந்தது. ஒவ்வொருவரும் எதிர்கொள்ளும் தடைகளையும், அவர்கள் இதுவரை எடுத்திருக்கும் முயற்சிகளையும், நல்லெண்ண நடவடிக்கைகளையும் தொடர்ந்து எடுத்துச் சொல்லிக் கொண்டிருந்தார். உடன்பாடு ஏற்படாமற் போனால் எழும் விபரீதமான விளைவுகளையும் இருவருக்கும் திரும்பத் திரும்ப நினைவூட்டினார்.

சமரசப்பேச்சின் அடிப்படையில் உருவாக்கப்பட்ட ஒப்பந்தத்தை கார்ட்டரும் அவரது குழுவினரும் 23 முறை மாற்றி எழுதினர். ஆனால் பேச்சுவார்த்தையின் பதின்மூன்றாவது நாள் ஜெருசலேம் குறித்த மொழி ஏற்புடையதாக இல்லையென்று இஸ்ரேல் எதிர்ப்பு தெரிவித்தது; சமரசப்பேச்சு ஸ்தம்பித்து நின்றது.

கார்ட்டர் தொடர்கிறார்: "எனது உதவியாளர் சூசன் நாங்கள் மூன்று தலைவர்களும் சேர்ந்து எடுத்துக்கொண்ட புகைப்படங்கள் சிலவற்றைக் கொண்டுவந்தார். அவற்றில் பிரதமர் பெகின் எனது கையெழுத்தைப் பெற்றுத் தரும்படிக் கேட்டுக்கொண்டதாகச் சொன்னார். பேச்சுவார்த்தை தரைத்தட்டி நின்ற நிலையில், பெகினின் பேரக்குழந்தைகள் பெயர்களைக் கேட்டு வருகிறேன், அந்தப் பெயர்களோடு கையெழுத்திடுங்கள் என்று சூசன் எனக்கு அறிவுரை சொன்னார். நானும் ஆமோதித்தேன். பின்னர் அந்தப் படங்களை எடுத்துக்கொண்டு, பெகின் தங்கியிருந்த வீட்டுக்குச் சென்றேன். அவர் மிகுந்த சோகத்தோடும் பதற்றத்தோடும் வீட்டின் முன்பகுதியில் அமர்ந்திருந்தார்."

"புகைப்படங்களை அவரிடம் கொடுத்தேன். அவற்றைப் பெற்றுக்கொண்டு நன்றி தெரிவித்தார். ஒவ்வொரு படமாகப் பார்த்து, ஒவ்வொரு பேரக் குழந்தையின் பெயரையும் உரக்க

உச்சரித்தார். அவரது உதடுகள் துடித்தன, கண்களில் கண்ணீர் ததும்பியது. ஒவ்வொரு பேரக் குழந்தையைப் பற்றியும் என்னிடம் சுருக்கமாக விவரித்தார். அவருக்கு மிகவும் நேசமான பேத்தி பற்றி மிகவும் வாஞ்சையோடு பேசினார். எங்களுடைய பேரக்குழந்தைகள் பற்றியும், குழந்தைகளைப் போர்கள் எப்படி பாதிக்கின்றன என்பது குறித்தும் பேசியவுடன், நாங்கள் இருவருமே உணர்ச்சிவசப்பட்டுக் கண்கலங்கினோம்."

இந்தத் தனிமனித அளவிலான, உணர்ச்சிகரமான உறவாடலுக்குப் பிறகு, பெகினும் சாதத்தும் மனமிளகினார்கள். புகழ்பெற்ற கேம்ப் டேவிட் உடன்பாடு உடனே கையெழுத்தாயிற்று.

முந்தி இருப்பச் செயல்

29

சமரசப் பேச்சுத் திறன் – 3

சமரசப் பேச்சு என்கிற பெயரில் சகித்துக் கொள்ளப்பட முடியாத பல்வேறு குற்றச் செயல்களும் குழப்பமான நடவடிக்கைகளும் நம் நாட்டில் நடந்தேறுகின்றன. தமிழகத்தில் 'கட்டப் பஞ்சாயத்து' என்றும், வட மாநிலங்களில் 'காப் பஞ்சாயத்து' என்றும் அழைக்கப்படும், சட்டத்துக்குப் புறம்பான சமரசப் பேச்சுக்கள் நிறையவே நடக்கின்றன.

கட்டப் பஞ்சாயத்து என்கிற பெயர் கட்டையைப் பயன்படுத்தி, வன்முறையை மேற்கொண்டு, 'நாங்கள் வைத்ததுதான் சட்டம்' என்கிற ரீதியில் நடத்தப்படுகிற பஞ்சாயத்தைக் குறிக்கிறது. சமூகவிரோத சக்திகள் தங்கள் ரவுடித்தனத்தை மூலதனமாக்கி, சட்டத்தை தங்கள் கைகளில் எடுத்துக்கொண்டு, தாங்களே நீதிபதிகளாக இருந்து தீர்ப்பளித்து, அமல்படுத்தும் அதிகாரிகளாகவும் மாறுகிறார்கள். இந்நடவடிக்கைகளால் அவர்கள் ஏராளமான பணமும் ஆற்றலும் ஈட்டுகின்றனர். லஞ்சமும் ஊழலும் இடைபுகுந்து காவல்துறை உள்ளிட்ட அரசு அலுவலகங்களிலும் அதிகாரத் துஷ்பிரயோகத்துடன் கட்டப் பஞ்சாயத்துக்கள் கடிதில் நடத்தப்படுகின்றன.

வட மாநிலங்களில் நடக்கும் 'காப்' பஞ்சாயத்துக்கள் குலம், கோத்திரம் போன்ற வற்றை அடிப்படையாகக் கொண்டு, ஒரே கோத்திரத் திருமணங்களைத் தவிர்ப்பதற்காகக்

கட்டமைக்கப்பட்டவை. ஆனால் நாளடைவில் இவை கட்டப்பஞ்சாயத்து அமைப்புக்களாக மாறி நிற்கின்றன.

அதேபோல, சில கிராமங்களில் இயங்கும் ஊர் அல்லது சாதிப் பஞ்சாயத்துக்கள் வீட்டு வன்முறைகள், குடும்பத் தகராறுகள், சாதிப் பிரச்சினைகள், திருமண விவகாரங்கள் எனப் பல்வேறு பிரச்சினைகளைக் கையாளுகின்றன. குறிப்பிட்ட சில பேரை ஊரிலிருந்து விலக்கிவைத்தல், தனிமைப் படுத்துதல், தண்ணீர் தர மறுத்தல் போன்ற சட்டவிரோத மான தீர்ப்புக்களையும் கடுமையான தண்டனைகளையும் வழங்கிப் பெரும் கொடுமைகள் இழைக்கின்றனர்.

குற்றவாளிகள் என்று ஒருதலைப்பட்சமாக அறிவித்து, அவர்களை ஊரார் கால்களில் விழச்செய்வது, கட்டிவைத்து அடிப்பது, அபராதம் விதிப்பது என்றெல்லாம் சாதிப் பஞ்சாயத்துக்கள் சட்டவிரோதத் தீர்ப்புக்களை வழங்குகின்றன. ஆண்களே கோலோச்சும் இந்தச் சாதிப் பஞ்சாயத்துக்கள் பெண்களுக்கு எதிரான வன்கொடுமைகளைக் கட்டவிழ்த்து விடுகின்றன.

அதிகாரப்பூர்வமற்ற, அநியாயத் தீர்ப்புக்கள் வழங்கும் முறைகேடான மேற்படி அமைப்புக்களை 'கங்காரு நீதிமன்றங்கள்' என்றழைக்கிறோம். 1849ஆம் ஆண்டுவாக்கில் கலிஃபோர்னியா வில் தங்கம் தோண்டியெடுக்கச் சென்ற ஆயிரக்கணக்கான ஆஸ்திரேலியர்கள் மத்தியில் பிரச்சினைகள் எழும்போது, பிரதிவாதிகள் அளிக்கும் ஆதாரங்களை ஏற்றுக்கொள்ளாமல், 'நீதிபதிகள்' தாண்டிக்குதித்துச் செல்வதைத்தான் கங்காரு நீதிமன்றம் என்று குறிப்பிட்டிருக்கிறார்கள்.

இந்நீதிமன்றம் திடீரெனத் தாவிக்குதித்து வந்து தோன்றுவதாலும், கங்காருக் குட்டிபோல ஒரு தரப்பின் சட்டைப்பைக்குள் இந்நீதிமன்றம் அமர்ந்திருப்பதாலும்கூட இப்பெயர் ஏற்பட்டிருக்கலாம்.

'தடியெடுத்தவன் தண்டல்காரன்' என்பதுதான் மேற்படி நடவடிக்கைகளின் அடிப்படைத் தத்துவமாக அமைகிறது. இன்னோரன்ன சாதி, மதம், அரசியல் செல்வாக்கு, அதிகாரம், வன்முறை, பணவெறி போன்றவற்றின் அடிப்படையில் இயங்கும் சட்டத்துக்குப் புறம்பான கட்டப் பஞ்சாயத்து அமைப்புக் களும் சட்டவிரோத சமரசப் பேச்சுக்களும் பல்கிப்பெருகிக் கொண்டிருப்பது மிகவும் ஆபத்தானது.

அதே சமயம், மக்களின் நேரத்தையும் பணத்தையும், ஆற்றலையும் பொறுமையையும் விரயமாக்கும் நீதிமன்றங்களை யும் அளவுக்கதிகமாகச் சார்ந்திருக்கக் கூடாது. அமெரிக்கா,

தென்கொரியா போன்ற நாடுகளில் எடுத்ததெற்கெல்லாம் நீதிமன்றங்களில் வழக்குத் தொடுக்கும் கலாச்சாரம் இப்போது இந்தியாவுக்குள்ளும் ஊடுருவிக் கொண்டிருக்கிறது. மானநஷ்ட வழக்குகள், இழப்பீடு கோரும் வழக்குகள் போன்றவை இந்தியாவில் அதிகமாகிக் கண்டிருக்கின்றன. ஏற்கெனவே நாடெங்கிலுமுள்ள நீதிமன்றங்களில் வழக்குகள் ஆயிரக்கணக்கில் குவிந்தும் தேங்கியும் கிடக்கின்றன.

நீதிமன்றங்கள் பிரச்சினைகளைக் கருப்பு–வெள்ளை என இரண்டு நிலைகளில் மட்டுமே பார்க்கின்றன. ஆனால் மனித வாழ்க்கையானது இந்த இருதுருவங்களுக்கும் இடையே பரந்து விரிந்துகிடக்கும் சாம்பல்நிற இடைவெளியில்தான் நடக்கிறது. எனவே நீதிமன்றங்களை அணுகி நியாயம் கேட்டுப் பழகாமல், மாந்தநேயத்துடன் நம் தகராறுகளை நாமே கையாளக் கற்றுக்கொண்டாக வேண்டும்.

எனவேதான் சீனப் பழமொழி ஒன்று, “சாவில், நரகத்தைத் தவிர்ப்போம்; வாழ்வில் வழக்குமன்றத்தைத் தவிர்ப்போம்” என்று அறிவுரைக்கிறது. தென் தமிழகத்திலும்கூட, ‘கோடு (கோர்ட்) ஏறியவன் கையில் ஓடு ஏறும்’ என்கிறார்கள். அதாவது பிச்சையெடுப்பார்கள் என்று அர்த்தம்.

முறைப்படியான, முழுநேரச் சமரசப் பேச்சு மையங்கள் அதிகம் ஏற்படுத்தப்பட வேண்டிய தேவை இருந்தாலும், இவை இந்தியாவில் முறைப்படுத்தப்படவில்லை, கட்டமைக்கப்பட வில்லை. அங்கொன்றும் இங்கொன்றுமாக நடக்கும் அரசு சார்ந்த சில நடவடிக்கைகள் பொருத்தமானவையாகவோ போதுமானவையாகவோ இல்லை.

எடுத்துக்காட்டாக, பொதுமக்கள் காவல் நிலையங்களில் அளிக்கும் புகார் மனுக்கள்மீது நீண்டநாட்களாகத் தீர்வு காணப்படாமல் இருந்தால், அந்த மனுக்கள்மீது உடனே தீர்வு காண்பதற்காகக் காவல்துறை சார்பில் ‘பெட்டிசன் மேளா’ நடத்தப்படுகிறது. இதற்கு ஓர் அழகான தமிழ்ப் பெயர் வைக்காமலிருப்பது ஏனென்று புரியவில்லை. இந்த மேளாக்கள் திருமண மண்டபங்கள், சமூகநலக் கூடங்களில் வைத்து நடத்தப்படுகின்றன. மனுதாரர்களும் எதிர்மனுதாரர்களும் நேரில் ஆஜராகி, போலீசாரின் சமரசப் பேச்சுவார்த்தையில் பங்கேற்று நிவாரணம் தேடுகின்றனர்.

அதேபோல, மாநிலச் சட்டப்பணிகள் ஆணைக்குழுவின் அறிவுரைப்படி, மாவட்ட மற்றும் வட்ட சட்டப்பணிகள் ஆணைக்குழுக்கள் மூலம் அனைத்து நீதிமன்றங்களிலும் ‘மக்கள் நீதிமன்றம்’ (லோக் அதாலத்) எனும் நடவடிக்கை

மேற்கொள்ளப்படுகிறது. இங்கே வழக்குகளைச் சமாதானமாகவும் விரைவாகவும் முடித்துக்கொள்ள வழிவகை செய்யப்படுகிறது. இம்மாதிரி மக்கள் நீதிமன்றங்களில் விபத்து இழப்பீடு வழக்குகள், உரிமையியல் வழக்குகள், உரிமையியல் மேல்முறையீட்டு வழக்குகள், வரைவோலை (செக்) மோசடி, மணவிலக்கு அல்லாத குடும்பநல வழக்குகள் போன்றவை விசாரணைக்கு எடுத்துக் கொள்ளப்படுகின்றன.

இவை தவிர நுகர்வோர் உரிமை நீதிமன்றங்கள், ரயில்வே நீதிமன்றங்கள் எனப் பல்வேறு சிறப்பு நீதிமன்றங்களிலும் பல பிரச்சினைகள் சமரசமாகத் தீர்க்கப்படுகின்றன.

கருத்துப் பரிமாற்றங்களை, கலந்துரையாடல்களை, பேரப் பேச்சுக்களை மக்கள்மயமாக்க வேண்டும். இவற்றை நம் தமிழ்க் கலாச்சாரத்தின் மூலக்கூறுகளாக மாற்றியாக வேண்டும். உங்களைப் போன்ற கற்றுணர்ந்த, சமூகப் பொறுப்புடைய இளைஞர்கள் உடனுறையும் மனிதர்களுக்கு ஓர் இன்னலென்றால், ஓடோடிச் சென்று தலையிட்டு உதவுங்கள்.

'ஊருக்குழைத்திடல் யோகம்' என்றறிவிக்கும் முண்டாசுக் கவிஞர் முடிவுறச் சொல்கிறார்:

    உற்றவர் நட்டவர் ஊரார் – இவர்க்கு
    உண்மைகள் கூறி இனியன செய்தல்
    நற்றவம் ஆவது கண்டோம் – இதில்
    நல்ல பெருந்தவம் யாதொன்றும் இல்லை.

எத்தியோப்பியா நாட்டின் டிக்ரை மாநிலத்தில் நான் பள்ளி ஆசிரியராகப் பணியாற்றியபோது, உற்றவர் சிலரின் பிரச்சினைகளில் 'நற்றவம்' செய்த சில நல்ல அனுபவங்களைத் தொகுத்துப் 'புயலுக்குப் பின்னே பூந்தென்றல்' (காலச்சுவடு, 2012) எனும் நூலை வெளியிட்டேன்.

எத்தியோப்பியா உள்ளிட்ட எல்லா நாட்டினரையும்விட சீனர்கள்தான் சமரசத் திறனில் சிறந்து விளங்குகின்றனர். நில உடைமையாளர்கள்–விவசாயிகள், முதலாளிகள்– தொழிலாளர்களிடையே எழும் தகராறுகளுக்குச் சீனப் புரட்சியே சிறந்த தீர்வு என்றும், ஆனால் பொதுமக்களிடையே எழும் பொல்லாப்புகளுக்குச் சமரசத்தீர்வே சாலச் சிறந்தது என்றும் அறிவுரைத்தார் (மா–சே–துங்).

சமரசப்பேச்சு ஒரு பாரம்பரிய தன்னாட்சி வடிவம் என்பதால், அது வழக்குரைஞர்களைவிட, நீதிபதிகளைவிட பாமர மக்களை அதிகமாக வலுப்படுத்தியது. நாட்டின் ஒவ்வொரு பகுதியாக விடுவித்துச் சென்ற புரட்சியாளர்களால்

அம்மக்களின் அன்றாட சண்டைச் சச்சரவுகளைத் தீர்த்து வைக்க இயலவில்லை. எனவே அப்பொறுப்பை அம்மக்களுக்கே வழங்கிச் செல்வது அவர்களுக்கு வாய்ப்பாக அமைந்தது. குடிமைச் சமூகம் தனக்குள்ளே நடத்திக்கொண்ட சமரசப் பேச்சுக்கள் 'உதிர்ந்து போகும் அரசு' எனும் கம்யூனிசச் சித்தாந்தத்துக்கு ஏற்றதாக அமைந்தது.

சீனப் புரட்சியோடு சேர்ந்து சமரசப் பேச்சுக் கட்டமைப்புக்களும் வளர்ந்தன. இதனால் 1987ஆம் ஆண்டு சீனாவில் பத்தாயிரம் வழக்கறிஞர்கள் பணியாற்றியபோது, அறுபது லட்சம் சமரசப் பேச்சு நிபுணர்கள் களத்தில் நின்றனர். நாடெங்கும் சமரசப் பேச்சுக் குழுக்கள் நிறுவப்பட்டன. இதன் உறுப்பினர்கள் நேர்மையானவர்களாக, மக்களோடு நெருங்கிய தொடர்புகொண்டவர்களாக, சட்டம்பற்றி அறிந்தவர்களாக இருக்கவேண்டும் என்று அறிவிக்கப்பட்டது.

ஐம்பது முதல் அறுபது வயது கொண்டவர்கள் இக்குழு உறுப்பினர்களாக இருந்தனர். இவர்களில் பாதிப் பேர் பெண்களாக இருந்தனர். பெண்கள் மற்றும் குழந்தைகளின் பிரச்சினைகளைப் பெண்களே சமரசம் பேசித் தீர்த்தனர். இக்குழுக்களுக்குச் சட்ட உதவிகள் புரிய சட்டச்சேவை அதிகாரிகள் நியமிக்கப்பட்டிருந்தனர். நாமும் சமரசம் செய்து சண்டைகளை நீக்குவோம்!

30

மீளிணக்கத் திறன் – 1

'சனநாயகம் மற்றும் தேர்தல் உதவிக்கான சர்வதேச நிறுவனம்' (IDEA) 2006ஆம் ஆண்டு மார்ச் மாதம் சர்வதேச 'மீளிணக்க நிபுணர்களின் வலைப்பின்னல்' (Reconciliation Experts Network) கூட்டம் ஒன்றை ஸ்வீடன் நாட்டின் தலைநகர் ஸ்டாக்ஹோம் நகரில் நடத்தியது. இந்தியாவிலிருந்து நானும் மேற்கு வங்கத்தைச் சார்ந்த சுமோனா தாஸ் குப்தா என்கிற அருமைத் தோழியும் பங்கேற்றோம்.

கூட்டத்தில் கலந்துகொண்ட அனைவரும் 'ரெக்கன்சிலியேஷன்' எனும் ஆங்கில வார்த்தைக்கான அவரவர் மொழி வார்த்தைகளைப் பகிர்ந்து கொண்டோம். பெரும்பாலான தெற்கு நாடுகளைச் சார்ந்தவர்களின் பதில்கள் ஒன்றாகவே இருந்தன. எங்கள் கலாச்சாரத்தில் இது தொன்றுதொட்டே நடந்து வந்திருந்தாலும், இதற்கென தனி வார்த்தை ஏதுமில்லை என்றார்கள்.

பாவேந்தர் பாரதிதாசனின் கவிதை வரிகளே எனக்கு நினைவுக்கு வந்தன:

"தூய உள்ளம் அன்புள்ளம் பெரிய உள்ளம்
தொல்லுலக மக்களெல்லாம் ஒன்றே என்னும்
தாயுள்ளம் தனிலன்றோ இன்பம் ஆங்கே
சண்டையில்லை தன்னலந்தான் தீர்ந்ததாலே."

அந்தத் தன்னலமற்ற தாயுள்ளத்தின் தகைமைசால் செயல்பாட்டை எப்படி ஒரே வார்த்தையில் குறிப்பது?

முந்தி இருப்பச் செயல்

இணக்கமான ஓர் உறவில் ஒரு பிணக்கு எழுகிறது; அதன்பிறகு அந்தப் பிணக்கைத் தீர்த்துக்கொண்டு மீண்டும் புதுப்பித்துக் கொள்ளப்படும் இணக்கத்தை 'மீளிணக்கம்' என்று குறிப்பிடுகிறோம். சமாதானம் செய்தல், சரிக்கட்டுதல், விட்டுக்கொடுத்தல் போன்ற சொற்களை நாம் பயன்படுத்தினாலும், மீளிணக்கம் என்கிற வார்த்தைதான் மிகத் துல்லியமாக இதனைக் குறிக்கிறது.

அன்றாட வாழ்வில் அவ்வப்போது நிகழும் அல்லறை சில்லறைப் பிரச்சினைகள் தொடர்பாக நாம் மீளிணக்கம் பற்றிப் பேசுவதில்லை. எடுத்துக்காட்டாக, இல்லற வாழ்வில் நிகழும் ஊடலைப் பற்றி வள்ளுவம் சொல்கிறது:

ஊடல் உணர்தல் புணர்தல் இவைகாமம்
கூடியார் பெற்ற பயன்

அதாவது ஊடுதல், ஊடலை உணர்ந்து விடுதல், அதன்பின் கூடுதல் ஆகிய இவை காதல் வாழ்வு நிறைவேறப் பெற்றவர் பெற்ற பயன்களாம். அதேபோல, ஊடலில் தோல்வி எப்படி வெற்றியாகிறது என்றும் விளக்குகிறது வள்ளுவம்:

ஊடலில் தோற்றவர் வென்றார் அதுமன்னும்
கூடலிற் காணப் படும்.

ஊடலில் தோற்றவரே வெற்றி பெற்றவர் ஆவார், அந்த உண்மை ஊடல் முடிந்த பின் கூடிமகிழும் நிலையில் காணப்படும்.

ஊடலை நாம் மீளிணக்கம் என்றழைப்பதில்லை. கொலை, இனப்படுகொலை, வன்புணர்வு, சித்திரவதை, ஆள்கடத்தல், அடிமைப்படுத்துதல், தீவிரவாதம், பயங்கரவாதம் போன்ற பெரும் குற்றமிழைத்தவரும், அதனால் பெருமளவு பாதிப்புக்குள்ளானவரும் தங்களின் ஆறா ரணங்களை, அழியா வடுக்களை, ஆழமான கசப்புக்களைக் கடந்து செல்வதைத்தான் மீளிணக்கம் எனும் சொல் மூலமும் விழுமியத்தின் மூலமும் விளக்குகிறோம்.

மீளிணக்கமானது உடைந்து கிடக்கும் ஓர் உறவின் புத்தாக்கத்தைக் குறிக்கிறது. மீட்டெடுப்பு, மறுசீரமைப்பு போன்றவற்றை நோக்கிச் செல்லும் ஓர் ஆன்மப் பயணம் அது. அந்தக் கடினமான பயணத்தில் பிரச்சினையை முடித்துக் கொள்ளல், ரணங்களைக் குணப்படுத்துதல் எனும் இரண்டு முக்கியமான அம்சங்கள் இடம்பெறுகின்றன.

இந்தக் 'குற்றமிழைத்தவர்–பாதிப்புக்குள்ளானவர்' உறவு மிகவும் நுண்மமானது, சிக்கலானது. குற்றமிழைத்தவர்

சரணாகதி அடைவதன் மூலம், பிராயச்சித்தம் தேடிக் கொள்வதன் மூலம், அல்லது உரிய தண்டனையை மனமுவந்து ஏற்றுக்கொள்வதன் மூலம் தன்னுடைய குற்றத்திலிருந்து, குற்றவுணர்விலிருந்து விடுதலையடைய முயற்சி செய்கிறார். அவர் உள்ளுக்குள் கடினமான பிரயத்தனங்களை மேற்கொண்டு, ஆன்மத் தேடல்களில் ஈடுபட்டு, தன் தவறுகளை உணர்ந்து, ஆத்மார்த்தமாக வருத்தம் தெரிவிப்பதன் மூலம், மன்னிப்புக் கோருவதன் மூலம் மனிதனாய் மீண்டுவர எத்தனிக்கிறார்.

பாதிப்புக்குள்ளானவரோ தான் அனுபவித்த தீங்குக்குப் பரிகாரம் கோருகிறார். குற்றமிழைத்தவர் தண்டனை அனுபவிக்க வேண்டுமென்று விரும்புகிறார். அவரைப் பழிவாங்குவதன் மூலம் ஆத்மதிருப்தியும், அமைதியும் பெற முனைகிறார். தான் அனுபவித்த அதிர்ச்சியிலிருந்து தற்போதும் அனுபவித்துக் கொண்டிருக்கும் வலிகளிலிருந்து, வேதனைகளிலிருந்து விடுபட முயல்கிறார்.

இப்படியாக குற்றமிழைத்தவரும் பாதிப்புக்குள்ளான வரும் எதிரும் புதிருமாக, தாழ்ச்சியும் உயர்ச்சியுமாக, கீழ் மேலாக இருக்கும் நிலையில், அவர்களுக்குள் எப்படி ஒரு மீளிணக்கத்தை ஏற்படுத்த முடியும்? எப்படி அந்த உறவைச் சமன்பாடடையச் செய்ய முடியும்? ஒரு சில வழிமுறைகளை மட்டும் இங்கே சுருக்கமாகக் குறிப்பிடுகிறேன்:

1. பழுதுநீக்கல், மறுசீரமைத்தல், மீட்டெடுத்தல் அணுகுமுறை: குற்றமிழைத்தவர் தானிழைத்த கெடுதிக்கு, அதனால் ஏற்பட்ட பாதிப்புக்களுக்குப் போதிய இழப்பீடு வழங்கி அல்லது அதற்கு ஈடாக வேறு ஏதாவது பரிகாரங்கள் செய்து தன்னை அக்குற்றச் செயலிலிருந்து, குற்றவுணர்விலிருந்து விடுவித்துக்கொள்வது.

2. வருந்துதல், மன்னித்தல் அணுகுமுறை: குற்றமிழைத்த வரும் பாதிப்புக்குள்ளானவரும் ஒருங்கிணைந்து, ‘மறப்போம், மன்னிப்போம்’ என்று கூட்டாக முடிவெடுத்துத் தொடர்வது. மறப்பது என்றால் இழைக்கப்பட்ட குற்றத்தை மீண்டும் மீண்டும் நினைவுபடுத்திக் கொண்டிருக்க மாட்டோம் என்று முடிவெடுப்பது. மன்னிப்பது என்பது மேலும் ஒருபடி சென்று குற்றமிழைத்தவரை மன்னித்துவிடுவது. இது கருணையும் கரிசனமும் மிளிரும், மனதளவிலான, ஆன்மரீதியிலான ஆழமான நடவடிக்கை. இதில் குற்றமிழைத்தவர் மன்னிக்கத்தக்கவராக இருப்பது மிகவும் முக்கியம்.

3. இறையியல், நோன்பு அணுகுமுறை: குற்றமிழைத்தவர் தன் தவறை உணர்ந்து, பாதிப்புக்குள்ளானவரிடமோ அல்லது மதகுரு ஒருவரிடமோ சரணடைந்து, ஒப்புதல் வாக்குமூலம்

கொடுத்து, மனம்வருந்தி, மன்னிப்புக் கேட்டு, பிரார்த்தனை, உண்ணாநிலை போன்றவற்றின் மூலம் தன்னோடும், இறைவனோடும் மீளிணக்கம் செய்து, நிவாரணம் பெற முயல்வது. ஆழமான ஆன்மீக நம்பிக்கை உடையவர்களுக்கு மட்டுமே இம்முறை பயனளிக்கும்.

4. நீதிபரிபாலனம், தண்டனை அணுகுமுறை: மேற்குறிப்பிட்ட மதம் சார்ந்த வழிமுறை போலவே, குற்றமிழைத்தவர் நீதிமன்றம் ஒன்றில் சரணடைந்து, தானிழைத்த குற்றத்தை ஒத்துக் கொண்டு, சட்டம் வழங்கும் தண்டனையை ஏற்றுக்கொள்வது.

5. வரலாற்று, உண்மை தேடும் அணுகுமுறை: என்ன நடந்தது எனும் உண்மைகளை உரியவர்களோடு பகிர்ந்துகொண்டு, அதைப் பற்றி விளக்கமாகப் பேசிக் கருத்துப்பரிமாற்றங்களில் ஈடுபடுவது. மாற்று வரலாற்றுக் கதையாடல்களை நடத்தி, நிகழ்ந்துவிட்ட தவறுகளை வருங்காலத்தில் எப்படி தவிர்ப்பது என்பது குறித்துச் சிந்திப்பது.

மீளிணக்கம் பண்பும் பயனுமாக, வழியும் இலக்குமாக அமைகிறது. ‘ஒன்றுபட்டால் உண்டு வாழ்வு’ எனும் பாரதியாரின் இலக்கணம்தான் இங்கே அடிப்படையாக இருக்கிறது. மனித மாண்பை நொறுக்கியவரும், மன அமைதி நொறுக்கப்பட்டவரும் ஒன்றுபட்டுத் தங்களுக்கென ஒரு புதிய வாழ்வை அமைத்துக்கொள்வதுதான் மீளிணக்கம்.

ஆனாலும் தாங்கமுடியாத கொடுமையை நிகழ்த்தியவரோடு, மீளமுடியாத சோகத்தை இழைத்தவரோடு எப்படி முழுமையாக மீளிணக்கம் செய்துகொள்ள இயலும்? அப்படிப்பட்ட தருணங்களில், முதற்கட்டமாக நல்லுறவு பூணுவது பற்றி மட்டும் பேசலாம். முதலில் அனுசரணை ஏதுமின்றி அப்புறமாக விலகி நின்று அவரவர் வாழ்க்கையைத் தனித்தே வாழ்வது; இரண்டாவதாக, அன்னியோன்னியம் ஏதுமின்றி அருகமைந்து வாழ்வது; மூன்றாவதாக, அனுசரணையோடும் அன்னியோன்யத்தோடும் ஒன்றுபட்டும், ஒன்றிணைந்தும் வாழ்வது எனும் மூன்று நிலைகளில் நல்லுறவை ஏற்படுத்திக் கொள்ளலாம். இப்படி படிப்படியாக நகர்வதும் மேன்மையான மீளிணக்கத்துக்கு இட்டுச்செல்லும்.

இந்த மீளிணக்க நுண்மத்தை ஓர் எளிய கவிதையில் இனிமையாக எடுத்துரைக்கிறார் கவிஞர் கண்ணதாசன்:

‘உன் கூட டூ’
என்று இரண்டு விரலை
சுட்டிக்காட்டித் துவங்குகிறது
பிள்ளைப் பிராயத்துச் சண்டைகள்.

கொஞ்ச நேரத்துக்குள்ளாகவே,
'உன் கூட பழம்' என்று
புன்னகைப்பூ பூக்க சமாதானப் பேச்சு...

பிள்ளைப் பிராயத்தில்
எல்லாமே
சுலபமாகத்தான் உள்ளது.
சண்டையானாலும் சரி,
சமாதானங்களானாலும் சரி...

வருஷக்கணக்காய்
பார்த்தும், பார்க்காமல்
போகும் முன்னாள் நண்பன்...

சோறாக்கியாச்சு –
சாப்பிட வரலாம்...
விட்டத்தைப் பார்த்துச் சொல்லும் மனைவி.

சிறிய கடனுதவி –
செய்ய மறுத்ததால்
முகத்தைத் தூக்கி
வைத்துக் கொண்டிருக்கும் சகோ...

எழுதும் எழுத்துக்கள்
கோணலாக இருந்தாலும் –
நேராக உள்ளது
பிள்ளைப் பிராயத்துச் சிந்தனைகள்.

வளர வளர எல்லாமே
வளர்கிறது...
மனஸ்தாபங்களும் பேதங்களும்...
அறிவு மட்டும் குறைவாக.

யாரிடமும்
சுலபமாக
சொல்ல முடியாமலே போகிறது –
'பழம்' என்று.

பழகும் மனிதரிடமெல்லாம் 'பழம்' என்று சொல்வோம்,
பழம் நழுவிப் பாலில் விழும் நலம் பெற்று வாழ்வோம்!

முந்தி இருப்பச் செயல்

31

மீளிணக்கத் திறன் – 2

இரண்டாம் உலகப் போருக்குப் பின்னர் முதலாளித்துவம் போற்றிய அமெரிக்கா, மேற்கு ஐரோப்பிய நாடுகளுக்கும், பொதுவுடைமை போற்றிய சோவியத் ஒன்றியம், கிழக்கு ஐரோப்பிய நாடுகளுக்குமிடையே நடந்த பனிப்போர் பற்றிக் கேள்விப்பட்டிருப்பீர்கள். ஏராளமான அணுவாயுதங்களோடும், சக்திவாய்ந்த ஏவுகணைகளோடும், நவீன போர்க்கருவிகளோடும் முறைத்துக் கொண்டிருந்த இவ்விரு தரப்பும், நேரடியாக மோதிக்கொள்ளாமல் ஆதரவு நாடுகளில் மறைமுகமாக அடித்துக் கொண்டன.

அப்படி அனல் பறக்கும் யுத்தங்களாக வடிவெடுத்த பனிப்போர் சண்டைகளுள் ஒன்றுதான் வியட்நாம் போர். கடந்த 1955ஆம் ஆண்டு முதல் 1975 வரையிலான பத்தொன்பது ஆண்டு காலக்கட்டத்தில் இந்தப் போர் நடந்தது.

காலனியாதிக்க பிரெஞ்சுக்காரர்கள் 1954ஆம் ஆண்டு வியட்நாமை விட்டு வெளியேறியபோது, கம்யூனிச வட வியட்நாம், சனநாயக தென் வியட்நாம் என்று அந்நாடு பிரிக்கப்பட்டது. தென் வியட்நாம் நாட்டுக்கு அமெரிக்கா ஆயுதங்களும் பயிற்சியும் நிதியுதவியும் அளித்தது. சோவியத் ஒன்றியமும் சீனாவும் வட வியட்நாமை ஆதரித்தன. வட வியட்நாமின் ஆதரவுடன் 'வியட் காங்' எனும் கொரில்லாப்படை தென் வியட்நாமில் அமெரிக்காவுக்கு எதிராகப் போராடியது.

டிராங் பாங் எனும் தென் வியட்நாம் நாட்டிலிருந்த ஒரு குக்கிராமத்தை வட வியட்நாமியப் படைகள் தம் வசமாக்கி யிருந்தன. அந்தக் கிராமத்தை மீண்டும் பிடிக்கும் நோக்கத்துடன் யூன் 8, 1972 அன்று தென் வியட்நாமின் விமானப்படை குண்டு வீசித் தாக்கியது. அவை சாதாரணக் குண்டுகள் அல்ல, நேபாம் குண்டுகள். நேபாம் என்பது பெட்ரோலைக் கடினப்படுத்தி, அதனுடன் சில இடுபொருட்களைச் சேர்த்து, வெள்ளை பாஸ்பரஸ் போன்றவற்றுடன் கலந்து உருவாக்கப்படுவது. அது வெடித்தால் தோலோடு ஒட்டிக் கொண்டு, நீடித்து எரியும் தன்மை வாய்ந்தது. இந்தக் கொடூரமான நேபாம் குண்டுகளை அமெரிக்கா முப்பது ஆண்டுகளாகப் பயன்படுத்தி வந்தது.

ஒரு கோவிலில் தஞ்சமடைந்திருந்த பொதுமக்களும் தென் வியட்நாம் படையினரும் ஆக்கிரமிப்பாளர்களிட மிருந்து தப்பித்து ஓடும்போது, தென் வியட்நாம் விமானங்கள் எதிரிகள்தான் ஓடுகிறார்கள் என்று தவறாகக் கருதித் தன் மக்கள்மீதே நேபாம் குண்டுமழை பொழிந்தது.

அப்படி தப்பி ஓடியவர்களில் கிம் பூக் எனும் ஒன்பது வயது சிறுமியும் இருந்தாள். தன்னுடைய ஒன்றுவிட்ட சகோதரர்கள் இருவரும் இன்னும் சிலரும் உயிரிழந்த சூழலில், சுடர்விட்டு எரிந்துகொண்டிருந்த தனது உடைகளைக் கழற்றி எறிந்துவிட்ட நிலையில், முழு நிர்வாணமாகப் பெரும் தீக்காயங்களுடன் “எரியுது, எரியுது” என்று கூக்குரலிட்டவாறே கிம் பூக் ஓடிக்கொண்டிருந்தாள். ஒற்றைக் கண்ணை இழந்து விட்ட அவளது தம்பியும், படுகாயமடைந்த இன்னொரு கடைக்குட்டித் தம்பியும், சில உறவுக்காரக் குழந்தைகளும் அவளோடு சேர்ந்து உயிரைக் காக்க ஓடினர்.

இந்தப் படுபாதகத்தை, மாபெரும் அவலத்தைக் கண்டு அதிர்ந்துபோன நிக் உட் எனும் இருபது வயது வியட்நாமிய அமெரிக்கப் புகைப்பட நிபுணர் அந்த காட்சியைப் படம்பிடித்தார். *நியூ யார்க் டைம்ஸ்* நாளிதழ் அந்தப் படத்தை முதற்பக்கத்தில் பிரசுரித்து, நேபாம் குண்டுவீச்சுக் கொடுமையை உலகின் கவனத்துக்குக் கொணர்ந்தது.

படம் பிடித்த கையோடு, அந்த இளம் புகைப்படக்காரர் கிம் பூக் உள்ளிட்ட குழந்தைகளை சைகான் நகரிலுள்ள ஒரு மருத்துவமனைக்கு இட்டுச்சென்றார். கடுமையான தீக்காயங்களுக்கு உள்ளாகியிருந்த கிம் பூக் பிழைப்பதற்கு வாய்ப்பேயில்லை என்று மருத்துவர்கள் தெரிவித்தனர். பதினான்கு மாதங்கள் அந்த மருத்துவமனையில் தங்கியிருந்த கிம் பூக், பதினேழு அறுவை சிகிச்சைகள் செய்துகொண்ட பிறகு,

தோல்மாற்றுச் சிகிச்சையும் பெற்ற பின்னர் ஆறா ரணங்களோடு, ஆற்றுப்படுத்தப்பட முடியாத வேதனைகளோடு வீடு திரும்பினார்.

வீடு திரும்பிய மகளிடம் வியட்நாம் பத்திரிகை ஒன்றிலும் வெளிவந்திருந்த அந்தப் படத்தை அவளது அப்பா காட்டினார். "எனக்கு மிகவும் கேவலமாக இருந்தது. அந்த தருணத்தில் அந்தப் படத்தை எடுத்திருக்கக் கூடாது என்று தோன்றியது. நான் நிர்வாணமாக அழுதுகொண்டிருந்த படம் மோசமானதாக இருந்தது" என்று பின்னொருநாளில் கருத்துத் தெரிவித்தார் கிம் பூக்.

நிக் எடுத்த அந்தப் படம் மனித மனசாட்சியை உலுக்கியது. ஆடைகளைத் துறந்து, அழுகையும் அவலமுமாக கிம் பூக்கும் மற்ற குழந்தைகளும் ஓடும் காட்சியைப் பார்த்தவர்கள், தங்கள் தோலே தீப்பற்றி எரிவதைப் போன்று உணர்ந்தார்கள். வேக வேகமாக இயங்கிய ஐ.நா. மன்றம், மனிதர்களை எரித்தழிக்கும் ஆயுதங்களை உடனடியாகத் தடைசெய்தது.

ஆனால் கிம் பூக்கின் துன்பங்கள் மட்டும் தொடர்ந்து கொண்டிருந்தன. பத்தாண்டுகளுக்குப் பிறகு 1982ஆம் ஆண்டு மேற்கு ஜெர்மனி நாட்டிலிருந்த சிறப்பு மருத்துவமனை ஒன்றில் கூடுதல் சிகிச்சை பெற்றார் கிம் பூக். நீண்ட நெடிய சிகிச்சைக்குப் பிறகுதான் அவரால் சாதாரணமாக எழுந்து நடமாட முடிந்தது.

இத்தனை துன்பங்களை, துயரங்களை, தொடர் வேதனைகளை அனுபவித்த அந்தப் பதின்வயதுப் பெண் குழந்தை எவ்வளவு கோபத்துக்கும் வெறுப்புக்கும் வன்மத்துக்கும் வன்முறை உணர்வுகளுக்கும் ஆளாகியிருக்க வேண்டும்? ஆனால் கிம் பூக் அப்படி உணரவில்லை. அதுதான் மீளிணக்கத் திறன்.

"நாமெல்லாம் அன்போடும், நம்பிக்கையோடும், மன்னிக்கும் திறனோடும் வாழப் பயின்றால், இந்த உலகம் எத்தனை அழகானதாயிருக்கும்?" என்று கேட்டார் கிம் பூக் ஒரு பத்திரிக்கைப் பேட்டியில். "இந்தப் புகைப்படத்திலிருக்கும் இந்தச் சிறுமி அதைச் செய்யமுடிந்தால், அனைவராலும் அதனைச் செய்ய முடியும். சிறந்த நண்பர்களாக, சிறந்த மனிதர்களாக இருக்கும் வாய்ப்பு ஒவ்வொரு நாளும் நமக்கு அமைகிறது. நம்மால் ஒரு மாற்றத்தைக் கொண்டுவர முடியும்" என்றார் கிம் பூக்.

தற்போது தனது குடும்பத்துடன் கனடா நாட்டில் வாழ்ந்துகொண்டிருக்கும் கிம் பூக் அண்மையில் ஒரு புத்தகம் எழுதியிருக்கிறார். 'தீப்பாதை: போர்க்கொடுமைகளின் ஊடாக நம்பிக்கை, மன்னிப்பு, சமாதானம் நோக்கிச் செல்லும் நேபாம் சிறுமியின் பயணம்' எனும் அந்தப் புத்தகம் 2017ஆம் ஆண்டு வெளியிடப்பட்டது.

ஆம், மீளிணக்கம் என்பது ஒரு பயணம். தகராறு கட்சிகளின் உறவை மீட்டெடுக்கும், மறுசீரமைக்கும், மறுமலர்ச்சி கொள்ளச்செய்யும் ஓர் இலட்சியப் பயணம். மருத்துவச் சிகிச்சையில் நடப்பது போலவே, துன்புறுத்தும் நோயை முடிவுக்குக் கொணர்ந்து, அதை நிரந்தரமாகக் குணமாக்கும் ஒரு கடினமான பயணம்.

நேரடி மீளிணக்கம் எதிர்த்தரப்பையும் சேர்த்துக்கொண்டு நெஞ்சிணைவது. மறைமுக மீளிணக்கம் என்பது எதிர்த் தரப்பை இணைத்துக்கொள்ளாத நிலையிலும், கிம் பூக் செய்வதுபோல, தன் நெஞ்சோடு இணங்கித் தனக்குள்ளேயே சமாதானம் ஏற்படுத்திக்கொள்வது.

மீளிணக்கம் எனில் அது சரணடைவதோ அல்லது சமரசம் செய்துகொள்வதோ அல்ல. மாறாக, தகராறுக்குப் பின்பான உறவு நிலையில் சனநாயகம், சகவாழ்வு, சமூக நீதி போன்ற விழுமியங்களோடு வாழ்வதெனத் தீர்மானித்துக் கொள்ளும் ஒரு சமூக ஒப்பந்தம் அது.

சேர்ந்து வாழ வேண்டியிருப்பவர்களோடுதான் மீளிணக்கம் செய்துகொள்கிறோம். கவனமாய்க் கேட்கும் திறனும், கருத்தாழமிக்க அறிதலும், உறவுகளை மீட்பதில் உண்மையான ஈடுபாடும், உளப்பூர்வமான உறுதிப்பாடும் உடையவர்கள் மத்தியில்தான் மீளிணக்கம் செம்மையாக நடக்கிறது. அதற்குத் தார்மீகத் திடமும் வெளிப்படைத்தன்மையும் தெளிவான பார்வையும் ஏராளமான பொறுமையும் தேவைப்படுகின்றன.

மீளிணக்கத்தின் மூலம் ஒரு புதிய அரசியல் சமூகத்தைக் கட்டமைக்கவும், ஒரு புதிய சமாதான மொழியைப் பேசவும், கருணைமிக்க சிந்தனைகளை வளர்த்தெடுக்கவும், மறக்கும் தன்மை, மன்னிக்கும் இயல்பு போன்றவற்றை வளர்த்தெடுக்கவும், ஒரு புதிய தொடக்கத்தை உருவாக்கவும் தகராறுக் கட்சிகள் கடிதில் முயற்சிக்கின்றன.

டாக்டர் மார்ட்டின் லூதர் கிங் ஜூனியர் சொல்வது போல, பழைமைக்கும் புதுமைக்கும் இடையே, நீதிக்கும் அநீதிக்கும் இடையே தகராறுகள் தோன்றுகின்றன. இவை முரண்பாடுகளை வாழ்வின் இன்றியமையா அங்கங்களாக மாற்றுகின்றன. ஒரு தகராறை ஆபத்தாக இருக்கும் நிலையிலிருந்து வாய்ப்பாக மாறும் திசை நோக்கிச் செலுத்துவது மாந்தநேயம்தான். அதுதான் மீளிணக்கம்.

32

மீளிணக்கத் திறன் – 3

மீளிணக்கம் தனிமனித வாழ்வில் மட்டுமல்ல, மனிதக் குமுகங்களிலும் நடக்க வேண்டும். மனிதகுல வரலாற்றில் நடந்தேறியிருக்கும் மாபெரும் கொடுமைகளையெல்லாம் 'மறப்போம், மன்னிப்போம்' எனும் மீளிணக்க நடவடிக்கை களால்தான் கடந்து வந்திருக்கிறோம்.

கடந்த சில நூற்றாண்டுகளில் நமது உலகில் நடந்தேறியிருக்கும் அநியாயங்கள், அக்கிரமங்கள், அவலங்கள் கொஞ்ச நஞ்சமல்ல. எடுத்துக் காட்டாக, 'இந்தியாவைத் தேடிச்செல்கிறேன் பேர்வழி' என்று புறப்பட்ட கிறிஸ்டோபர் கொலம்பஸ் அமெரிக்காவைக் 'கண்டுபிடித்தார்' என்று கதைத்தார்கள். தலைமுறை தலைமுறை யாக அங்கே வாழ்ந்துகொண்டிருந்த செவ்விந்தியர் களை கொலம்பஸ் மனிதர்களாக மதிக்கவு மில்லை, நடத்தவுமில்லை. அதன் பின்னர் நடந்த வெள்ளையினக் குடியேற்றத்தால், செவ்விந்தியர்கள் அருகிப் போயினர்.

அதன் பின்னர் 1600களில் ஆப்பிரிக்க ஆண் களும் பெண்களும் குழந்தைகளும் மடக்கிப் பிடிக்கப்பட்டு, அமெரிக்காவுக்குக் கடத்திக் கொண்டு வரப்பட்டு, அடிமைகளாக விற்கப்பட்டார்கள். கணவனை ஒருவருக்கும், மனைவியை வேறொரு வருக்கும், குழந்தைகளை மற்றொருவருக்கும் ஆடுமாடுகள் போல விலைபேசி விற்றனர். அப்போது அடிமை வியாபாரம் சட்டரீதியான வணிகமாக இருந்தது.

இதே போன்ற மனோபாவத்துடன்தான் மேற்குலக காலனியாதிக்கச் சக்திகள் ஆசிய, ஆப்பிரிக்க, தென் அமெரிக்க நாடுகளைச் சூறையாடின. இனவெறியோடு கூடிய அந்த வேற்றுமைப்படுத்தும், சுரண்டிக்கொழுக்கும் சித்தாந்தமும் செயல்பாடுகளும் என்னென்ன செய்தன என்று இந்தியர்களாகிய நாம் நன்கறிவோம்.

வெறும் முப்பது ஆண்டுகளுக்கு முன்னால், 1948 முதல் 1991 வரை தென்னாப்பிரிக்கா நாட்டில் 'அபார்தைட்' *(Apartheid)* என்கிற ஓர் ஆட்சியமைப்பு சட்டபூர்வமானதாக இருந்தது. அபார்தைட் என்றால் 'தனித்தனி' என்று அர்த்தம். அந்த நாட்டின் பெரும்பான்மை (74.1%) கருப்பின மக்களை எண்ணிக்கையில் மிகக் குறைவான (14.8%) வெள்ளையர்கள் அடக்கியாண்ட – வாழ்வின் அனைத்து வளங்களையும் நலன்களையும் தங்களுக்கென அபகரித்து வைத்துக்கொண்ட ஒரு கொடூரமான, அநியாயமான ஆட்சி அமைப்புதான் அபார்தைட்.

சாதி, மதம், இனம், நிறம், பால், தலைமுறை, வகுப்பு, மொழி, தேசியம் போன்றவற்றின் அடிப்படையில் 'தாழ்ச்சி உயர்ச்சி சொல்லல் பாவம்' (பாரதியார்) என்றுணர்ந்த நெல்சன் மண்டேலா போன்ற தலைவர்கள் பிளவுபட்டுக் கிடந்த தங்களின் நாட்டுக்கு மீளிணக்கம்தான் உடனடித் தேவை என்றுணர்ந்தனர்.

கடந்த 1995ஆம் ஆண்டு டெஸ்மன்ட் டூட்டூ அவர்களின் தலைமையில் 'உண்மை மற்றும் மீளிணக்கக் குழு' ஒன்றை நிறுவி, முறையான விசாரணைகளை மேற்கொண்டார்கள். பெரும் அவலத்துக்குள்ளாகி இருந்த அந்நாட்டு மக்களின் அச்சங்களை, ஆதங்கங்களை, மனக்குறைகளை மறுப்பதோ, மறைப்பதோ, மறப்பதோ நல்லதல்ல; மனம்விட்டுப் பேசி, மன்னித்து, அவற்றைக் கடந்துசெல்வதுதான் உகந்த வழி என்று தெளிந்துகொண்டார்கள்.

'அபார்தைட்' ஏற்பாட்டால் பாதிக்கப்பட்டவர்கள் தங்கள் மனக்குறைகளை எடுத்துரைக்கவும், குற்றமிழைத்தவர்கள் தங்கள் குற்றங்களை ஏற்றுக்கொண்டு, அவை அன்றைய அரசியல் அமைப்பால் உந்தப்பட்டவை என்று நிரூபிக்கவும் இந்த விசாரணைக் குழு மிகவும் உதவியது. ஏழாயிரத்துக்கும் மேற்பட்டவர்கள் பொதுமன்னிப்புக் கோரி விண்ணப்பித்தார்கள்.

அந்த காலக்கட்டத்தில் ஊடகங்கள் மீளிணக்கக் குழு நிகழ்வுகளை மக்களுக்கு எடுத்துச்சொல்லியவாறே இருந்தன. அரசு அதிகாரிகள் கொடுத்த வாக்குமூலங்கள் திட்டமிட்டு நடத்தப்பட்டப் படுகொலைகளை, ஆள்கடத்தல்களை,

பாலியல் வன்கொடுமைகளையெல்லாம் பட்டியலிட்டன. அடையாளம் காணப்படாமல் இருப்பதற்காகக் கொலை செய்யப்பட்டவர்களின் உடல் பாகங்கள் சிதைக்கப்பட்ட வழிமுறைகளைச் சிலர் சொன்னார்கள். கருப்பினக் கைதிகளின் கழுத்துக்களில் பெட்ரோல் நிரப்பிய டயர் குழாய்களைப் போட்டுக் கொளுத்தியதைச் சிலர் விவரித்தார்கள். அரசியல் கைதிகளிடமிருந்து 'உண்மைகளை வரவழைக்க' நடத்தப்பட்ட சித்திரவதைகளைச் சிலர் விளக்கிச் சொன்னார்கள்.

தங்கள் குற்றங்களை விசாரணைக் குழுவின் முன்னால் விவரிக்கும்போது, பலரும் நிலை குலைந்து, குமுறி அழுதார்கள். நாள்தோறும் இம்மாதிரி அதிர்ச்சியளிக்கும் வாக்குமூலங்கள் வெளிவந்து நாடே விக்கித்து நின்றது. பொதுவெளியில் தானிழைத்த குற்றங்களை ஏற்று, மன்னிப்புக் கோரியவர்கள் தங்கள் பாதுகாப்புக் குறித்துக் கவலைகொண்டனர். கொடூரமாகக் கொல்லப்பட்ட, தடயங்கள் ஏதுமின்றிக் காணாமலாக்கப் பட்ட உற்றார் உறவினர்கள் குறித்து உண்மைகளைத் தெரிந்து கொண்டவர்கள் மீண்டும் கிளறப்பட்ட தங்கள் மனப்புண்களை எதிர்கொள்ள முடியாமல் தவித்தார்கள்.

இந்த 'உண்மை மற்றும் மீளிணக்கக் குழு' நடவடிக்கை நடந்து முடிந்த விடயங்கள் மீதே கவனம் செலுத்துகிறது. கடந்த காலத்தில் நடந்தேறிய விடயங்களிலிருந்த முறைகேடுகள், தவறுகள், குற்றங்கள் பற்றிக் கருத்தூன்றி ஆய்வுசெய்கிறது. பாதிக்கப்பட்டவர்களை நேரடியாக அணுகி, அவர்களின் அனுபவங்கள், வலிகள் குறித்த தகவல்களைச் சேகரிக்கிறது. மேற்படி நடவடிக்கைகளின் அடிப்படையில் ஒரு விரிவான அறிக்கையைத் தயாரிக்கிறது. தொடர்புடைய அரசு அங்கீகரிக்கும், ஊக்குவிக்கும் செயல்பாடாக இது அமைவது மிகவும் முக்கியமானது. சமூகத்தில் நிலவும் வெறுப்பு, கோபம், பழிவாங்கல், அச்சம் போன்ற கடின உணர்வுகளைப் புறந்தள்ளி, பொறுப்பேற்பு, மன்னிப்பு, மீளிணக்கம் போன்றவை நோக்கிச் செலுத்தும் நடவடிக்கைதான் இது.

இந்த வெற்றிகரமான தென்னாப்பிரிக்க முயற்சியைத் தொடர்ந்து, உலகெங்குமுள்ள ஏறத்தாழ ஐம்பது இணக்கமற்றச் சமூகங்களில் பெரும் துன்பங்களோடு வாழ்ந்துகொண்டிருந்த மக்கள் 'உண்மை மற்றும் மீளிணக்கக் குழு' முயற்சிகளை மேற்கொண்டார்கள். தங்களின் கசப்பான பழைய வரலாற்றைப் பின்னுக்குத் தள்ளிவிட்டு அவர்கள் நம்பிக்கை, எதிர்பார்ப்பு, சகவாழ்வு நோக்கி முன்னேறிச் செல்வதற்கு அவை பெரிதும் உதவின.

உண்மை மற்றும் மீளிணக்கக் குழுக்கள் போலவே, பல நாடுகளின் தலைவர்கள் தங்கள் நாடுகளில் நிகழ்த்தப்பட்ட வரலாற்று அவலங்களுக்குப் பொதுமன்னிப்புக் கோரினர். இரண்டாம் உலகப் போரின்போது முகாம்களில் அடைத்து வைக்கப்பட்டுத் துன்புறுத்தப்பட்ட ஜப்பானிய அமெரிக்கர் களிடம் அமெரிக்க அதிபர் ரொனால்ட் ரீகன் கடந்த 1988ஆம் ஆண்டு மன்னிப்புக் கேட்டார். பசிபிக் பெருங்கடலிலுள்ள ஹவாய் தீவுகளை 1893ஆம் ஆண்டு அமெரிக்கர்கள் சட்டவிரோத மாகக் கைப்பற்றியதற்கு அதிபர் பில் கிளிண்டன் 1993ஆம் ஆண்டு மன்னிப்புக் கோரினார். அதேபோல, அமெரிக்கக் கருப்பின மக்கள் பலரின் மீது அவர்களுக்கே தெரியாமல் நடத்தப்பட்ட சிஃபிலிஸ் மருத்துவப் பரிசோதனைகளுக்கு 1997ஆம் ஆண்டு கிளிண்டன் மன்னிப்புக் கேட்டார்.

செவ்விந்தியர்கள்மீது அமெரிக்கர்கள் நடத்திய வன்கொடுமைகளுக்கு, வேற்றுப்படுத்தல்களுக்கு, அழித்தொழித்த லுக்கு அதிபர் பாரக் ஒபாமா 2010ஆம் ஆண்டு மன்னிப்புக் கோரினார். அதே போல, ஆஸ்திரேலியா நாட்டுப் பிரதமர் கெவின் ரட் அந்நாட்டுப் பூர்வகுடியினர்மீது இழைக்கப்பட்ட துன்பங்களுக்கும் துயரங்களுக்கும் இழப்புக்களுக்கும் மன்னிப்புக் கேட்டார். கனடா நாட்டுப் பிரதமர் ஸ்டீபன் ஹார்ப்பர் அந்நாட்டுப் பூர்வகுடிச் செவ்விந்தியர்களின் குழந்தை களைக் கட்டாயப்படுத்தி உண்டுறைப் பள்ளிகளில் சேர்த்துக் கொடுமைப்படுத்தியதற்கு பொதுமன்னிப்புக் கோரினார்.

ஆனால் மேற்படி மன்னிப்புக் கோரல்கள் அனைத்துமே வெறும் காகித நடவடிக்கைகளாகவே அமைந்தன. ஏட்டுச் சுரைக்காய் கறிக்கு உதவாதே? அவை உண்மையானவையாக, அர்த்தமுள்ளவையாக இருக்கவில்லை. பாதிப்புக்குள்ளானவர் களுக்கு, அவர்கள் பட்ட துன்பங்களுக்கு எந்தவிதமான இழப்பீடுகளும் வழங்கப்படவில்லை; பிராயச்சித்தங்கள் செய்யப்படவில்லை. குற்றமிழைத்தவர்கள் தயாரித்திருந்த போலி ஆவணங்கள், எழுதிவைத்துக்கொண்ட பொய் வரலாறுகள் போன்றவை மறுதலிக்கப்படவில்லை; நிகழ்ந்த உண்மைகள் உரக்கச் சொல்லப்படவில்லை. குற்றமிழைத்தவர்களும் பாதிக்கப்பட்டவர்களும் ஒருங்கிணைந்து மேற்படி குற்றங்களி லிருந்து விடுபடுவதற்கான வழிகள் தேடப்படவில்லை.

"குடியை விடுவது எளிது, நான் பலமுறை விட்டிருக்கிறேன்" என்று ஒருவர் சொன்னால் அது அவருடைய தோல்வியைத்தான் கோடிட்டுக் காட்டுகிறது. ஆனால் 'மீளிணக்கம் செய்வது எளிது, நான் பலமுறை செய்திருக்கிறேன்' என்று ஒருவர்

சொன்னால், அது அவருடைய வெற்றிகரமான வாழ்க்கையை விவரிக்கிறது. மீளிணங்குவோம், மேன்மையடைவோம்.

நீண்டகாலமாக நீங்கள் முரண்பட்டு, பேசாமலிருக்கும் ஓர் உறவினரை, நண்பரைக் கண்டறிந்து, அவரிடம் பேசுங்கள் அல்லது அவருக்கு ஒரு கடிதமெழுதுங்கள்; அந்த உறவைப் புதுப்பியுங்கள்.

உங்களுக்கு யாரோடாவது ஒரு வாக்குவாதமோ தகராறோ ஏற்பட்டிருந்தால், அதைப்பற்றிக் கவனமாகப் பரிசீலித்து, அவரோடு மீளிணக்கம் செய்துகொள்ளுங்கள்.

நீங்கள் எப்படி மீளிணக்கம் செய்துகொண்டீர்கள் என்கிற அனுபவத்தைக் குடும்பத்தாரிடம், நண்பர்களிடம் பகிர்ந்து கொள்ளுங்கள்.

33

மீட்பு நீதித் திறன் – 1

இரண்டு நிகழ்வுகளோடு துவங்குவோம்.

நிகழ்வு 1: கடந்த 2015ஆம் ஆண்டு உத்தரப்பிரதேசம் மாநிலம் ஆக்ரா பகுதியில் வாழ்ந்திருந்த நரேந்திர சிங் (40), நஜ்மா (30) எனும் தம்பதியினர் ஓர் ஐந்து வயது சிறுவன் கொலை செய்யப்பட்ட வழக்கில் கைதுசெய்யப்பட்டு, ஐந்தாண்டுகள் சிறைத்தண்டனை விதிக்கப்பட்டனர். இவர்கள் இருவரும் சிறைக்குச் சென்றதும், இவர்களின் ஐந்து வயது மகனும் மூன்று வயது மகளும் ஏதோவொரு கருணை இல்லத்துக்கு அனுப்பிவைக்கப்பட்டனர்.

மேற்படி வழக்கை விசாரித்த விசாரணை அதிகாரி முறையாக விசாரிக்காமல், உண்மையான குற்றவாளி யாரென்று கண்டுபிடிக்காமலே வழக்கை அவசரகோலத்தில் முடித்த அவலம் அண்மையில் தெரியவந்தது. நிரபராதியான ஓர் ஆசிரியரும் அவரது அப்பாவி மனைவியும் தவறுதலாக தண்டிக்கப்பட்டது கண்டறியப்பட்டது.

இந்நிலையில், ஐந்தாண்டுகள் சிறைத் தண்டனையை முடித்துவிட்டு வெளியே வந்திருக்கும் இத்தம்பதியர் தங்களின் ஆசைக் குழந்தைகளை ஆவலுடன் தேடினர். ஆனால் அந்தக் குழந்தைகள் எங்கே இருக்கின்றனர் என்கிற தகவல் யாருக்கும் தெரியவில்லை. கண்ணீரும் கம்பலையுமாக அந்தப் பெற்றோர் கதறுகிறார்கள்: "எங்கள் குழந்தைகள் என்ன தவறு செய்தார்கள்? ஐந்தாண்டு காலம் அவர்கள் அனாதைகளாக வாழ்ந்தார்கள். இப்போது காணாமலேயே போய்விட்டனரே? இது என்ன நீதி?"

நிகழ்வு 2: இந்தியா விடுதலை அடையவிருந்த தருணத்தில், 1946ஆம் ஆண்டின் இறுதிப்பகுதியில் வங்காளம் மதவெறியில் எரிந்துகொண்டிருந்தது. மகாத்மா காந்தி மதக் கலவரத்தை அடக்குவதற்காக பேலாகட் எனுமூரில் ஓர் இசுலாமியர் வீட்டில் காலவரையற்ற உண்ணாவிரதத்தை மேற்கொண்டார்.

அப்போது பலரும் தாங்கள் இழைத்த கொடுமைகளை காந்தியிடம் சொல்லி, தமக்கு பாவப் பிராயச்சித்தம் கேட்டு, அவர் தனது உண்ணாவிரதத்தைக் கைவிட வேண்டுமென்று கோரிக்கை வைத்தனர். அப்போது ஓர் இந்து ஆண், காந்தியடிகளை அணுகி, தனது மகனை இசுலாமியர்கள் கொன்றதால், தான் ஓர் இசுலாமியச் சிறுவனின் தலையைச் சுவரில் மோதிக் கொன்றுவிட்டதாகச் சொல்லி அழுதார். தான் நரகத்துக்குப் போகப்போவதாகவும், ஆனால் காந்தியடிகளின் இரத்தக்கறை யோடு போக விரும்பவில்லை என்றும் அரற்றினார்.

படுக்கையில் குற்றுயிரும் குலையுயிருமாகக் கிடந்த காந்தி மகான், அந்த நபர் நரகத்திலிருந்து விடுபடுவதற்குத் தனக்கு ஒரு வழி தெரியுமென்று பலவீனமான குரலில் சொன்னார். கூர்மையாகக் கேட்டு கொண்டிருந்த அந்த நபரிடம் காந்தி சொன்னார்: "கொல்லப்பட்ட சிறுவனின் உயரத்தையொத்த, மதக்கலவரத்தில் தன் அம்மாவையும் அப்பாவையும் இழந்து விட்ட ஒரு சிறுவனைத் தத்தெடுத்து வளருங்கள். அவன் ஓர் இசுலாமியச் சிறுவனாக இருக்கட்டும்; அவனை ஓர் இசுலாமியராகவே வளர்த்தெடுங்கள்."

முதல் நிகழ்வு தண்டனை நீதியின் (Retributive Justice) குறை களையும், இரண்டாவது நிகழ்வு மீட்புநீதியின் (Restorative Justice) நிறைகளையும் விவரிக்கின்றன. இவ்விரண்டையும் இன்னும் தெளிவாகப் புரிந்துகொள்ள கீழ்க்காணும் ஒப்பீடு நமக்கு உதவும்:

தண்டனை நீதி	மீட்புநீதி
குற்றம் என்பது அரசு இயற்றியிருக்கும் சட்டங்களையும் அரசையும் மீறும் செயல்.	குற்றம் என்பது மனிதர்களையும், அவர்களோடான உறவுகளையும் மீறும் செயல்.
குற்றவாளி அரசுக்குப் பதில் சொல்ல வேண்டும்; குற்றத்திற்குரிய தண்டனையை அனுபவித்தாக வேண்டும்.	குற்றவாளி பாதிக்கப்பட்டவருக்குப் பதில் சொல்ல வேண்டும்; பின்னவரின் தேவைகளில் கருத்தூன்றித் தான் ஏற்படுத்திய பழுதுகளைச் சரிசெய்ய பொறுப்பேற்கவேண்டும்.

நீதி என்பது குற்றமிழைத்தவரின் மீது அரசு தண்டனை விதிப்பது.	நீதி என்பது பாதிக்கப்பட்டவரின் தேவைகளை நிறைவேற்றுவது; குற்றமிழைத்தவர் தன்னுடைய நடவடிக்கையின் பின்விளைவுகளை உணர்ந்து, அவற்றுக்குப் பரிகாரம் தேடிக்கொள்வது.
நேரடி வன்முறையைக் குறைப்பது.	நேரடி வன்முறையைக் குறைத்து, உறவுகளை மேம்படுத்துவது.
குற்றமிழைத்தவர் மற்றும் பாதிக்கப்பட்டவர் இருவருமே தெளிவாகக் கண்டுணரப்படும்போது, உரிய தண்டனை வழங்க இது மிகவும் உதவுகிறது.	குற்றமிழைத்தவர் கண்டுபிடிக்கப்பட முடியாமல் இருக்கும்போதும், குற்றமிழைத்தவர்– பாதிக்கப்பட்டவர் இடையேயான எல்லைக்கோடு தெளிவாக இல்லாமலிருக்கும்போதும் இது உதவுகிறது.
எந்தெந்தச் சட்டங்கள் மீறப்பட்டுள்ளன, யார் மீறினார்கள், மீறியவர்களுக்கு என்ன தண்டனை வழங்கலாம் என இப்படித்தான் சிந்திக்கிறது.	யார் பாதிக்கப்பட்டிருக்கிறார்கள்? அவர்களின் தேவைகள் என்னென்ன எனும் கோணத்தில் சிந்திக்கிறது.
குற்றமிழைத்தவரைக் களங்கப்படுத்தும் வகையில் அவமான உணர்வு எதிர்மறையாகப் பயன்படுத்தப்படுகிறது.	குற்றமிழைத்தவரையும் பாதிக்கப்பட்டவரையும் ஒருங்கிணைக்கும் விதத்தில் அவமான உணர்வு நேர்மறையாகப் பயன்படுத்தப்படுகிறது.

'குற்றம் பார்க்கின் சுற்றம் இல்லை' என்பது நமது தமிழினம் வழங்கும் முதுமொழி. சிறு சிறு பிரச்சினைகளுக்காக உறவுகளை வெட்டிக்கொண்டே சென்றால், எப்படி நாம் தனிமைப்பட்டுப் போவோமோ, அதேபோல குற்றங்கள், குற்றமிழைத்தவர்கள், தண்டனைகள் என்று மட்டுமே சிந்தித்து நாம் கடினமுறைகளைக் கைக்கொண்டால், நம்மிடையே தண்டனைக்கு உள்ளாகாதவர்கள் யாருமே இருக்க மாட்டார்கள். 'கண்ணுக்குக் கண், பல்லுக்குப் பல்' என்றியங்கும் சமூகத்தில் யாருக்குமே கண்ணும் இருக்காது, பல்லும் இருக்காது.

எனவே தண்டிக்கும் நீதியைச் சற்றே தள்ளிவைத்துவிட்டு, மீட்புநீதி குறித்துச் சிந்திப்போம். குற்றமிழைத்தவரைத்

தண்டித்துவிட்டு, பாதிக்கப்பட்டவரைப் பரிதவிக்க விடுவதா? அல்லது குற்றமிழைத்தவரைச் சீர்திருத்தி, பாதிக்கப்பட்ட வருக்குப் பிராயச்சித்தம் செய்யவைப்பதா? இதுதான் நம் முன்னிருக்கும் கேள்வி.

> தன்குற்றம் நீக்கிப் பிறர் குற்றம் காண்கிற்பின்
> என்குற்றம் ஆகும் இறைக்கு

என்கிறது வள்ளுவம். தன் குற்றத்தையும் வராமல் நீக்கி, பிறர் குற்றங்களையும் கண்டறிந்து நீக்குவானானால், அரசனுக்கு என்ன குற்றம் உண்டாகும் என்று கேட்கிறார் வள்ளுவர். அரசனுக்கு மட்டுமல்ல, இந்தப் பேருண்மை நம் அத்தனை பேருக்குமே பொருந்தும்.

மீட்புநீதியானது குற்றமிழைத்தவரும் பாதிக்கப்பட்ட வரும் எனும் இருதரப்பும் நீதிகோரும் ஒரு மாற்று நீதிமன்றம் அல்ல. இது ஒரு புதிய திட்டமோ அல்லது நடவடிக்கையோ அல்ல.

தண்டனை நீதி குற்றமிழைத்தவரைத் தண்டிப்பதில் மட்டும்தான் கவனம் செலுத்துகிறதே தவிர, பாதிக்கப்பட்டவரைக் கண்டுகொள்வதே இல்லை. ஆனால் மீட்புநீதி பாதிக்கப்பட்ட வருக்கு நேரும் துன்பங்களைக் கண்டுணர்ந்து, அவற்றைக் களைந்து, அவருக்கான தேவைகளை நிறைவேற்றுகிறது.

அதேபோல, குற்றமிழைத்தவரைப் பிடித்து வெறுமனே தண்டித்துவிட்டு, அவரை அப்படியே விட்டுவிடுவதற்குப் பதிலாக, அவரிழைத்த துன்பங்களை அவரே உணரச்செய்து, தானாகவே அவற்றுக்குப் பரிகாரம் தேடிக்கொள்ளவும் செய்கிறது மீட்புநீதி.

வன்முறை நிகழும்போது, பாதிக்கப்பட்டவருக்கு ஏற்பட்டிருக்கும் அநீதியைக் கண்டுணர்தல், அவருக்கு உரிய பாதுகாப்பு அளித்தல், மன்னிப்புக் கோரல், இழப்பீடு வழங்கல், மனோதத்துவ உதவிகள் செய்தல், வன்முறை நிகழ்ந்த சூழலைக் கண்டுணர்ந்து மீண்டும் வன்முறை எழாதிருக்க ஆவன செய்தல், தொடர்புடைய அனைவருக்கும் நீதி கிடைக்கச் செய்தல் என்று நீள்கிறது மீட்புநீதி.

மீளிணக்கம் போலவே மீட்புநீதியும் நம் சமூகத்தில் தொன்றுதொட்டே இருந்து வருகிறது. ஆனால் அதை நாம் இனம்கண்டு பிரித்துப் பார்க்கவில்லை, பெயர் வைக்கவில்லை, அவ்வளவுதான்!

மீளிணக்கமும் மீட்புநீதியும் ஒட்டிப் பிறந்த இரட்டைக் குழந்தைகள். இந்த இரு குழந்தைகளும் ஒரே தலை உடையவர்களாய் இருப்பதால் ஒருவரில்லாமல், இன்னொருவர் உயிர்வாழ முடியாது.

மீளிணக்கம் தண்டனை நீதியைவிட மீட்புநீதியையே அடிப்படையாகக் கொண்டிருக்க முடியும். ஏனென்றால் பின்னதுதான் பாதிக்கப்பட்டவரின் இழப்புக்களை, தேவைகளைக் கணக்கில் எடுத்துக்கொள்கிறது. குற்றமிழைத்தவரை நடந்த குற்றத்துக்குப் பொறுப்பாளி ஆக்குகிறது. குற்றமிழைத்தவர், பாதிக்கப்பட்டவர், பொதுச்சமூகம் எனும் இவர்களுக்குள் ஒரு கருத்துப் பரிமாற்றத்தை, ஆற்றுப் படுத்துதலை, சமூக நீதியைச் சாத்தியமாக்குகிறது மீட்புநீதி.

மீட்புநீதி என்பது குற்றம், குற்றவாளி, தண்டனை, நீதி போன்றவை பற்றிய ஒரு புதிய பார்வையாக அமைகிறது. கவிமணி தேசிகவிநாயகம் ஐயா வார்த்தைகளில் சொல்வதென்றால்:

ஏகாந்தம் யாவருக்கும் இசைய மாட்டா(து)
எந்நாளும் கூடியே வாழ வேண்டும்
சாகாத வரம்பெற்றோர் எவரும் இல்லை
தளர்ந்தவரைத் தாங்குவதே தரும மாகும்

குற்றமிழைத்தவரைத் தண்டித்து, தனிமைப்படுத்தாமல், தளர்ந்தவரைத் தாங்கிப்பிடித்து, குறுகிய காலமே நாம் வாழும் இப்பூவுலகில் அனைவரும் கூடி ஒன்றாய் வாழச் செய்வதுதான் மீட்புநீதி.

முந்தி இருப்பச் செயல்

34

மீட்பு நீதித் திறன் – 2

மீளிணக்கமும் மீட்புநீதியும் பெரும் குற்றமிழைத்தவர்களுக்கும் பெரிதும் பாதிக்கப் பட்டவர்களுக்கும் இடையே மட்டுமே நடப்பவையாகக் கொள்கிறோம். ஆனால் நமது அன்றாட வாழ்வில் இவற்றை நாம் அளவின்றிக் கையாள்வதையும், இவை நம்முடைய அடிப்படை கலாச்சாரக் கூறுகள் எனவும் நாம் உணர்ந்தாக வேண்டும்.

கணவன்–மனைவி உறவைக் குற்றமிழைத்தவர் – பாதிக்கப்பட்டவர் என்று பார்க்க முடியாதென் றாலும், அன்றாடம் நடக்கும் உறவுப் பரிவர்த்தனை களில் மீளிணக்கமும் மீட்புநீதியும் முக்கியமானவை. 'சந்திரோதயம்' திரைப்படத்தில் கவிஞர் வாலி எழுதிய பாடல் ஒன்று மனைவியை விட்டுப் பிரிய முனையும் கணவனுக்கும், அவரது நண்பனுக்குமான உரையாடலாக அமைகிறது:

காசிக்கு காசிக்கு காசிக்குப் போறேன் ஆள விடு,
என்னை இனிமேலாவது வாழ விடு!

ஆதரவான வார்த்தையைப் பேசி,
அருமை மிகுந்த மனைவியை நேசி.
அன்பெனும் பாடத்தை அவளிடம் வாசி,
அவளை விடவா உயர்ந்தது காசி?

சரியோ, இனி அவளுடன் இருப்பது சரியோ?
அவள் துணையினைப் பிரிவது முறையோ?
பகைதான் வளரும்!
பகையே அன்பாய் மலரும்!

சுப. உதயகுமாரன்

பிரிந்தவர் இணைந்திடப் படுமோ?
மணந்தவர் பிரிந்திடத் தகுமோ?
இல்லறம் நல்லறமே!

ஒரு வீட்டில் கணவனும் மனைவியும் எப்போதும் சிரித்துக் கொண்டே இருந்தார்களாம். 'சிரித்து வாழ வேண்டும், பிறர் சிரிக்க வாழ்ந்திடாதே' என்று வாழ்கிறார்களோ என்றெண்ணிய அந்தத் தெருக்காரர்கள், அந்தத் தம்பதியினரின் சிரிப்பு வாழ்க்கையின் சிறப்புப் பற்றி அவர்களிடம் விசாரித்தார்கள். அவர்கள் சொன்னார்கள்: "எங்களுக்குள் அடிக்கடி சண்டைகள் வந்து கைகளில் கிடைப்பவற்றைத் தூக்கி எதிர்த்தரப்பின் மீது எறிவோம். அவை குறி தவறாமல் தாக்கினால், எறிந்தவர் சிரிப்போம்; குறி தவறிவிட்டால் தப்பித்தவர் சிரிப்போம்."

'தில்லிக்கு இராஜாவானாலும் வீட்டுக்குப் பிள்ளைதானே' என்பதுபோல நாட்டுக்கு இராணியென்றாலும், வீட்டுக்கு மனைவிதானே? பிரிட்டிஷ் இராணி விக்டோரியாவுக்கும் அவரது கணவர் இளவரசர் ஆல்பர்ட்டுக்கும் ஒரு தகராறு எழுந்தது. வார்த்தைகள் தடித்து, ஒரு கட்டத்தில் ஆல்பர்ட் தனது அறைக்குள் சென்று கதவை ஓங்கியறைந்து உள்ளுக்குள் பூட்டிக்கொண்டார். இராணியார் கத்தினார், கதவைத் தட்டினார், எதுவும் பலனளிக்கவில்லை.

"நான் – இங்கிலாந்து, ஸ்காட்லாந்து, வேல்ஸ், அயர்லாந்து நாடுகளின் இராணி, இந்தியா உள்ளிட்ட பிரிட்டிஷ் சாம்ராஜ்யத்தின் பேரரசி, பிரிட்டானியப் படைகளின் தலைமைப் படைத்தலைவர் – கதவைத் திறக்க ஆணையிடுகிறேன்!" என்று உத்தரவிட்டார். எதிர்வினை ஏதுமிருக்கவில்லை. இறுதியில், அமைதியான குரலில், "ஆல்பர்ட், நான் மிகவும் வருந்துகிறேன். உங்களை நேசிக்கிறேன்" என்று சொன்னார். கதவு திறந்தது. மனம் வருந்துவதும் மன்னிப்புக் கேட்பதும்தான் உறவுக் கதவுகளைத் திறக்கும் உன்னதச் சாவிகள்.

நன்கு அறிமுகமான இளம் தம்பதியரிடம் நான் பேசும்போது, அவர்களுக்குள் நடந்த 'முதல் சண்டை' *(First Fight)* பற்றி கேட்டறிவதுண்டு. 'ஆசை அறுபது நாள், மோகம் முப்பது நாள்' என்பது நம் முன்னோர் வகுத்த இலக்கணம். எனவே தொண்ணூறு நாட்கள் தாண்டிய பிறகாவது, எங்கேயாவது, எப்போதாவது சண்டைத் துவங்கியாக வேண்டுமே?

இந்தக் கருத்துப்பரிமாற்றத்தின் அடிப்படையில், இளம் தம்பதியருக்குத் தேவைப்படும் கருத்துக்கள் அடங்கிய 'ஒற்றைக் குடும்பந் தனிலே: வீடுதோறும் கலையின் விளக்கம்' (வல்லமை, 2017) எனும் நூலை எழுதினேன்.

'எனக்கும் என் மனைவிக்கும் சண்டையே வருவதில்லை' என்று எந்த ஆணோ, அல்லது 'எனக்கும் என் கணவருக்கும் பிரச்சினைகளே கிடையாது' என்று எந்தப் பெண்ணோ சொன்னால், அது பச்சைப்பொய் என்பதை நாமறிவோம். உண்மை என்னவென்றால் தினமும் சண்டை போடுகிறோம், ஆனால் தவறாமல் மீளிணக்கம் செய்கிறோம், மீட்புநீதியைக் கைக்கொள்கிறோம் என்பதுதான்.

வீடுகளில் விதைப்பதைத்தானே, நாடுகளில் அறுவடை செய்ய முடியும்? கடந்த 2002ஆம் ஆண்டு அக்டோபர் மாதம், ரஷ்யாவின் செசன்யா மாகாணத்தில் விடுதலைக்காகப் போரிட்டுக் கொண்டிருந்த ஆயுதப்படையினர் ரஷ்யாவின் தலைநகரான மாஸ்கோ நகருக்குள் ஊடுருவி ஒரு கலையரங்கை ஆக்கிரமித்து, அங்கிருந்தோரைப் பிணைக்கைதிகளாகப் பிடித்துவைத்தனர்.

அப்போது கழிப்பறைக்குள் இருந்த ஓல்கா ட்ரைமேன் என்கிற 18 வயது இளம் கர்ப்பிணிப்பெண் லேசாகக் கதவைத் திறந்து வெளியே எட்டிப்பார்த்தார். ஆயுதங்கள் ஏந்திய படையினர் அங்குமிங்கும் ஓடுவதையும், தனக்குப் புரியாத மொழியில் அவர்கள் உரக்கக் கத்துவதையும் கேட்டார். சத்தமின்றிக் கழிப்பறைக் கதவைப் பூட்டிக்கொண்டு உள்ளேயே உட்கார்ந்துகொண்டார் ஓல்கா. அடுத்த இரண்டு மணி நேரங்களுக்கு எதுவுமே நடக்கவில்லை.

திடீரென யாரோ வந்து கதவைத் திறக்க முயன்றுவிட்டுத் திரும்பிப் போய்விட்டார். சற்று நேரம் கழித்து, கடினமான ஒரு பொருளால் கதவில் பலமாக இடித்து உடைக்க முயன்றார்கள். அச்சத்தால் உறைந்துபோன ஓல்கா அசையவேயில்லை.

கதவை உடைத்து உள்ளே சென்ற ஆயுதமேந்திய அந்த நபரிடம் அழுகை கலந்த நடுங்கும் குரலில் முணுமுணுத்தார் ஓல்கா: "என்னைச் சுடாதே, நான் நிறைமாதக் கர்ப்பிணி!" முகமூடி அணிந்திருந்த அந்த உயரமான ஆயுதப் போராளி சொன்னார்: "என்னோடு வா. பயப்படாதே. உன்னைத் துன்புறுத்த மாட்டேன்."

"எனக்குப் பனிக்குடம் உடைந்துவிட்டது, நான் எந்நேரமும் பிரசவிக்கலாம்" என்று ஓல்கா சொன்னதும், அந்த நபர் தன்னுடைய தோழர் ஒருவரிடம் ஏதோ சத்தமாகச் சொல்லிவிட்டு, "வா, போகலாம்" என்று ஓல்காவை விரைவுப்படுத்தினார்.

அவசரம் அவசரமாக ஓல்காவை வாகனமொன்றில் ஏற்றி மருத்துவமனைக்கு அனுப்பிவைத்தார்கள். செசன்யாப்

போராளிகள் ஓல்காவையும், அவர் வயிற்றுக்குள்ளே இருந்த அந்தக் குழந்தையையும் ரஷ்ய எதிரிகளாக அல்லாமல், மனிதர்களாகவே பார்த்தார்கள்.

தங்கள் பாதுகாப்பைக் குறித்துக்கூட அஞ்சாமல், கவலைப் படாமல், இரண்டு எதிரிநாட்டு உயிர்களைக் காப்பற்றுவதில் அவர்கள் குறியாயிருந்தனர். வாகனம் சீறிப் பாயவிருந்த நிலையில், ஆயுதப் போராளிகளின் தலைவர் ஓல்காவிடம் ஒரு விண்ணப்பம் வைத்தார்: “செசன்யாவில் என் மக்கள் பலரும் அன்றாடம் கொல்லப்படுகிறார்கள் என்கிற செய்தியை உலகுக்குச் சொல்லுங்கள்!”

கணவன்–மனைவி போன்ற தனிமனித உறவுகளில் எழும் பிரச்சினைகளை முடித்துவைத்தலும், ரணங்களைக் குணப்படுத்தலும் ஒப்பீட்டளவில் எளிதானவை. ஆனால் ரஷ்யர்–செசென்யர் போன்ற இரு குமுகங்களின் சமூக உறவில் காணப்படும் பிரச்சினைகளை முடித்துவைத்தலும், ரணங்களைக் குணப்படுத்தலும் மிக மிகக் கடினமானவை. வரலாற்று நீக்குப்போக்குகள், அரசியல் மனமாச்சரியங்கள், அடையாளக் கரடுமுரடுகள், தலைமைகளின் தகிடுதத்தங்கள், காலத்தின் கோலங்கள் என எத்தனையெத்தனைத் தடைக்கற்கள்?

கிரேக்கர்களுக்கும் துருக்கியர்களுக்கும் இடையேயான பகைமை உலகறிந்தது. ஒரு துருக்கியர்மீது காதல்கொண்ட ஒரு கிரேக்க இளம்பெண் தன் மனதுக்குகந்தவரை மணம் முடித்துக்கொள்ள, தன் பெற்றோரிடம் அனுமதி கேட்டாளாம். இரண்டு இனத்தவரின் வரலாற்றுப் பகைமையைச் சொல்லி வானுக்கும் மண்ணுக்குமாய்க் குதித்தாராம் அப்பா. விரக்தி யடைந்த மகள், “நம்மிரண்டு இனங்களுக்குள் அப்படி என்னதான் பிரச்சினை?” என்று குமுறினாளாம். வெகுண்டெழுந்த அப்பா வெடித்தாராம்: “ஆயிரம் ஆண்டு பகைமைக்குப் பிறகு, வேறென்ன காரணம் வேண்டும்?”

ஒரு விடயம் நமக்குத் தெளிவாகிறது. தனிமனித உறவு களில் காட்டப்படும் மீளிணக்கமும் மீட்புநீதியும் ஓரளவு எளிதானவை. ஆனால் இரண்டு குமுகங்களின் உறவில் கைக் கொள்ளப்படும் மீளிணக்கமும் மீட்புநீதியும் மிகவும் நுண்மமானவை, சிக்கலானவை.

நற்செய்தி என்னவென்றால், இரண்டு தளங்களிலுமே மீளிணக்கத்தின், மீட்புநீதியின் அடிப்படைகள் கருணையும் நேயமும் பொறுமையும்தான்! கவிமணி தேசிகவிநாயகம் ஐயா அழகாகச் சொல்கிறார்:

நெஞ்சிற் கருணை நிறைந்தவர்க்கு
நேயம் கொண்ட நெறியோர்க்கு
விஞ்சும் பொறுமை யுடையவர்க்கு
வெல்லும் படைகள் வேறுளவோ?

இன்னும் சுருக்கமாக, நறுக்கென மீட்புநீதியை விளக்குவ தென்றால், இந்தக் குறளைத்தான் குறிப்பிட வேண்டும்:

இன்னா செய்தாரை ஒறுத்தல் அவர்நாண
நன்னயம் செய்து விடல்.

நன்னயம் செய்வதுதான் மீட்புநீதி. அது உண்மைகளை, உறவுகளை, உயிர்களை ஏன் உலகையே மீட்கிறது.

35

ஆவதறியும் திறன் – 1

“என் மனத்துக்கு நன்றாகப்படவில்லை, இதைச் செய்ய வேண்டாம்” என்று உங்கள் பெற்றோர் ஒருவரோடொருவர் பேசக் கேட்டிருக்கிறீர்களா? “போகாதே, போகாதே, என் கணவா, பொல்லாத சொப்பனம் நானும் கண்டேன்” என்று பாடி, “பொல்லாத வேளை முன்னோக்கி இருப்பது அறிந்தும் (போருக்குப்) போவது சரியா?” என்று “வீரபாண்டிய கட்டபொம்மன்” திரைப்படத்தில் (1959) வெள்ளையத்தேவனோடு வாதிடும் வெள்ளையம்மா கதாபாத்திரத்தை நீங்கள் அறிவீர்களா?

நம் தமிழ்ச் சமூகத்தின் பல்வேறு சிறப்புக்களுள் முக்கியமான ஒன்று நம்முடைய ஆவதறியும் திறன், அதாவது ஆகப்போவதை அதற்கு முன்னரே அறியும் திறன். இந்தத் திறனை நம்மில் பெரும்பாலானோர் பெற்றிருக்கக் காரணம் எதிர்காலம் பற்றிய நம்முடைய ஆர்வமும் அக்கறையும்தான்.

குடும்பத்தில் ஒருவரின் எதிர்காலம் மற்றவர்களின் எதிர்காலங்களோடு பின்னிப் பிணைந்திருப்பதை நாம் துல்லியமாக உணர்ந்திருக்கிறோம். வீட்டில் புதிதாக ஒரு குழந்தை பிறந்தால், அதன் சாதகத்தைக் கணித்து, தாத்தா வாழப்போகும் காலம், மாமன் பார்க்கப்போகும் வேலை, சித்திக்கு நடக்கப்போகும் திருமணம் என அனைத்தையும் அறிய முயல்கிறோம்.

துல்லியமாக அறிய முடியாத, நமது கட்டுக்குள் முழுமை யாக அடங்காத எதிர்காலத்தை இறை நம்பிக்கை, வழிபாடு, பரிகாரம் போன்ற ஆன்மீக வழிகளில் அளந்துவிட, அடக்கிவிட, அமைத்துவிட அதீத முயற்சிகள் மேற் கொள்கிறோம்.

சாதகம், பஞ்சாங்கம், கைரேகை, எண் கணிதம், குறி கேட்டல், கிளி சோதிடம், இராப்பாடிக்காரன் பாட்டு, பூ வைத்தல், பூசை வைத்தல், குலதெய்வ வழிபாடு, அருள்வாக்கு, மாந்திரீகம் என எத்தனையோ வழிகளில் எவருக்கும் தெரியாத எதிர் காலத்துக்குள் எட்டிப்பார்க்க கடிதில் முனைகிறோம் நாம்.

எதிர்காலம் அல்லது வருங்காலம் என்பது முன்னரே தயாரிக்கப்பட்டுவிட்ட திரைப்படம் ஒன்றின் அடுத்தக் காட்சி போல, தன்னியக்கமாக வரும் என்று நம்புகிறோம். ஆண்டவன் கட்டளை, பிறவிப்பயன், தலைவிதி, கர்மவினை என்றெல்லாம் காரணங்கள் சொல்லி, நம்முடைய எதிர்காலம் ஏற்கெனவே நிச்சயிக்கப்பட்டுவிட்டது என்று உறுதியாக நம்புகிறோம்.

குறும்புக்காரச் சிறுவர்கள் சிலர் தம் ஊரில் வாழ்ந்துவந்த அறிஞர் ஒருவரின் அறிவைச் சோதிப்பதென முடிவுசெய்தார்கள். அவர்களுள் ஒருவன் ஒரு சிறு குருவியைப் பிடித்துத் தன் கைகளுக்குள் மூடிப் பொதிந்துவைத்துக் கொண்டான். அனைவருமாக அந்த அறிஞரிடம் சென்று, "இந்தக் குருவி உயிரோடிருக்கிறதா அல்லது இறந்துவிட்டதா என்று சரியாகச் சொல்லுங்கள் பார்ப்போம்" என்று சவால் விட்டனர்.

ஒருகணம் சிந்தித்தார் அந்த மூதாட்டி. 'உயிரோடிருக்கிறது' என்று சொன்னால், அதனைக் கைகளுக்குள்ளேயே வைத்து நெரித்துக்கொன்று, தான் சொன்னது தவறு என்று நிறுவுவார்கள்; 'இறந்துவிட்டது' என்று சொன்னால், அதனைப் பறக்கவிட்டுத் தன்னை அறிவற்றவர் என்று கேலி செய்வார்கள். எனவே அறிஞர் சொன்னார்: 'எல்லாமே உன் கைகளில்தான் இருக்கிறது!'

நம் ஒவ்வொருவருடைய எதிர்காலங்களும் (பன்மை மொழியைக் கவனியுங்கள்!) நம் கைகளுக்குள்ளேயே அடங்கி யிருக்கின்றன. அவற்றை நம்முடைய அறிவு, ஆற்றல், திறமைகளின் உதவியோடு அலசி ஆராய்ந்து, சிறந்ததொரு தெரிவைத் தேர்ந்தெடுத்து, அழகுற அமைத்துக்கொள்வதுதான் சிறப்பு என்று கருதுகிறது எதிர்காலம் குறித்த அறிவியல் அணுகுமுறை.

அறிவியல்பூர்வமாக எதிர்காலத்துக்குள் நம்மால் ஓரளவு எட்டிப்பார்க்க முடியும், நாம் விரும்பும் எதிர்காலத்தை நம்மால் பெருமளவு அமைத்துக்கொள்ளவும் முடியும் எனக் கொள்ளும் இந்த அண்மை அணுகுமுறையின் அடிப்படையில்,

'எதிர்காலங்களியல்' (Futures Studies) எனும் பாடமே பிறப்பெடுத்து, வளர்ந்தோங்கி, ஒளிவீசிக் கொண்டிருக்கிறது. நான் முனைவர் பட்டத்துக்குப் பயின்ற ஹவாய் பல்கலைக் கழகம் 'எதிர்காலங்களியல்' குறித்த உயர்கல்வி ஆய்வுக்குப் பெயர்பெற்ற நிறுவனமாக இருந்தது, இப்போதும் இருக்கிறது.

மலையேறும்போது நாமே நமது பாதையை வகுத்துக் கொள்வது போல, கடலோடும்போது நாமே நமது படகின் போக்கை நிர்ணயித்துக்கொள்வது போல, நம்முடைய எதிர்காலங்களை நமது எண்ணங்களால், சிந்தனைகளால், விருப்பு வெறுப்புக்களால், தெரிவுகளால், திட்டங்களால், செயல்பாடுகளால் நாமே அமைத்துக்கொள்கிறோம், அமைத்துக்கொள்ள முடியும், அமைத்துக்கொள்ள வேண்டும் என்பதுதான் 'எதிர்காலங்களியல்' கல்வியின், ஆய்வின், துறையின் அடிப்படை.

உலகப்புகழ் பெற்ற 'எதிர்காலங்களியல்' பேராசிரியர் களான யொஹான் கால்டுங், ஜிம் டேட்டர், சொஹைல் இனயத்துல்லா போன்றோரோடு சேர்ந்து படிக்கும், பயணிக்கும், எழுதும், எடுத்தியம்பும் அற்புதமான வாய்ப்புகள் எனக்குக் கிட்டின. தனிமனித வாழ்வில் தொடங்கி, உலகளாவிய பிரச்சினைகளை உள்ளடக்கி, அண்டசராசரம் வரை அனைத்து விடயங்களின் எதிர்காலங்கள் குறித்தும் சிந்திக்கிறவர்களை 'எதிர்காலர்' (Futurists) என்றழைக்கிறோம்.

தமிழர்களாகிய நமக்கு வருங்காலம் குறித்துச் சிந்திக்கவும் வழமைபோல வள்ளுவமே வழிகாட்டுகிறது:

அறிவுடையார் ஆவ தறிவார் அறிவிலார்
அஃதறி கல்லா தவர்.

அறிவுடையோர் என்போர் ஆகப்போவது என்னவென்று அறிவார்கள்; ஆனால் அறிவில்லாதவரோ அதனை அறிய இயலாதவர்களாக இருக்கின்றனர்.

எதிரதாக் காக்கும் அறிவினார்க் கில்லை
அதிர வருவதோர் நோய்.

வரப்போவதை முன்னரே அறிந்து காத்துக்கொள்ளவல்ல அறிவுடையவர்க்கு, அவர் நடுங்கும்படியாக வரக்கூடிய துன்பம் எதுவுமே இல்லை.

ஆக ஆவதறியும் திறனுடையவர்கள் மட்டுமே அறிவார்ந் தவர்கள் என்பதையும், 'எதிரதாக் காக்கும் அறிவு' நிரம்பப் பெற்ற அவர்களால் மட்டுமே வருங்காலத்தை வகுத்தும் பெருக்கியும் கொள்ள முடியும் என்பதையும் நாம் உணர்கிறோம்.

முந்தி இருப்பச் செயல்

வருங்காலச் சிந்தனையற்ற, அதற்குத் தேவையான முன்தயாரிப்புக்களற்ற வாழ்வு அழிந்தே போகும் என்கிறார் வள்ளுவர்.

வருமுன்னர்க் காவாதான் வாழ்க்கை எரிமுன்னர்
வைத்தூறு போலக் கெடும்.

ஒரு தீங்கு வருவதற்கு முன்னரே காத்துக் கொள்ளாதவனுடைய வாழ்க்கை, நெருப்பின் முன்னால் வைக்கப்பட்ட துரும்புபோல அழிந்துவிடுமாம்.

இன்னோரன்ன வள்ளுவச் சிந்தனைகளின் துணையோடு, ஆவதறியும் திறனின் ஒருசில அடிப்படைகளை நாம் கண்டுணர முடியும்:

முதலாவதாக,'எதிர்காலம்' என்று ஒருமையிலேயே சிந்திப்பது சரியல்ல, 'எதிர்காலங்கள்' என்று பன்மைத் தன்மையோடு பார்ப்பதே சிறப்பு என்பதை நினைவிற்கொள்வோம். ஆவது ஆயிரம் வழிகளில் ஆகலாமே? எதிர்காலம் ஏற்கெனவே தீர்மானிக்கப்பட்டுவிட்ட ஒற்றை விதிப்பயனை நோக்கிச் செல்லும் ஒற்றையடிப் பாதையல்ல. கடல்போன்ற பரந்து விரிந்த பெருவெளியில் கடிதில் பயணிக்க, உங்கள் முன்னே திறந்து கிடக்கும் எண்ணற்றப் பாதைகளின் தெரிவுகளே நமது எதிர்காலங்கள்.

இரண்டாவதாக, எழுத்தாளர் தமிழ்வாணன் சொல்வது போல, 'எவ்வழி நல்வழி அவ்வழி நம்வழி' என்று நமக்கான வழியைத் தேர்வுசெய்துகொள்வது முழுக்க முழுக்க நமது பொறுப்பு. உங்களின் எதிர்காலம் உங்கள் கைகளில் இருக்கிறது; உங்களின் கைகளில் மட்டும்தான் இருக்கவும் வேண்டும். உங்கள் வாழ்வின் வழிகளை இன்னொருவரின் கணிப்பிற்கு, கதையாடலுக்கு, கட்டுப்பாட்டுக்கு விட்டுவிடுவது அறிவுடைமை ஆகாது.

மூன்றாவதாக, வெறும் பாதை மட்டுமே போதாதே, பயணத்தின் இலக்கும் இன்றியமையாததாயிற்றே? நாம் 'எங்கே போகிறோம்' எனும் இலக்கை தீர்மானித்துக்கொண்டு பயணிப்பவர்களுக்கும், 'எங்கோ போகிறோம்' என வெறுமனே அலைந்து திரிபவர்களுக்கும் பெருத்த வேறுபாடுகள் இருக்கின்றன. எனவே பாதையைப் பற்றி மட்டுமே கவலைகொள்ளாமல், எங்கே சென்றடைய விரும்புகிறோம் எனும் இலக்கையும் தீர்மானித்துக் கொள்ள வேண்டும்.

நான்காவதாக, பயணத்தைத் தொடங்குவதும், அதனைத் தொய்வின்றித் தொடர்வதும் மிகவும் முக்கியம். பாதை,

போகுமிடம், பயணம் என்பவைதான் ஏற்புடைய எதிர்காலங்களுக்கு இட்டுச் செல்கின்றன.

ஆவதறியும் திறனானது வரவிருப்பதை முன்னுணர்ந்து கொள்வது மட்டுமல்ல, வர விரும்புவதை வடிவமைத்துக் கொள்வதும்தான். தனிமனிதனுக்கு மட்டுமல்ல, மனித குமுகங்களுக்கும் வருங்காலத்தை வகுத்துக்கொள்ள இதுதான் வழிமுறை. புரட்சிக்கவிஞர் பாரதிதாசன் தன்னுடைய கனவுத் தமிழ்நாடு பற்றிக் கடிதில் சிந்திக்கிறார்:

என்னருந் தமிழ்நாட்டின் கண்
 எல்லோரும் கல்விகற்றுப்
பன்னறும் கலைஞானத்தால்,
 பராக்கிரமத்தால், அன்பால்,
உன்னத இமயலைபோல்
 ஓங்கிடும் கீர்த்தி எய்தி
இன்புற்றார் என்று மற்றோர்
 இயம்பக் கேட்டிடல் எந்நாளோ?

இப்படி ஓர் அழகிய கனவை இலக்காக்கிக் கொண்டு, எதிர்காலம் நோக்கிய பயணத்தை இன்றே இங்கேயே இனிதே தொடங்குவோம்.

36

ஆவதறியும் திறன் – 2

பல்லாண்டுகளுக்கு முன்னால் மிகக் கடுமையாக மழை பொழிந்துகொண்டிருந்த ஒரு நள்ளிரவில் வயதான தம்பதியர் பிலடெல்ஃபியா நகரிலிருந்த அந்தச் சிறிய தங்கும் விடுதிக்கு வந்து சேர்ந்தனர். தொடர்ந்து பயணிக்க இயலாத அவர்கள், அந்தக் கனமழையிலிருந்து தப்பித்துக்கொள்ள முயன்றனர்.

"இந்த இரவுப் பொழுதைக் கழிக்க எங்களுக்கு ஓர் அறை கிடைக்குமா?" என்று வரவேற்பாளரிடம் அந்த முதியவர் கேட்டார்.

நகரில் மூன்று மிகப் பெரிய மாநாடுகள் நடப்பதால், தங்கள் ஓட்டல் அறைகள் அனைத்தும் நிரம்பிவிட்டன என்று நட்புணர்வுமிக்க அந்த வரவேற்பாளர் பணிவுடன் விவரித்தார்.

"ஆனாலும் உங்களைப் போன்ற இனிமையான தம்பதியரை இந்தப் பேய்மழை பெய்யும் நள்ளிரவில் திருப்பி அனுப்ப நான் விரும்பவில்லை. என்னுடைய அறையில் தங்கிக்கொள்கிறீர்களா? அது ஒன்றும் சொகுசான அறையல்ல; ஆனால் இந்த இரவைக் கழிப்பதற்குத் தேவையான அடிப்படை வசதிகள் இருக்கும்" என்றார் வரவேற்பாளர்.

ஒருவரையொருவர் பார்த்துக்கொண்ட அந்த தம்பதியர் வேண்டாமென்று மறுத்தார்கள். ஆனால் அந்த இளைஞரோ, "என்னைப் பற்றிக் கவலைப்படாதீர்கள், நான் சமாளித்துக்கொள்வேன்" என்று வற்புறுத்தவே, தம்பதியர் இசைந்தனர்.

மறுநாள் காலை பணம் செலுத்திவிட்டு விடைபெறும் போது, அந்தப் பெரியவர் அந்த இனிய வரவேற்பாளரிடம் சொன்னார், "உங்களைப் போன்ற ஒருவர்தான் அமெரிக்காவின் ஆகச்சிறந்த உண்டுறை விடுதியின் மேலாளராக இருக்க வேண்டும்!" மூன்று பேரும் வாய்விட்டுச் சிரித்தவாறே விடைபெற்றார்கள். தங்கள் மகிழுந்தை ஓட்டிக்கொண்டே அந்த விடுதியிலிருந்து வெளியேறிய அந்தத் தம்பதியர் இம்மாதிரி நட்பார்ந்த, உதவும் மனப்பான்மை கொண்ட ஊழியர்கள் அரிதானவர்கள் என்று தமக்குள் பேசிக்கொண்டனர்.

ஒரு சில ஆண்டுகள் கழித்து அந்தப் பெரியவரும் அதே இளைஞரும் நியூயார்க் மாநகரின் புகழ்பெற்ற ஐந்தாவது அவென்யூவில் சந்தித்துக்கொண்டனர். விலையுயர்ந்த சிவப்புக் கற்களால் விசாலமான மாடங்களுடனும் கோபுரங்களுடனும் கட்டப்பட்ட அந்த அற்புதமான கட்டடத்தைச் சுட்டிக் காட்டிய பெரியவர் சொன்னார்: "என்னுடைய இந்த உண்டுறை விடுதியை நீங்கள்தான் மேலாண்மை செய்ய வேண்டும்!"

அந்தப் பெரியவரின் பெயர் வில்லியம் வால்டார்ஃப் அஸ்டர்; அந்தக் கட்டடத்தின் பெயர் வால்டார்ஃப்-அஸ்டோரியா ஓட்டல். அந்த இளைஞரின் பெயர் ஜார்ஜ் போல்ட். உலகின் ஆகச் சிறந்த ஓட்டல் குழுமத்தின் தலைமை நிர்வாகியாக தான் மாறப்போகிறோம் என்று ஜார்ஜ் கிஞ்சிற்றும் எதிர்பார்க்கவேயில்லை.

கடந்தகாலத்தை விட்டு, நிகழ்காலத்துக்குள் நுழைந்து 'ஜெட்' வேகத்தில் பயணப்பட்டுக் கொண்டிருக்கும் நமது வாழ்வை எதிர்காலம் எப்படியெல்லாமோ தொடுகிறது. நாம் விழிப்புடன், விழைவுடன், முனைப்புடன் இருந்தால் அது நம்மை ஒரு கனவுலகத்துக்கு அழைத்துச் செல்கிறது.

முக்காலங்களை நாம் நேற்று–இன்று–நாளை என்று குறிப்பிட்டாலும், இவற்றுக்கிடையே தெளிவான எல்லைக் கோடுகள் இல்லை. நேற்றைய நினைவுகளும் அனுபவங்களும், நாளைய கனவுகளும் எதிர்பார்ப்புகளும் தொடர்ந்து இன்றைய நிகழ்கால வாழ்வியல் தளத்தில் சந்தித்துக்கொண்டே இருக்கின்றன. இவற்றுள் எது முக்கியமானது என்று தீர்மானிப்பது கடினமான செயல். ஆனால் எது தவிர்க்கவே இயலாதது என்பதை நாம் தெளிவாக உணர முடியும்.

கடந்தகாலம் அதன் நினைவுகளோடு நம்மைவிட்டு விலகி விடுகிறது என்று வையுங்கள். நாம் ஒருவித விலங்குகளாகிப் போவோம், அவ்வளவுதான். நிகழ்காலம் விலகிப்போனால் நாம்

முந்தி இருப்பச் செயல்

தூக்கம், கோமா, பைத்தியம், (போதை) மயக்கம் போன்றதொரு நிலைக்குள் விழுந்து செயலிழந்து விடுவோம். ஆனால் எதிர்காலம் நம்மைவிட்டு விலகிப்போனால், நாம் செத்தேபோவோம். எனவே முக்காலங்களிலும் முக்கியமானது எதிர்காலம்தான். இவ்வளவு முக்கியமான எதிர்காலத்தை நாம் முறைப்படி படிக்கிறோமா, பார்க்கிறோமா, பாங்காகத் தகவமைக்கிறோமா என்றால் இல்லை என்பதுதான் பதிலாகிறது

ஏற்கனவே குறிப்பிட்டது போல எதிர்காலத்தை அறிவியல் ரீதியாக ஆய்வு செய்கிறவர்களை, அனுமானிக்கிறவர்களை, அள்ளித்தருகிறவர்களை 'எதிர்காலர்' *(Futurists)* என்றழைக்கிறோம். ஆனால் எதிர்காலர் என்பவர் பளிங்குப் பந்தைப் பார்த்துக் குறி சொல்லும் மந்திரவாதி அல்ல. தத்துவஞானி, ஆசிரியர், எழுத்தாளர், கவிஞர், கலைஞர், ஓவியர், சிற்பி, மருத்துவர், பொறியாளர், ஊட்டச்சத்து நிபுணர், நீங்கள், நான் எல்லோருமே எதிர்காலர்தான்.

உடலைப் பேணும் அனைவருமே ஊட்டச்சத்து பற்றி அறிந்திருந்தாலும், அதனை ஊன்றிப் படிப்பவர் மட்டுமே ஊட்டச்சத்து நிபுணர் ஆவதுபோல, எல்லோருமே எதிர்காலம் குறித்துக் கரிசனம் கொண்டிருந்தாலும், அதுபற்றிய சிறப்புப் பயிற்சிகளும் திறன்களும் பெற்றிருப்போரை எதிர்காலர் என்றழைக்கிறோம். ஓர் எதிர்காலர் எதிர்கால நிகழ்வுகளில் சாத்தியமானவற்றையெல்லாம் விவரித்து, அவற்றுள் சாசுவதமான சிலவற்றை உற்றுநோக்கி, சாதகமானவற்றை நாம் அமல்படுத்த உதவுகிறார்.

ஒரு தனி மனிதனோ அல்லது ஒரு மனிதக் குமுகமோ, அவரவர் எதிர்காலம் அவரவரின் கைகளுக்குள்ளேதான் கட்டுண்டு கிடக்கிறது. அவர்கள் தமது எதிர்காலங்களை ஒரு வரைபடத்தில் தோராயமாகக் குறித்துக்கொள்ளலாம். ஒரு குமுகத்தை எடுத்துக்காட்டாகக் கொள்வோம்.

முதலில், இரு துருவ நிலைகளை அடையாளப்படுத்தலாம். இடது கோடியில் உலகிலேயே எங்குமில்லாத, ஏற்றத் தாழ்வுகளற்ற, சமத்துவ சமதர்மம் மிக்க, அநியாயங்களே இல்லாத, அற்புதமான கனவுச் சமுதாயமாக இருப்போம் எனும் ஆசை.

வலது கோடியில் இப்போது இருப்பதை விட மோசமாகி, அடிமைத்தனம் மிகுந்து, அநியாயங்கள் மலிந்து, நாசமாகி, நலிவடைந்து போவோம் எனும் பயம். இவ்விரு துருவங்களுக்கிடையே பல சாத்தியமான காட்சிக்கூறுகளை நாம் நமது மனக்கண்ணின் உதவியுடன் கண்டறியலாம்.

மேற்கண்ட காட்சிக் கூறுகளில் எது விரும்பத்தக்கது, எல்லோராலும் ஏற்றுக்கொள்ளப்படுவது என்று முடிவுசெய்வது எதிர்காலங்களியலின் இரண்டாவது நிலை.

அந்த உற்றதோர் எதிர்காலத்தை எந்த வருடத்துக்குள் அடைய விரும்புகிறோம் என ஒரு கால நிர்ணயம் செய்து கொள்வது அவசியம். நமது உன்னதத் குமுகம் 2030ஆம் ஆண்டுக்குள் கைகூடவேண்டும் என நாம் இலக்கு நிர்ணயிக்கலாம்.

மூன்றாவதாக, அந்த எதிர்கால கனவு நனவாக எந்தெந்த காலக்கட்டத்தில் என்னனென்ன வேலைகளைச் செய்து முடிக்கவேண்டும் என்பதைப் பின்னோக்கி நடந்துவந்து *(backcasting)* குறித்துக்கொள்வோம். அதாவது 2029, 2028, 2027, 2026 போன்ற வருடங்களுக்குள் என்னனென்ன பணிகள் நடத்தி முடிக்கப்பட்டிருக்க வேண்டும் எனத் திட்டமிட்டுக் கொள்வோம். அந்தத் திட்டத்தின் அடிப்படையில் இப்போது 2021ஆம் வருடம் நாம் என்னென்ன வேலைகளைத் தொடங்க வேண்டும் என்று தீர்மானித்துவிட்டு, அந்த வருங்காலக் கனவுப் பயணத்தை நாம் தொடங்கலாம்.

இந்த எதிர்காலங்களியல் முயற்சிக்குக் கனவு காண்பது மிகவும் முக்கியமானது. நாம் எதை அடையவேண்டும் என உண்மையாக, ஆழமாக, தீவிரமாக நினைக்கிறோமோ, விரும்புகிறோமோ, ஆசைப்படுகிறோமோ அதை நிச்சயம் அடைவோம். அதற்கான அடிப்படை ஆதாரம் கனவு காண்பதுதான்.

கற்பனை *(imagination)*, கனவு *(dream)*, பகற்கனவு *(day dream)*, மிகுபுனைவு *(fantasy)*, மனக்கண் பார்வை *(envisioning)*, மனத்தோற்றம்/படிமம்/உருவம் *(imaging)*, பிரமை/தோற்ற மயக்கம் *(hallucination)* எனப் பல வடிவங்களில் வனப்பான வருங்காலத்தைத் தகவமைக்கும் பார்வை அமையலாம். அது எவ்வளவுக்கு எவ்வளவு ஆழமானதாக இருக்கிறதோ, அவ்வளவுக்கு அவ்வளவு கைகூடும் வாய்ப்பும் அதிகமாக இருக்கிறது.

கீழ்க்காணும் திரைப்படப் பாடல்களைக் கவனியுங்கள்:

ஒளிமயமான எதிர்காலம் என் உள்ளத்தில் தெரிகிறது
இந்த உலகம் பாடும் பாடல் ஓசை காதில் விழுகிறது.

என்று பாடும் நாயகன், தான் சென்றடைய விரும்பும் எதிர்காலத்தை இங்கே நிகழ்காலத்துக்குக் கொணர்ந்து, அதனை வாழத் தொடங்கிவிட்டதை உணருங்கள்.

இன்னொருவர் இதைவிடத் தெளிவாக, இன்னும் நுணுக்கமாக எதிர்காலத்தைப் பார்க்கிறார்:

நால்வகை மதமும் நாற்பது கோடி மாந்தரும் வருகின்றார் – அந்த நாயகன் தானும் வானிலிருந்தே பூமழை பொழிகின்றார். மாலை சூடி எங்கள் செல்வி ஊர்வலம் வருகின்றாள் வாழ்க வாழ்க கலைமகள் வாழ்க என்றவர் பாடுகின்றார்.

எதிர்காலத்தில் நடக்கவிருக்கும் ஒரு நிகழ்வைப்பற்றி இவர்கள் 'இங்கே, இப்போது' நிகழ்காலத்தில் ஆழமாகக் கனவு கண்டுகொண்டிருக்கிறார்கள். இப்படி திரும்பத் திரும்ப, தெள்ளத் தெளிவாக உயிரோட்டத்துடன் கனவு காணும்போது, ஆழ்மனம் இதை உள்வாங்கி உயிர்ப்பிக்கிறது. இதுதான் எதிர்காலங்களியல் குறித்த முயற்சி, பயிற்சி அனைத்தின் அடிப்படையாகும்!

37

ஆவதறியும் திறன் – 3

பிரபல பிரெஞ்சு எழுத்தாளர் விக்டர் ஹியூகோ சொன்னார்: எதிர்காலத்துக்கு ஏராளமான பெயர்கள் இருக்கின்றன; பலவீனமானவர்களுக்கு அது அடையமுடியாதது; பயந்தவர்களுக்கு அது அறியமுடியாதது; பெரும் துணிச்சல்காரர்களுக்கோ அஃதோர் அற்புதவாய்ப்பு.

உண்மை, உடலுழைப்பு, எளிமை, இயற்கைப் போற்றல், தொழிற்கல்வி, தற்சார்பு, ஆத்ம பரிசோதனை, கிராம நலன், எளியோர் நலம், சமத்துவம், தன்னாட்சி, மாந்தநேயம், சத்யாக்கிரகம், சர்வோதயம், அகிம்சை, அறப்போர், விடுதலை எனப் பரந்து விரிந்து வியாபிக்கும் மகாத்மா காந்தியின் ஆகப்பெரும் தனிச்சிறப்பு, வருங்காலத்தைக் கருத்திற்கொண்டு வகுக்கும் செயல்பாடுகள்தான். ஆக்கத்திறனோடு கூடிய ஆவதறியும் திறனுக்கு அருமையானதோர் எடுத்துக்காட்டு அவர்.

விடுதலைக்கு முன்பு இந்தியாவில் சற்றொப்ப 560 அரசர்களும் சிற்றரசர்களும் குறுநில மன்னர்களும் ஆண்டுகொண்டிருந்தனர். அவர்தம் நாடுகளின் பரப்பளவையும் வரலாற்று முக்கியத்துவத்தையும் கணக்கிற்கொண்டு, பிரிட்டிஷ்காரர்கள் 88 அரசர் களுக்கு மட்டும் 11 அல்லது அதற்கும் அதிகமான குண்டுகள் முழங்க வரவேற்பளித்து வந்தனர்.

இந்த ஆட்சியாளர்களுக்கு இடையே யான சிக்கலான உறவுகள், இவர்களுக்கும் பிரிட்டிஷ் அரசுக்குமிடையேயான தெளிவற்ற தொடர்புகள், தலைவிரித்தாடிய மதவாதம், எங்கும் பரவியிருந்த (இந்து–முசுலீம்) இருதேசக் கொள்கை,

தாழ்த்தப்பட்டோருக்கான சமூகநீதிக் கோரிக்கைகள், பிராந்திய அரசியல் குழுமங்களின் கனவுகள் என மிகவும் குழப்பமான ஒரு சூழலில், வருங்காலச் சுதந்திர இந்தியாவைக் கற்பனை செய்வது அவ்வளவு எளிதானதாக இருக்கவில்லை.

ஆனாலும் முகிழ்த்துவரும் இந்தப் புதிய நாட்டை மனக்கண்ணால் பார்க்க, அதனை நவீன உலகிற்குள் கொண்டுபோய்ச் சேர்க்க பெருத்த தேவை இருந்தது. பற்பல அடையாளங்களுக்குள் சிக்குண்டு கிடந்த, எழுதப் படிக்கவே தெரிந்திராத, நவீன ஐரோப்பிய ஏற்பாடான தேச–அரசு முறையைப் புரிந்திராத இந்திய மக்களுக்குப் புதிய ஆட்சி அமைப்பை விளக்க வேண்டியிருந்தது.

படைப்புத்திறனும் கருத்துப் பரிமாற்றத் திறனும் நிரம்பப் பெற்றிருந்த மகாத்மா காந்தி 'இராம ராச்சியம்' அல்லது 'தர்ம ராச்சியம்' என்று மக்களிடம் பேசத் தொடங்கினார். அந்த உவமை மக்கள் கவனத்தை எளிதாகக் கவர்ந்தது. பெரும்பாலான இந்தியர்களுக்கு நன்கு பரிச்சயமான, அவர்கள் பக்தியோடு போற்றி நின்ற 'இராமாயணம்' எனும் இதிகாசக் கதையைக் கையிலெடுத்த காந்தி, அதைத் தன்னாட்சி பற்றிச் சொல்லிக் கொடுக்கும் தன்னிகரற்ற பாடமாக மாற்றியமைத்தார்.

தன்னுடைய கனவரசை காந்தி இப்படி விவரித்தார்: "இராமச்சந்திரன் எல்லா உயிர்களையும் தனது அங்கமெனக் கருதியதால், இராம ராச்சியத்தில் ஒரு நாய்கூட துன்புறுத்தப் படாது. அந்த அரசில் ஒழுக்கங்கெட்ட செயல்களோ, பித்துக்குளித்தனங்களோ, தவறுகளோ இடம்பெறாது. மக்களின் அரசு அத்தனை உண்மையோடு நடைபெறும்."

காந்தியின் ஆவதறியும் திறன் ஏழை எளியவர்களை, சக்தியற்றவர்களைக் குறித்தே சிந்தித்தது. 1925ஆம் ஆண்டு அக்டோபர் மாதம், பெண்கள் கூட்டம் ஒன்றில் பேசிய காந்தி, "நான் இராம ராச்சியத்தை நிறுவ விரும்புகிறேன். ஆண்களிடம் நான் இது குறித்துப் பேசுவதில்லை; காரணம் இதை நிறுவிட பெண்கள் உறுதிபூண்டால், ஆண்கள் தாமாகவே முன்வந்து உதவுவார்கள். எனவே பெண்களிடம் பேசும்போதெல்லாம், நான் இராம ராச்சியம் பற்றித்தான் பேசுகிறேன்" என்று குறிப்பிட்டார். சீதாப்பிராட்டி வாழ்ந்த காலத்தில் இறக்குமதி செய்யப்பட்ட ஆடைகள் இல்லை என்று சுட்டிக்காட்டிய காந்தி, அந்தக் காலத்தில் அனைவருமே ராட்டை சுற்றியதாகவும், கதர் ஆடைகளையே அணிந்துவந்ததாகவும் சொன்னார்.

1926–1927 காலக்கட்டத்தில் சபர்மதி ஆசிரமத்தில் பேசிய காந்தி, "பழைய சட்டங்கள், நியமங்கள் அனைத்தும் ஆண்களால்

உருவாக்கப்பட்டவை.எனவேபெண்களின் அனுபவங்கள் அவற்றில் இடம்பெறவில்லை. ஆண்களுக்கும் பெண்களுக்குமிடையே, யாரையும் உயர்ந்தவராகவோ தாழ்ந்தவராகவோ கருதக்கூடாது" என்றார்.

இராம ராச்சியம் நிறுவுவதற்கான பெரும் தடையாக சாதீயத்தைக் கருதினார் காந்தி. தென்னாப்பிரிக்காவில் போராடியபோது, இந்தியர்களுக்காகத் தனிப் பள்ளிகள் நிறுவுவது தீண்டாமையை நீட்டிக்கும் என்பதால் அதை உறுதிபட எதிர்த்த காந்தி, இந்தியா வந்து இங்கிருந்த இழிநிலையைப் பார்த்த பிறகு தாழ்த்தப்பட்ட மக்களுக்காகத் தனியே பள்ளிகள், கோவில்கள், கிணறுகள் அமைப்பதை ஏற்றுக்கொண்டார். இவையனைத்துமே அனைவருக்குமானவையாக இருக்கட்டும், ஆனால் தாழ்த்தப்பட்ட மக்கள் மட்டுமே முன்னுரிமை கொண்டவர்களாக இருக்க வேண்டும் என்றார்.

டிசம்பர் 20, 1926 அன்று வர்தாவில் நடந்த பொதுக்கூட்டம் ஒன்றில் பேசும்போது, "இந்தியாவிலுள்ள அனைத்து இந்துக்களும் எனக்கு எதிராக அணிசேர்ந்து இந்துமதச் சாத்திரங்களும், வேதங்களும் தீண்டாமையை ஆதரிப்பதாகச் சொன்னாலும், அந்தச் சாத்திரங்கள், வேதங்கள் அனைத்தும் தவறானவை என்று நான் அறிவிப்பேன்" என்றார் காந்தி.

இராம ராச்சியத்தின் சாவி நகரங்களில் இல்லை, கிராமங்களில்தான் உள்ளது என்று சொன்ன அவர், ஒருசிலர் மட்டும் செல்வத்தில் உருண்டு புரண்டு, பெரும்பான்மையோர் உணவே இல்லாமல் தவிக்கும் நிலையில் இராம ராச்சியம் வரவே வராது என்று அறிவித்தார். ஏழ்மையற்ற, வறுமையற்ற, மேலோர்–கீழோர் எனும் பேதமற்ற நிலையே இராம ராச்சியம் என்று கருதினார் காந்தி.

அரசியல் சுதந்திரமும் பொருளாதாரத் தற்சார்பும் சமூகத் தன்னம்பிக்கையும் மக்களின் பங்கேற்பும், உள்நாட்டுச் சனநாயகமும் தழைத்தோங்கும் இந்தியா குறித்துக் கனவு கண்டார் காந்தி. இந்தியப் பாரம்பரியத்தைப் பேண வேண்டும் என்று காந்தி நினைத்தாலும், அதன் தீய அம்சங்களைக் கடுமையாக எதிர்த்தார். அவரது எதிர்காலவியல் தனது எண்ணங்களை மேலிருந்து திணிக்கும் கொடுங்கோல் செயலாக அன்றி, மக்கள் கருத்துக்களைப் பகிர்ந்துகொள்ளும் சனநாயகத் தன்மையதாய் இருந்தது.

வருங்காலத்தை விரும்புவோர் வாழ்க்கையைப் போற்றியாக வேண்டும். சாவையும் அழிவையும் எதிர்த்தாக வேண்டும். பெரும்பான்மையோரின் பெரும்பாலான நலன்களைப்

பாதுகாப்பது என்றில்லாமல், அனைவரின் அனைத்து நலன்களையும் பாதுகாக்க வேண்டும். மக்கள் மத்தியில் நம்பிக்கையை விதைத்து, கண்ணியத்தைப் பெருக்கி, அவர்கள் தங்களின் மாந்தநேயத்தை மீட்டெடுக்கவும், சமத்துவத்தைக் கோரவும், அநியாயமான சமூக–பொருளாதார–அரசியல் ஏற்பாட்டோடு எந்தவிதத்திலும் ஒத்துழைக்காமல் அறவழியில் நேரடியாகப் போராடவும் தயார்ப்படுத்தினார் காந்தி.

காந்தியின் எதிர்காலவியல் எந்தத் தரப்பு மக்களையும் தள்ளிவைக்கவில்லை. இந்துமதக் கடவுளின் பெயரைச் சொல்லி, இராமநாமத்தை உச்சரித்து நடத்தப்படும் பிரார்த்தனைக் கூட்டங்கள் குறித்து இசுலாமியர்கள் எப்படி உணர்வார்கள் என்று காந்தியிடம் கேட்கப்பட்டது. என்னுடைய மதத்தை நான் திறந்தவெளித்தன்மையோடு கடைபிடிப்பது எப்படி அடுத்தவரைப் புண்படுத்தும் என்று எதிர்க்கேள்வி கேட்டார் காந்தி. வழக்கம்போலவே படைப்புத்திறன்மிக்க பல வழிகளை அவர் சுட்டிக்காட்டினார். இந்தப் பிரார்த்தனைக் கூட்டங்களுக்கு வருவது கட்டாயமில்லை; வந்தாலும் பிரார்த்தனையில் பங்கேற்க வேண்டியதில்லை என்றார்.

இராம ராச்சியம் "மிகவும் வசதியான, ஆழமான சொல், இதன் அர்த்தத்தை லட்சக்கணக்கான மக்களுக்கு வேறு எந்தச் சொல்லாலும் உணர்த்த முடியாது" என்றுரைத்த காந்தி, பெரும்பான்மை முசுலீம் மக்களிடையே பேசும்போது, "இராமராச்சியத்தை 'குதாய் ராச்சியம்' என்று குறிப்பிடுகிறேன்; கிறித்தவர்களிடையே பேசும்போது 'கிங்டம் ஆஃப் காட்' *(Kingdom of God)* என்றழைக்கிறேன்" என்றார். இராம ராச்சியம் என்று சொல்வதன் மூலம் தான் இந்துக்களின் ஆட்சியைக் குறிப்பிடவில்லையென்றும் இராம் என்பது குதா, காட் என்பவற்றின் இன்னொரு பெயர்தான் என்றும் கூறினார் காந்தி. அவருடைய அரசியல் உண்மைத்தன்மையும், தனிப்பட்ட நேர்மையும் மதவெறியில் திளைத்தவர்களுக்குப் புரியவில்லை.

வருங்காலம் பற்றிக் கனவு கண்டுகொண்டிருந்த காந்தி நண்பர்களிடம் சொன்னார்: "உங்கள் வழியை உங்களால் பார்க்க முடியவில்லையென்றால், எங்கே இருக்கிறீர்களோ அங்கேயே தங்கி விடுவது நல்லது." அதன் அர்த்தம் தனது வருங்காலக் கனவுகளைக் கைவிட்டுவிடுவதல்ல; மாறாக, தைரியமாக ஓர் ஆத்மப் பரிசோதனை செய்துகொள்வது, அண்மை நிகழ்வுகளுக்காக பிறரைப் பழிப்பதைவிட தானே பொறுப்பேற்றுக் கொள்வது; எல்லாவற்றுக்கும் மேலாக, தான் விரும்பும் வருங்காலத்தைத் தானே வாழ்ந்துகாட்டுவது!

38

தலைமைத் திறன்

தலைவர் எனப்படுபவர் அரசியலில் ஈடுபடுபவர் மட்டுமல்ல. அதேபோல தலைமைத்துவம் என்பது அரசியலுக்கு மட்டுமே தொடர்புடையதும் அல்ல. நாம் அனைவருமே வாழ்வின் பல்வேறு தருணங்களில் தலைமைப் பொறுப்பை ஏற்கிறோம்; வாழ்வின் அனைத்துத் துறைகளிலும் தலைமைத்துவம் மிளிர்கிறது. தலைமைத்துவம் பொறுப்புணர்வு பொங்கியெழும் மனப்பாங்கும், தன்முனைப்பு கொண்ட செயற்பாடும்தான்.

தலையிடுவதுதான் தலைமைத்துவம், தலையிடுகிறவர்தான் தலைவர். தலைமைத் திறன் மூன்று முக்கியமான திறன்களை உள்ளடக்கியது என்கிறார் ராபர்ட் டக்கர்: முதலில், பகுப்பாய்வு; ஒரு பிரச்சினையைப் பகுப்பாய்வு செய்து தெளிவாகப் புரிந்துகொள்வது. இரண்டாவது, பரிந்துரைத்தல்; அந்தப் பிரச்சினைக்கு உரிய தீர்வுகளைப் பரிந்துரைப்பது. மூன்றாவது, இணங்கச் செய்தல்; தான் பரிந்துரைக்கும் தீர்வுகளை அமலாக்குவதற்கு மற்றவர்களை இணங்கச் செய்வது.

தேர்ந்தெடுக்கப்படும் தலைவர்கள் (மக்கள் பிரதிநிதிகள்) என்றும் தேர்ந்தெடுக்கப்படாத தலைவர்கள் என்றும் இரண்டு வகை தலைவர்கள் இருப்பதை டக்கர் சுட்டிக்காட்டுகிறார். பிரான்சிஸ் டவுன்சென்ட் எனும் அமெரிக்கப் பல் மருத்துவர் பல முதியவர்கள் கடுங்குளிராலும் பசியாலும் வாடுவதைக் கண்ணுற்று, 1933ஆம் ஆண்டு ஒரு பத்திரிகை ஆசிரியருக்குக் கடிதம் எழுதினார்.

வேலைகளில் இருப்பவர்கள் மாதந்தோறும் ஒரு சிறு பங்களிப்பைச் செய்து, அந்த நிதியின் மூலமாக முதியோர் அனைவருக்கும் ஓய்வூதியம் வழங்கும் தனது திட்டத்தை அந்தக் கடிதத்தில் விவரித்திருந்தார். அது டவுன்சென்ட் திட்டம் என்று கொண்டாடப்பட்டு, அமெரிக்காவில் சமூகப் பாதுகாப்பை ஏற்படுத்த சிறந்ததொரு வழியாக ஏற்றுக் கொள்ளப்பட்டது. இப்படி ஒரு பொதுப் பிரச்சினையை அலசி ஆராய்ந்து, அதற்கான தீர்வுகளைக் கண்டுணர்ந்து, அவற்றைப் பிறரின் இசைவுடன், பங்கேற்புடன் தீர்த்துவைப்பவர்தான் தேர்ந்தெடுக்கப்படாத தலைவர்.

ஒரு தலைவர் ஆழ்ந்த தன்னம்பிக்கையும் மிகுந்த பாதுகாப்பு உணர்வும் கொண்டவராக இருப்பது முக்கியமானது. தன்னுடைய தகுதிகள், திறமைகள், பலம், பலவீனம் பற்றிய முழுப்புரிதல் இல்லாமல், தன்னைச் சுற்றியிருப்பவர்களைப் பார்த்துப் பயந்து பரிதவிப்பவர் சக்திமிக்கத் தலைவராக இருக்க மாட்டார். அதனால்தான் கவியரசு கண்ணதாசன் இப்படி பாடினார்:

உன்னை அறிந்தால்... நீ உன்னை அறிந்தால்
உலகத்தில் போராடலாம்
உயர்ந்தாலும் தாழ்ந்தாலும்
தலை வணங்காமல் நீ வாழலாம்.

மானம் பெரியதென்று வாழும் மனிதர்களை
மான் என்று சொல்வதில்லையா?
தன்னைத் தானும் அறிந்துகொன்டு ஊருக்கும் சொல்பவர்கள்
தலைவர்கள் ஆவதில்லையா?

மாபெரும் சபையினில் நீ நடந்தால் – உனக்கு
மாலைகள் விழவேண்டும் – ஒரு
மாற்று குறையாத மன்னவன் இவனென்று
போற்றிப் புகழ வேண்டும்.

தலைவருக்கான ஆங்கில வார்த்தை லீடர் *(leader)* இதைத் தமிழில் சொல்வதானால் இட்டுச் செல்பவர், நடாத்திச் செல்பவர், அழைத்துச் செல்பவர் என்றுதான் மொழிமாற்றம் செய்யமுடியும்; வழிகாட்டி என்றால்கூட ஏற்றுக் கொள்ளலாம். ஆனால் 'தலைவர்' என்கிற பதம் எங்கிருந்து வந்தது என்பது சிந்திக்கப்பட வேண்டிய விடயம்.

'தலை' யாரையும் எங்கேயும் அழைத்துச் செல்லாது. இங்கே போகலாம், இந்தத் திசையில் போகலாம் என்று தலை சொல்லலாமேயொழிய, 'கால்'தான் அழைத்துப் போக முடியும். அப்படியானால் லீடர்ஷிப் *(leadership)* எனும் ஆங்கில வார்த்தைக்குக் 'கால்மை' என்ற சொல்லை அல்லவா நாம்

பயன்படுத்த வேண்டும்? ஒருவேளை அதைத்தான் 'தாழ்மை' என்கிறோமோ?'தாழ் பணிந்து,' 'தாழ்மையுடன்' என்பனவெல்லாம் அர்த்தமுள்ள சொற்கள். சிந்தித்துப் பார்த்தால் தலைமையும் தாழ்மையும் இரண்டறக் கலந்தவை என்று உணரலாம்.

தலை மட்டும் தனியாக நின்று என்ன சாதிக்க முடியும்? கட்டுடலும் கரங்களும் கால்களும் இருந்தால்தான் தலை தகைமையுடன் இயங்க முடியும். என்னதான் இவையெல்லாம் அடிப்படையாக இருந்தாலும், தலைதானே உயரே நிற்கிறது? சிந்திப்பது, நினைப்பது, கனவு காண்பது, பார்ப்பது, கேட்பது, சுவாசிப்பது, நுகர்வது, பேசுவது, சிரிப்பது, சினப்பது— என அனைத்துச் செயல்களும் நடக்கும் 'தலைமையகம்' அல்லவா தலை? ஒரு முடிவெடுப்பது என்றால் தலை தனியாகத்தானே இயங்க வேண்டியிருக்கிறது? தலைமையும் தனிமையும் பின்னிப் பிணைந்திருக்கின்றனவோ? தலைமை, தாழ்மை, தனிமை போன்றவை ஒரு நல்ல தலைவனின் அடையாளங்களாகக் கொள்ளப்படலாம்.

தலைமை பற்றிப் பேசும் மாவோ அதன் இரண்டு அம்சங் களைக் குறிப்பிடுகிறார். ஒன்று, திட்டங்கள் வகுத்து, தீர்மானங்கள் எடுத்து, கட்டளைகளையும் உத்தரவுகளையும் பிறப்பித்து, கருத்துக்களை முன்வைப்பது. இரண்டு, ஊழியர்களை ஒன்றுபடுத்தி, செயலில் இறங்க உற்சாகமூட்டி, அவர்களை வழிநடத்துவது. "நான்தான் தலைவர், நான்தான் தலைவர்" என்று வருந்தி வரவழைத்துக் கொள்வதல்ல தலைமைப் பொறுப்பு. மிகைப்படுத்தப்பட்ட வரலாற்றை மீண்டும் மீண்டும் மேடை தோறும் கூறித் தன்னைத் தானே தூக்கி நிறுத்திக்கொள்வதும் அல்ல. சாதி, மத, இன அடிப்படையில் ஒரு குறிப்பிட்ட மக்கள் குழு மீது தன்னைத் திணித்துக் கொண்டு, உங்களுக்காக நான்தான் பேசுவேன் என உரிமை கொண்டாடுவதும் அல்ல

பாதிக்கப்பட்ட மக்களின் வேலைக்காரனாக இருந்து, அவர்களுக்கு மதிப்பளித்து, அவர்கள் சொல்வதைக் கவனமாகக் கேட்டு, அவர்களின் கட்டளைகளைச் சிரமேற்கொண்டு செயல்படுகிறவன்தான் தலைவன். அவன் ஒரு சேவகன். சேவகன் எப்போதுமே தாழ்மையானவன். அவன் மறுத்துப் பேசுவதில்லை; தலைவணங்க மறுப்பதில்லை. ஒரு நல்ல சேவகன் தான் பணிவிடை செய்கிற மாந்தரைப் பற்றி உண்மையிலேயே கவலைப்படுகிறவன், கரிசனம் கொள்கிறவன்; சோர்ந்து போகாதவன். உற்சாகம் குறைந்திடாது காத்து, ஆனால் உணர்ச்சிப் பெருக்குக்கு இடமளிக்காது, பொறுமையாகப் பொறுப்போடு இயங்குகிறவன். இதைத்தான் 'சேவகத் தலைமை' (servant leadership) என்றழைக்கிறோம்.

முந்தி இருப்பச் செயல்

தலைவராக நடிப்பவர் தலைவரல்ல. அவர் தலைமைத்துவம் ஏதுமற்ற போலித் தலைவர். 'பேசாதிருப்பவனுக்குப் பிதற்றுபவன் பரவாயில்லை' என்று சிலர் அவரை வேண்டாவெறுப்பாக ஏற்றுக்கொள்ளலாம். இன்னொரு விதமான தலைவர், 'பெத்த வீட்டுக்குப் போனால் பிள்ளையாயிருப்பேன், செத்த வீட்டுக்குப் போனால் சவமாயிருப்பேன்' என்பது போன்ற தலைமைத்துவ நோய் அல்லது பேய் பிடித்தவர். மற்றொரு விதமான தலைவர் குறிப்பிட்ட சூழ்நிலை அவருக்கு இடமளிக்கவில்லை என்றாலும், அவருக்கு எந்தவிதமான நேரடிக் கடமையோ பொறுப்போ இல்லையென்றாலும், அழையா விருந்தாளியாகத் தன்னைப் பிறர் மீது திணித்து, தலைவராகித் திரிபவர்.

இம்மாதிரித் தலைவர்களே நமது அரசியல், அறிவியல், ஆன்மீகம், கலை உள்ளிட்ட அனைத்துத் தளங்களிலும் அதிகமிருக்கின்றனர். முதல்தரமானவர்கள் இல்லாததால் மூன்றாம் தரமானவர்கள் தலைமையைப் பிடித்துவைத்துக் கொண்டிருக்கின்றனர்.

தேர்ந்தெடுக்கப்படாத தலைவர்களைப் பொறுத்தவரை, கவிஞர் கண்ணதாசனின் அறிவுரையை மனத்திற்கொள்வது சிறந்தது:

> உண்மையைச் சொல்லி நன்மையைச் செய்தால் உலகம்
> உன்னிடம் மயங்கும்
> நிலை உயரும்போது பணிவு கொண்டால் உயிர்கள்
> உன்னை வணங்கும்

என்கிறார் அவர். அப்படி செய்யும்போது உங்கள் சாதியையோ, மதத்தையோ, இனத்தையோ, மொழியையோ யாரும் ஒரு பொருட்டாகக் கொள்வதில்லை. தலைமைத்துவப் பண்புகள், தகுதிகள், திறமைகள் இல்லாதவர்கள்தான் சாதி, மதம், இனம் போன்ற செயற்கைக் கால்களைத் தேடியலைகின்றனர்.

தேர்ந்தெடுக்கப்படும் தலைவர்களைப் பொறுத்தவரை,

> முறைசெய்து காப்பாற்றும் மன்னவன் மக்கட்கு
> இறை என்று வைக்கப்படும்

என்கிறார் வள்ளுவர். நீதிமுறை செய்து குடிமக்களைக் காப்பாற்றும் மன்னவன், மக்களுக்குத் தலைவன் என்று தனியே கருதி மதிக்கப்படுவான். ஆனால் இன்றைய உலகில் இம்மாதிரியான இறையைக் காண்பது அரிதிலும் அரிதாகி இருக்கிறது.

பெரும் 'தலைவர் பஞ்சம்' ஏற்பட்டிருக்கும் இந்தக் காலக்கட்டத்தில், தவறானவர்கள் எல்லோரும் தலைவர்கள் என்று தம்பட்டம் அடித்துக்கொள்ளும் நம் சமூகத்தில், இமயமாய்

உயர்ந்து நின்ற பெருந்தலைவர்களைப் பெற்றிருந்த எங்கள் தலைமுறை இப்போது இளைஞர்களாகிய உங்களைத்தான் நம்பியிருக்கிறோம்.

நீங்கள் ஞாலமும் காலமும் கருதி இருப்பது மிகவும் முக்கியம்.

காலம் கருதி இருப்பர் கலங்காது
ஞாலம் கருது பவர்

என்கிறார் வள்ளுவர். உலகத்தைக் கருதுகிறவர் அதைப்பற்றி எண்ணிக் கலங்காமல், அதற்கேற்ற காலத்தைக் கருதிக்கொண்டு பொறுத்திருப்பர்.

39

ஆளுமைத் திறன்

ஐரோப்பியர்களும் அமெரிக்கர்களும் வகுத்த சில தேர்வு முறைகளைப் பின்பற்றி, மொழித்திறன், தர்க்கத் திறன்களின் அடிப்படையில் மட்டுமே நம்முடைய அறிவின் அளவைக் கணித்த காலம் மலையேறிவிட்டது. மனித மூளை பல்வேறு அறிவுகளைப் பெற்றிருக்கிறது, நாம் ஒவ்வொருவரும் ஒவ்வோர் அறிவில் சிறந்து விளங்குகிறோம் எனும் உண்மையை நாம் இப்போது ஏற்றுக்கொண்டிருக்கிறோம்.

ஆற்றல்மிக்க ஓர் ஆளுமை உடலில் பலம் கொண்டவராக, மனத்தில் ஒளியுடையவராக, குணநலன்களில் காத்திரமானவராக இருத்தல் வேண்டும். பாரதியார் அழைக்கிறார் பாருங்கள்:

ஒளிபடைத்த கண்ணினாய் வா வா வா
உறுதிகொண்ட நெஞ்சினாய் வா வா வா
களிபடைத்த மொழியினாய் வா வா வா
கடுமை கொண்ட தோளினாய் வா வா வா
தெளிமை பெற்ற மதியினாய் வா வா வா
சிறுமை கண்டு பொங்குவாய் வா வா வா
எளிமைகண் டிரங்குவாய் வா வா வா
ஏறுபோல் நடையினாய் வா வா வா

கண், நெஞ்சு, தோள், நடை என அனைத்துமே உடல் நலத்தோடும் பலத்தோடும் தொடர்பானவை. "சுவர் இருந்தால்தான் சித்திரம் வரைய முடியும்" என்றறிந்த இன்றைய இளைஞர்களும் இளம்பெண்களும் உடல்நலம் போற்றும் திறனும், தோற்றப்

பொலிவைக் காக்கும் திறனும் கொண்டவர்களாகவே திகழ்கின்றனர்.

> புறத்தூய்மை நீரான் அமையும் அகத்தூய்மை
> வாய்மையால் அமையப் பெறும்

என்று வள்ளுவம் வகுப்பது போல, புற ஆளுமை இனிமையாலும், அக ஆளுமை வாய்மையாலும் அமைந்தாக வேண்டும்.

புற ஆளுமை உங்கள் நடை, உடை, பாவனை போன்றவற்றை உள்ளடக்கியது. 'நிமிர்ந்த நன்னடை, நேர்கொண்ட பார்வை, நிலத்தில் யார்க்கும் அஞ்சாத நெறிகள், திமிர்ந்த ஞானச் செருக்கு' எனும் பாரதியின் சீர்மிகு விழுமியங்களைத்தான் நடை என்கிற ஒற்றைச்சொல்லால் நாம் குறிக்கிறோம். நடை என்பது உங்களை நீங்களே நடாத்தும் பாங்கே அன்றி வேறல்ல. தன்னம்பிக்கை, தைரியம், நிறைவு, மகிழ்ச்சி போன்ற நேர்மறைக் குணங்கள் ததும்பி நிற்கும்படிப் பார்த்துக்கொள்வதே நடை.

ஓர் ஆற்றல்மிகு ஆளுமைக்கு நடை போலவே உடையும் மிக முக்கியமானது. அதனால்தான் "ஆள் பாதி, ஆடை பாதி" என்று சொல்கிறோம். எளிய, இனிய, காலநிலைக்கேற்ற, சூழலுக்கேற்ற, கண்ணியமான ஆடைகளை அழகுற அணியுங்கள். உங்களின் உடைதான் உங்களை ஒருவருக்கு முதலில் அறிமுகப்படுத்துகிறது. 'முதற்கோணல் முற்றும் கோணல்' என்றாகி விடும் அபாயம் இருப்பதால், ஆடைகள் விடயத்தில் அவசியம் கவனம் செலுத்துங்கள்.

நடை, உடை போல, பாவனைகளும் மிகவும் முக்கிய மானவை. நம்முடைய பாவனைகள் பிறரின் அன்பையும் மரியாதையையும் பெற்றுத்தரும் வகையில் அமைவது மிகவும் முக்கியமானது. ஏற்றுக்கொள்ளத்தக்க மற்றும் ஏற்றுக்கொள்ளத்தகாத நடவடிக்கைகளை உங்களின் பொது அறிவே உங்களுக்குப் புலப்படுத்தும்.

'அகத்தின் அழகு முகத்தில் தெரியும்' என்பது பழமொழி. அக ஆளுமை ஆழமானதாய் அமைந்தாலும், புற ஆளுமை முகத்தில் மிளிர்வதை நாம் அறிகிறோம். ஒருவரின் தனிமனித நடத்தையும், பண்பாட்டுப் பரிவர்த்தனைகளும் கலந்துவிரவி வெளிப்படும் 'சமூக நயம்' (Social Grace) என்பது முகத்தில் மையம் கொண்டிருப்பதை எளிதில் உணரலாம்.

முதலாவது, கண். கண்களைப் பார்த்துப் பேசுவது கருத்துப்பரிமாற்றத்தில் மிக முக்கிய பங்கு வகிக்கிறது. ஒருவர் நம் கண்களைப் பார்த்துப் பேசவில்லையென்றால், அதை ஓர் அவமரியாதையானச் செயலாக, அந்த மனிதரை நம்பகத்தன்மை

அற்றவராகப் பார்க்கும் போக்கு உலகின் பல கலாச்சாரங்களில் காணப்படுகிறது. ஒருவர் பேசிக்கொண்டிருக்கும்போது, கண்களால் கவனமாய் அவதானிப்பது அனைவராலும் விரும்பப் படுகிறது. கண்களை அலைய விடுவது ஈடுபாடின்மையைக் கோடிட்டுக் காட்டுகிறது. அதேபோல எதிர்பாலரோடு உரையாடும்போது, கழுத்துக்குக் கீழே பார்க்காமல் இருப்பதும் மிகவும் முக்கியமானது.

இரண்டாவது, காது. ஒருவர் பேசும்போது கவனமாகக் கேட்பதும், கேட்பதை உரிய முக்கியத்துவத்தோடு உள்வாங்கு வதும், உள்வாங்குவதை உரியவர் உணரவைப்பதும் உங்களை மிகவும் விரும்பப்படுகிறவராக, வெற்றிகரமானவராக மாற்றும் வல்லமை கொண்டவை.

மூன்றாவது வாய். இனிய வார்த்தைகளைத் தேர்ந்து, உரிய அர்த்தங்களோடு கோத்துத் தெளிவாக, இனிமையாக, திறமையாகப் பேசுவது மிகவும் முக்கியமானது.

நான்காவது மூக்கு. வாய் நாற்றம், வியர்வை நாற்றம், துர்நாற்றம் ஏதுமின்றி எதிரே நிற்பவரை முகம் சுழிக்க வைக்காமல் இருப்பதும், இதமான, மிதமான நறுமணங்களைக் கமழச் செய்வதும் சிறப்பானவை.

ஐந்தாவது, மூளை. இங்கேதான் சிந்தித்தல், நினைத்தல், கவனித்தல், கருத்தூன்றல் என ஏராளமான வேலைகள் நடக்கின்றன. ஓர் ஆளுமையாக விளங்குவதற்குச் சிந்தனையார்ந்த செயல்பாடுகள் இன்றியமையாதவை. இவற்றுள் மிக முக்கிய மானவை மூன்று சொற்களும் அவற்றின் பின்னாலிருக்கும் உணர்வுகளும்தான். 'நன்றி, தயவுசெய்து, மன்னித்துக் கொள்ளுங்கள்' எனும் மூன்று சொற்களைத் தேவைப்படும்போது உங்கள் பேச்சில் பயன்படுத்தத் தவறாதீர்கள். வெறும் வார்த்தைகளாக மட்டுமின்றி அவற்றில் புதைந்திருக்கும் உணர்வுகளையும் உண்மையாக உணர்ந்து வெளிப்படுத்துங்கள்.

உங்கள் தோழர்கள், உடன் பணிபுரிவோர் என அனைவரின் பெயர்களையும் நினைவில் வைத்திருங்கள். அப்போது அவர்களுக்கு உங்கள்மீது ஓர் இனம்புரியாத அணுக்கமும் அன்னியோன்யமும் ஏற்படுகின்றன. இம்மாதிரியான நினைவாற்றல் உங்கள் ஆளுமைக்கு மேலும் மெருகூட்டுகிறது.

தமிழ் நாட்டிலோ இந்தியாவிலோ அல்லது வெளிநாடு களிலோ எங்கே பயணம் சென்றாலும், அந்தந்த ஊர் கலாச்சார நுணுக்கங்களை அவசியம் கவனியுங்கள். ஒரு சிறு

தவறு பேரிழப்பை, பெரும் நட்டத்தை உண்டாக்கலாம். ஓர் அமெரிக்க வர்த்தகர் முக்கியமான ஒரு வியாபார ஒப்பந்தம் செய்வதற்காக சவூதி அரேபியா நாட்டுக்குச் சென்றாராம். வியாபார ரீதியில் பேரப்பேச்சு வெற்றிகரமாக அமைந்தாலும், அந்த அரபிக்கு அமெரிக்கரைப் பிடிக்காமற் போனதால் ஒப்பந்தம் கைகூடவில்லை.

இருவரும் அருகருகே அமர்ந்திருக்கும்போது, அமெரிக்கர் தனது ஒரு காலை இன்னொரு காலின் மீது போட்டு உட்கார்ந்திருந்தார். அந்தக் காலில் அணிந்திருந்த செருப்பின் அடிப்பாகம் அரபியை நோக்கி இருந்தது அவருக்கு எரிச்சலையும் கோபத்தையும் அளித்தன. அவருடைய அரேபியக் கலாச்சாரத்தில் அது பெரும் அவமரியாதையாகக் கருதப்படுகிற நடவடிக்கை என்று அமெரிக்கர் உணராததுதான் பிரச்சினை.

உங்கள் நடவடிக்கைகளில், தனிமனிதப் பரிவர்த்தனை களில் கருத்தூன்றிச் செயல்படுங்கள். நீங்கள் எதிர்கொள்ளும் அனைவருக்கும் மரியாதை கொடுங்கள். அனைவரையும் ஏற்றத் தாழ்வுகள் இன்றிச் சமமாக நடத்துங்கள். சாதி, மதம், இனம், மொழி, பால், பாலியல் போன்ற வேறுபாடுகளை முற்றிலுமாகப் புறந்தள்ளி, மாந்தநேயத்தோடு மனிதர்களைக் கையாளுங்கள்.

மேற்குறிப்பிட்ட புற ஆளுமைத் திறன்களைவிட, அக ஆளுமைத் திறன்கள் இன்னும் நுண்மமானவை, முக்கிய மானவை. முதலில், இந்த அகமும் புறமும் ஒன்றோடொன்று பின்னிப்பிணைந்து இரண்டறக்கலந்து இயல்பானதாக, உண்மையானதாக இருக்கும்படிப் பார்த்துக்கொள்ளுங்கள். 'தன்னெஞ்சறிவது பொய்யற்க' என்றுரைக்கிறது வள்ளுவம். உள்ளே இருப்பதே வெளியே பரிணமிக்கட்டும்; அதேபோல, வெளியே தெரிவதே உள்ளே ஊன்றி வளர்க்கப்படட்டும்!

நேர்மறை மனப்பான்மையோடு வாழ்வை, வாழ்வியல் பிரச்சினைகளை, சக மனிதர்களை, சந்தர்ப்பங்களை எதிர்கொள்ளுங்கள். 'எனக்கேன் இப்படியெல்லாம் நடக்கிறது?' என்று சுய இரக்கம் கொள்வது, 'நான் பாக்கியம் இல்லாதவன்' என்று பரிதாபம் கொள்வது பெருந்தவறு. நேர்மறையான அணுகுமுறைதான் நேர்மறையான விளைவுகளை ஏற்படுத்தும்.

உள்ளார்ந்த மன நிறைவுக்கும் மகிழ்ச்சிக்கும் முதலிடத்தையும் முன்னுரிமையையும் கொடுங்கள். பணம், பதவி, பட்டங்கள், பெயர், புகழ் போன்றவற்றுக்குப் பின்னால் அலைபவர்கள் பெரும்பாலும் தங்களைப் பற்றிய பாதுகாப்பு உணர்வற்றவர் களாகவே இருப்பதைக் காணலாம்.

முந்தி இருப்பச் செயல்

இரக்கமும் கருணையும் கொண்டவராக, பணிவும் பொறுமையும் உடையவராகவே இருங்கள். இவை வேறு யாரையும் மகிழ்விப்பதற்காக அல்லாமல், நமக்காக நாம் மேற்கொள்ளும் நடவடிக்கைகள் என உணருங்கள்.

உங்கள் வாழ்வுக்கான அர்த்தத்தை அறிந்துகொள்ளுங்கள்; குறிக்கோளைக் கண்டுணருங்கள். அதன்பிறகு கவியரசு கண்ணதாசன் சொல்வதே உங்களின் தாரக மந்திரமாகட்டும்:

போற்றுவார் போற்றட்டும் புழுதி வாரித்
தூற்றுவார் தூற்றட்டும் தொடர்ந்து செல்வேன்
ஏற்றதொரு கருத்தை எனதுள்ளம் ஏற்றால்
எடுத்துரைப்பேன் எவர்வரினும் நில்லேன், அஞ்சேன்!

40

உலகை அறியும் திறன்

இரண்டாம் உலகப் போருக்குப் பின்னர் ஐரோப்பாவும், வட அமெரிக்காவும் முதலாளித்துவ மேற்கு நாடுகள் என்றும், பொதுவுடைமை போற்றும் கிழக்கு நாடுகள் என்றும் பிரிந்து நின்றன. தத்தம் படைபலத்தையும் அணுவாயுதங்களையும் பெருக்கிக்கொண்ட இவ்விரண்டு குழுக்களும் ஒரு பெரும் பனிப்போரில் ஈடுபட்டன.

சற்றொப்ப முப்பதாண்டுகளுக்கும் முன்னர், மேற்படி கிழக்கு நாடுகளில் கோலோச்சிய கொடுங்கோன்மை அரசுகள் மக்கள் ஆதரவையும் தங்கள் அதிகாரத்தையும் இழந்தபோது, நமது உலகில் அடுத்த மாற்றம் நடந்தேறியது. அதுவரை நிலவிவந்த கிழக்கு–மேற்குப் பிரிவினை, வடக்கு–தெற்குப் பிளவாக மாறியது.

தொழில்மயமாக்கப்பட்ட, பெரும்பாலும் வெள்ளையின மக்களைக் கொண்ட, 'வளர்ந்த' வடக்கு நாடுகள் செல்வச்செழிப்பும் வசதி வாய்ப்புக் களும் கொண்டவையாக விளங்குகின்றன. விவசாயத்தை வாழ்வாதாரமாகக் கொண்ட கருப்பு, சிவப்பு, மஞ்சள், பழுப்பு நிற மக்களை உள்ளடக்கிய, 'வளரும்' தெற்கு நாடுகள் போதிய செல்வமின்றி, வாய்ப்புக்களின்றித் தாழ் நிலையில் தத்தளிக்கின்றன. இந்நாடுகளில் வாழும் பெரும் பான்மையான மக்களுக்கு உணவு, தண்ணீர், மருத்துவம், வீட்டுவசதி, கல்வி, வேலை வாய்ப்பு

எனும் அடிப்படை விடயங்களே போதிய அளவிலோ அல்லது தரமான வகையிலோ கிடைக்கவில்லை.

வடக்கு நாடுகளின் 'தாராளமயம் – தனியார்மயம் – உலகமயம்' என்னும் மும்மை முழு உலகையும் ஆக்கிரமித்திருக் கிறது. அவர்களின் கட்டுப்பாட்டில் இயங்கும் உலக நிதி நிறுவனங்கள், கார்ப்பரேட்டுகள், உலக வர்த்தகம் போன்றவை 'பணம்–இயந்திரம்–சந்தை' எனும் தாரக மந்திரத்தோடு இயங்குகின்றன. வடக்கு வாழ்கிறது, தெற்கு தேய்கிறது எனும் முழக்கம் நமது இன்றைய உலகுக்கு மிகவும் பொருத்தமான ஒன்று.

இந்த உலகை, இதன் ஏற்பாடுகளை நீங்கள் பல வழிகளில் புரிந்துகொண்டு எதிர்கொள்ளலாம். முக்கியமான மூன்று நிலைகளை ஒரு நேர்க்கோட்டில் அடையாளப்படுத்துவோம்.

இவ்வுலக ஏற்பாடுகள் ஏற்புடையனவாக இல்லை, இவற்றை மாற்றியமைத்தாக வேண்டும் என்று சிந்தித்து, செயல்படுவதை இடது கோடியில் சீர்திருத்தவாதம் என்று நிறுவலாம். இவ்வுலகு நன்றாகத்தானே இயங்கிக்கொண்டிருக் கிறது, இதனை இப்படியே தக்கவைத்துக் கொள்வதுதானே உசிதமானது என்றெண்ணுவதைப் பழைமைவாதம் என்றழைத்து வலதுகோடியில் அடையாளப்படுத்தலாம். இவ்விரண்டு துருவநிலைகளுக்கும் இடையே, இங்கேயும் அங்கேயுமாகத் தெளிவின்றி ஊசலாடிக்கொண்டிருக்கும் தன்மையை அந்நேர்கோட்டின் மையப்புள்ளியில் அடையாளப்படுத்தலாம். இவற்றை இடதுசாரி, மையசாரி, வலதுசாரி அணுகுமுறைகள் என்று அழைக்கலாம்.

நம்முடைய இன்றைய உலகத்தை, அதனை எதிர்கொள் வதற்கான வழிமுறைகளை. இரத்தினச் சுருக்கமாக இப்படித்தான் விவரிக்க முடியும். இதனை நீங்கள் உள்வாங்கிக்கொண்டு, உங்களின் சமூக–பொருளாதார–அரசியல் நிலைப்பாட்டைத் தேர்ந்து கொள்ளுங்கள்.

இப்போது தனி வாழ்க்கை, பொதுவாழ்க்கை எனும் இரண்டு வழிகள் உங்கள் முன் நீண்டு கிடக்கின்றன.

> தன் பெண்டு தன் பிள்ளை சோறு வீடு சம்பாத்தியம்
> இவையுண்டு
> தானுண்டென்போன்
> சின்னதொரு கடுகு போல் உள்ளங் கொண்டோன்!
> தூய உள்ளம் அன்புள்ளம் சமத்துவ உள்ளம்
> தொல்லுலக மக்களெல்லாம் 'ஒன்றே' எனும்
> தாயுள்ளம் தனிலன்றோ இன்பம்!

என்கிறார் புரட்சிக்கவிஞர் பாரதிதாசன்

ஆனால் காலத்தினாற் செய்த நன்றி சிறிதெனினும் ஒரு கடுகுள்ளமும் தாயுள்ளமாய்ப் பரந்து விரிய முடியும். அதே போல, ஒரு தாயுள்ளம் தகாத செயல்களால் தகைமை இழக்கும்போது, சிறுத்துக் கடுகுள்ளம் ஆகிவிடும் ஆபத்தும் இருக்கத்தான் செய்கிறது.

எனவே உள்ளத்தின் அளவைவிட, அதை உறங்க விடாமல் பார்த்துக்கொள்வது, எப்போதும் விழித்திருக்கச் செய்வதுதான் மிகவும் முக்கியமானது. 'பசித்திரு, தனித்திரு விழித்திரு' எனும் வள்ளலார் பெருமானின் ஒப்பற்ற தாரக மந்திரம், இன்று நமது தவறுகளால் 'விழித்திரு, விலகியிரு, வீட்டிலிரு' என்று உருமாற்றம் அடைந்திருக்கிறது.

ஆம், உங்களின் உலகம் நோய்வாய்ப்பட்டிருக்கிறது. நோய்த்தொற்று, பேராசை, மாசுபாடு, பருவநிலைத் தகர்ப்பு, சாதீயவாதம், மதவாதம், பெண்ணடிமைத்தனம், ஏழ்மை, வறுமை, வெறுப்பு, வன்முறை என அந்நோய்களின் பட்டியல் நீண்டு கிடக்கிறது.

கோபம் கொண்ட பாரதி, அக்கினிக் குஞ்சாகக் கொதித்தெழுந்து,

நெஞ்சக் குருதியை நிலத்திடை வடித்து
வஞ்சக மழிக்கும் மாமகம் புரிவம் யாம்!

என்று சூளுரைப்பது போல, நீங்கள் கிளர்ந்தெழலாம்.

அல்லது கவிஞர் கண்ணதாசனின் பழைய பாடல் ஒன்றின் வரிகளைச் சொல்லி,

பொல்லாத உலகத்தில் கல்லாமல் புதுப் பாடம் கற்றேன்,
பொய்யாக வாழ்வோரைப் புகழ்ந்தாடும் கூட்டத்தைக்
கண்டேன்,
சொல்லொன்று செயலொன்று இல்லாத பேர் இங்கு யாரப்பா?

என்று விரக்தியடைந்து விலகி நிற்கலாம்.

இவ்விரு துருவநிலைகளுக்கிடையே ஏராளமான செயல்வடிவங்களைக் கண்டுணர முடியும்.

நல்லாற்றாள் நாடி அருளாள்க பல்லாற்றால்
தேரினும் அஃதே துணை

என்றறைகிறது வள்ளுவம். நல்வழிகளை ஆராய்ந்து அருளுடையவர்களாக விளங்குக; பல வழிகளில் ஆராய்ந்து கண்டாலும் அருளே நமக்குத் துணை.

முந்தி இருப்பச் செயல்

வியட்நாம் போர் பற்றி நீங்கள் கேள்விப்பட்டிருப்பீர்கள். அந்தப் போரில் பெரும் அட்டூழியங்கள் புரிந்துகொண்டிருந்த அமெரிக்க அரசு தன்னுடைய அடாவடித்தனத்தைப் பல்வேறு பொய்களைச் சொல்லி நியாயப்படுத்திக் கொண்டிருந்தது. அதே நேரம், இரகசியமாக ஓர் ஆய்வையும் நடத்தி, தாங்கள் செய்து கொண்டிருப்பது அப்பழுக்கற்ற அநியாயம் என்கிற முடிவையும் எட்டியிருந்தது. இந்த ஆய்வில் பங்கேற்று, மேற்படி தகவல்கள் அனைத்தையும் அறிந்திருந்த டேனியல் எல்ஸ்பர்க் (1931 –) எனும் ஓர் அமெரிக்கர் தன்னுடைய மனசாட்சியின் உந்துதலால், 1971ஆம் ஆண்டு அத்தகவல்களை முன்னணி நாளிதழ்களில் வெளியிட்டார்.

உடனடியாகக் கைதுசெய்யப்பட்ட டேனியல் எல்ஸ்பர்க் 115 ஆண்டுகள் சிறையில் கழிக்கும் ஆபத்துடன் ஒரு பெரும் சட்டப் போராட்டத்தில் ஈடுபட்டார். அந்த வழக்கின் தன்மையை முழுமையாக அறிந்திருந்த டேனியல் எல்ஸ்பர்க்குக்கு எதிராக அமெரிக்க அரசு கையாண்ட தவறான நடவடிக்கைகளை ஆய்ந்தறிந்த நீதிபதி, 1973ஆம் ஆண்டு அவ்வழக்கைத் தள்ளுபடி செய்தார்.

நான் அமெரிக்காவில் நோட்ர டேம் பல்கலைக்கழகத்தில் படித்துக்கொண்டிருந்தபோது, அங்கே உரையாற்று வதற்காக டேனியல் எல்ஸ்பர்க் வருகை புரிந்தார். இந்தியாவில் பள்ளி மாணவனாக இருக்கும்போதே அவரைப் பற்றிக் கேள்விப்பட்டிருந்த நான் மிகுந்த ஆர்வத்தோடு அவரது உரையைக் கேட்டேன். அவரின் உரையில் இந்தியாவும் மகாத்மா காந்தியும் அகிம்சைப் போராட்டமும் நீக்கமற நிறைந்திருந்தன.

நிகழ்வு முடிந்ததும் அவரிடம் என்னை அறிமுகப்படுத்திக் கொண்டு பேசினேன். என்னை ஒரு சக தோழனாகப் பாவித்து, அன்பொழுகப் பேசினார். வாஞ்சையோடு கைகுலுக்கிவிட்டு அவர் விடைபெறும்போது, "என் போன்ற இளைஞர்களுக்கு நீங்கள் சொல்லும் அறிவுரை என்ன?" என்று கேட்டேன். அருகே நின்றிருந்த காரில் ஏறப்போன அவர், என் கைகளை மீண்டுமொருமுறை இறுகப்பற்றிக்கொண்டு, மெல்லிதாக சிரித்தவாறே சொன்னார்: "சிறை செல்வதற்கான காரணம் ஒன்றைக் கண்டுபிடி!" (Find a reason to go to prison!):

சிறை என்பது மேலோட்டமான ஓர் உருவகம்தான். அதன் கீழே ஓர் எளிய ஆனால் ஆழமான கோட்பாடு புதைந்து கிடக்கிறது. அன்பு, கருணை, ஆதங்கம், அர்ப்பணிப்பு, பொறுப்புணர்வு, கடமையுணர்வு என எல்லாமும் சரியான விகிதத்தில் கலந்துவிரவிக் கிடக்கும் அந்த அற்புதமான உணர்வை,

விழுமியத்தை ஒரே வார்த்தையில் வடித்தெடுக்கலாம்: கரிசனம்! வாழ்க்கை என்பதே கரிசனம் கொண்டிருப்பதுதானே!

உங்கள் மீது கரிசனம் கொள்ளுங்கள்.
உங்கள் தன்மதிப்பின் மீது, கவுரவத்தின், கண்ணியத்தின் மீது கரிசனம் கொள்ளுங்கள்.
யாரையும் அடக்கி ஆளாமல், யாருக்கும் அடங்கி வாழாமல், சுதந்திரமாய் இருப்பதில் கரிசனம் கொள்ளுங்கள்.

உங்களோடு வாழ்வோர் அனைவர் மீதும் கரிசனம் கொள்ளுங்கள்.
நாட்டு நடப்புக்களில், உலக நிகழ்வுகளில் கரிசனம் கொள்ளுங்கள்.
அவற்றுக்கான அறவழித் தீர்வுகளில் கரிசனம் கொள்ளுங்கள்.

நாம் வாழும்மண் மீது கரிசனம் கொள்ளுங்கள்.
நீலக்கடல், நெடிய மலை, வான்மழை, வயல்கள்மீது கரிசனம் கொள்ளுங்கள்.
மரம், செடி, கொடி, மீன், விலங்கு, பறவைகள்மீது கரிசனம் கொள்ளுங்கள்.

உங்களின் தாயை 'ஈன்ற பொழுதினும் பெரிதுவக்க'ச் செய்யுங்கள். உங்களை 'முந்தி இருப்பச் செய்த' தந்தையை 'என்னோற்றான் கொல்?' என்று ஊரார் வியக்கச் செய்யுங்கள்! கரிசனம் கொள்ளுங்கள்!

காலச்சுவடு பப்ளிகேஷன்ஸ் (பி) லிட்.
Published by Kalachuvadu Publications Pvt. Ltd.,
669, K.P. Road, Nagercoil 629001, India
Phone: 91-4652-278525
e-mail: publications@kalachuvadu.com

10/2023/S.No. 1085, kcp 4657, 18.6 (1) rss